खांडेकर रजत स्मृती पुष्प

भाऊबीज

वि. स. खांडेकर

संपादक
डॉ. सुनीलकुमार लवटे

मेहता पब्लिशिंग हाऊस

- *या पुस्तकातील लेखकाची मते, घटना, वर्णने ही त्या लेखकाची असून त्याच्याशी प्रकाशक सहमत असतीलच असे नाही.*

BHAUBIJ by V. S. KHANDEKAR

भाऊबीज : वि. स. खांडेकर / कथासंग्रह

संपादक : डॉ. सुनीलकुमार लवटे

© सुरक्षित

मराठी पुस्तक प्रकाशनाचे हक्क मेहता पब्लिशिंग हाऊस, पुणे.

प्रकाशक : सुनील अनिल मेहता, मेहता पब्लिशिंग हाऊस,
१९४१ सदाशिव पेठ, माडीवाले कॉलनी, पुणे - ४११०३०.

प्रकाशनकाल : मार्च, २००३ / सप्टेंबर, २००५ / ऑगस्ट, २००९ /
डिसेंबर, २०१३ / पुनर्मुद्रण : जानेवारी, २०१८

P Book ISBN 9788177663877
E Book ISBN 9789386342584
E Books available on : play.google.com/store/books
www.amazon.in/b?node=15513892031

कथा लेखनाचा श्रीगणेशा....

असं फारसं कधी घडत नसावं, की एखादा कथाकार विपुल लेखन करतो नि त्याची पहिली-वहिली कथाच संकलित व्हायची राहून जाते. वि. स. खांडेकरांच्या बाबतीत मात्र असं घडलं खरं! सन १९१९ हे लौकिक अर्थानी खांडेकरांना लेखक बनविणारं वर्ष. लेख, नाटक, कविता, कथा, विनोदी लेखन असं चतुरस्त्र लेखन प्रारंभीच करून खांडेकरांनी आपल्या अलौकिक प्रतिभेची झलक दाखविली. 'घर कोणाचे?' ही त्यांची पहिली कथा. या रचनेनेच खांडेकरांनी आपल्या कथालेखनाचा श्रीगणेशा केला. ही कथा त्यांनी लिहिली सन १९१९ ला. परंतु ती प्रसिद्ध झाली मात्र ऑगस्ट, १९२३ मध्ये. या कथेचा जन्म व प्रकाशनाची आपली अशी कहाणी आहे. वि. स. खांडेकरांचे आजोबा, 'बाबाकाका माईणकर' एक ऑगस्ट, १९१९मध्ये वारले. त्यांचे आजोबा मोठे प्रेमळ, तसेच संभाषणचतुर. प्रतिकूल परिस्थितीवर मात करण्याची कला त्यांना चांगली साधली होती. ते हसतमुखाने संकटांशी सामना करीत. आपल्या आजोबांच्या या गुणवैशिष्ट्यांमुळे खांडेकर प्रभावित नि संस्कारित झाले होते. त्यामुळे आपल्या आजोबांच्या जाण्याने त्यांचे अस्वस्थ, बेचैन होणे स्वाभाविकच म्हणायला हवे. आजोबांच्या निधनाच्या रात्री निद्रेची आळवणी व्यर्थ ठरली. अस्वस्थता दूर करायची म्हणून मध्यरात्री वही-पेन्सिल घेऊन लिहायला बसले. मनात असलेलं कथाबीज साकारलं. तीच 'घर कोणाचे?' कथा. आजुबाजूला घडलेल्या एका सत्य घटनेवर आधारित असलेल्या या दीर्घ कथेनं व नंतरच्या सातत्यपूर्ण लेखनानेच खांडेकरांना पुढे 'मराठी लघुकथेचा अनभिषिक्त सम्राट' बनवलं!

आपल्या लेखनाच्या प्रारंभिक दशकात खांडेकरांनी विपुल असं लेखन केलं. सन १९१९ ते १९२९च्या काळात लिहिलेल्या साहित्यामुळे खांडेकरांचा आपला असा वाचक वर्ग तयार झाला होता. साहित्य, नाट्य, संगीत, काव्य यांच्या आवड नि आकर्षणामुळे राम गणेश गडकरी, श्रीपाद कृष्ण कोल्हटकर, बालगंधर्व प्रभृतींशी स्नेहाचे संबंध निर्माण झाले होते. परिणामी 'घर कोणाचे?' कथा 'महाराष्ट्र साहित्य' मासिकात प्रकाशित होताच श्री. कृ. कोल्हटकरांचे एक प्रशंसापत्र शिरोड्यासारख्या आडगावी खांडेकर रहात, तिथे हाती पडले. त्यात लिहिले होते, "अंक चाळता-

चाळता तुमची गोष्ट पाहिली. मोठे आश्चर्य वाटले. गोष्ट एकदा वाचली. ती वाचून पुरे समाधान झाले नाही. म्हणून लगेच दुसऱ्यांदा वाचली आणि ती तिसऱ्यांदा वाचण्यापूर्वी मला झालेला आनंद तुम्हाला कळविण्याकरिता लगेच हे पत्र लिहायला मी बसलो आहे. तुमची प्रकृती कथाकाराची आहे. ती कवीची किंवा विनोदी लेखकाची नाही. तेव्हा तुम्ही काव्यलेखन व विनोदी लेखन यापेक्षा कथालेखनाकडे अधिक लक्ष द्यावे असे माझे तुम्हाला आग्रहाचे सांगणे आहे.''[१)] अशाच प्रकारचे पत्र त्यांना त्यानंतर प्रसिद्ध झालेल्या 'नीच कोण?' कथेनंतरही आले होते. त्यात कोल्हटकरांनी खांडेकरांना या कथेची कादंबरी करण्याविषयी सुचविले होते.[२)] ही पत्रे कथाकार खांडेकरांच्या साहित्य विकासास प्रोत्साहन देणारी ठरली. यामुळे खांडेकरांना आत्मभान आलं. त्यांनी कथालेखनावर भर दिला. प्रारंभीच्या दशकात त्यांच्या कथा 'महाराष्ट्र साहित्य' 'रत्नाकर', 'ज्योत्स्ना', 'वैनतेय', 'किर्लोस्कर खबर', 'विविध वृत्त', 'लोकमित्र', 'यशवंत', 'मधुकर' सारख्या नियतकालिकातून प्रकाशित होत राहिल्या. प्रारंभीच्या दशकातील निवडक कथांचा संग्रह 'नवमल्लिका' सन १९२९ला प्रसिद्ध झाला. या संग्रहामुळे खांडेकरांना कथालेखक म्हणून मान्यता लाभली. ग. त्र्यं. माडखोलकरांसारख्या साहित्यकाराच्या नवमल्लिकेच्या परीक्षणाने[३)] तर या मान्यतेवर मोहरच उठविली गेली.

कथालेखनाच्या प्रारंभीच्या दशकातच खांडेकरांच्या बावीस कथा विविध नियतकालिकातून प्रकाशित झाल्या होत्या. पैकी नऊ 'नवमल्लिके'त समाविष्ट करण्यात आल्या होत्या. उर्वरित कथा नंतर अनेक कथासंग्रह प्रकाशित होत राहिले तरी असंग्रहितच राहिल्या. प्रारंभीच्या दशकातील असंग्रहित कथांचा हा संग्रह 'भाऊबीज'. या कथा असंग्रहित रहाण्याची अनेक कारणे आहेत. 'घर कोणाचे?' सारखी पहिली-वहिली कथा असंग्रहित रहाण्यासंदर्भात स्पष्टीकरण देताना खांडेकरांनी म्हटलं होतं की, ''ती संग्रहित झाली नाही. कारण त्या कथेचा पुढला भाग म्हणून मी आणखीन दोन कथा लिहिल्या होत्या. अशा सात कथा लिहून कादंबरी करण्याचा विचार होता. पण ते राहून गेले.''[४)] वर उल्लेखित दोन कथा 'नीच कोण?' नि 'प्रेमलक्ष्मी' या संग्रहात समाविष्ट करण्यात आल्या आहेत. 'घर कोणाचे?', 'नीच कोण?' या दोन कथा 'महाराष्ट्र साहित्य'च्या 'अन्दर की बात राम जाने' सदरात प्रकाशित झाल्या होत्या. 'प्रेमलक्ष्मी', 'रत्नाकर' मासिकात प्रकाशित झाली होती. या तीनही कथांची रचना एकाच प्रकारची. मनुष्य व्यवहाराचं सत्यरूप दर्शन हा या कथा लेखनामागील उद्देश होता. टीकात्मक शैलीच्या या कथा विस्ताराच्या अंगाने पाल्हाळीक झाल्या असल्या तरी त्यातील पात्रांच्या विसंगतीवर खांडेकर शेवटी मार्मिकपणे बोट ठेवत व वाचकांना विचार करायला भाग पाडतात. कथेच्या भाषेवरून तत्कालीन भाषेचे स्वरुप स्पष्ट होते. 'अंदर की बात राम जाने' या

शीर्षकात वाचकांना अंतर्मुख करण्याची शक्ती होती. सुमारे पाऊणशे वर्षापूर्वी प्रकाशित झालेल्या या संग्रहातील कथा, त्या काळात ज्या नियतकालिकात प्रसिद्ध झाल्या, ती कालौघात बंद झाली. त्यांचे जुने, दुर्मिळ अंक सामान्य वाचकांना, अभ्यासकांना मिळणे दुरापास्त होऊन बसले आहे. सन २००१ हे 'खांडेकर रजत स्मृतीवर्ष' होय. या निमित्ताने खांडेकरांचं समग्र असंगृहित, अप्रकाशित, असंपादित साहित्य वाचकांना उपलब्ध करून देण्याच्या प्रयत्नाचा भाग म्हणून ही 'भाऊबीज' भेट. या संग्रहातील कथांच्या वाचन नि अभ्यासाने खांडेकरांच्या साहित्याच्या पुनर्वाचन, पुनर्मूल्यांकनाची प्रक्रिया सुरू होईल अशी आशा आहे.

खांडेकरांच्या कथालेखनाच्या पहिल्या दशकातील कथांचा संग्रह असलेल्या 'भाऊबीज'ला साहित्यिक नि ऐतिहासिक मूल्य आहे. या संग्रहामुळे खांडेकरांच्या कथांचं प्रारंभिक स्वरूप लक्षात येतं. गेल्या शतकात पाऊणशे वर्षांपूर्वी लिहिल्या गेलेल्या या कथा वर्तमान शतकात वाचत असताना आपल्या डोळ्यांसमोरून केवळ कालपटच सरकतो असे नाही. जनजीवन, लोकव्यवहार, चालीरिती, मनुष्यसंबंध, भाषा, सारं कसं झपाट्यानं बदलत गेलं याचा चलत् चित्रपट दाखविणाऱ्या या कथा. सदरच्या काळात खांडेकर झरझर गोष्टी लिहीत. सर्व नियतकालिकांना पुरून उरण्याची उर्मी मनात असायची. खांडेकरांनीच म्हटल्याप्रमाणे त्यांच्या अंगात 'कर्ण'. [५)] संचारला होता. कथालेखनाच्या पहिल्या उन्मादात लिहिल्या गेलेल्या या गोष्टी. या कथांत अनुवंशिक संस्कार, बालपणीचे अनुभव, विविध वाचनाचे अंतर्मनावर झालेले परिणाम, शिक्षणाने निर्माण केलेली ध्येये, परिस्थितीचे पडसाद, आवडी-निवडी, आशा-आकांक्षा, भाव-भावना, सामाजिक तत्त्वज्ञान, जीवनविषयक पुरोगामी दृष्टिकोन इत्यादिंनी तयार झालेलं खांडेकरांचं व्यक्तिमत्त्व अभ्यासायचं तर 'भाऊबीज' मधील कथा वाचायलाच हव्यात. या कथात माडखोलकरांनी आपल्या समीक्षेत वर्णिलेल्या कल्पकता व सहृदयतासारख्या[६)] खांडेकरांच्या प्रतिभेच्या आत्मीय गुणांची प्रचीती येते. मराठी लघुकथा विकासाच्या संदर्भात बोलायचं झालं तर 'भाऊबीज' मधील कथा संधीकाळातल्या. वि. सी. गुर्जर यांचं जुनं वळण नि दिवाकर कृष्णांचं नवं, दोन्हींचा चपखल मिलाफ व प्रभाव या कथात दिसून येतो.

'भाऊबीज'मधील 'घर कोणाचे?', 'नीच कोण?', 'प्रेमलक्ष्मी', 'श्री काव्यदेवी प्रसन्न' सदृश्य कथा म्हणजे कादंबरीची प्रकरणं शोभावीत अशाच. आकाराच्या अंगानी दीर्घ कथाच. तत्कालीन संपादक आपल्या नियतकालिकात या कथांची ओळख 'संपूर्ण कथा' अशा मथळ्यानेच करून द्यायचे. एखाद्या विस्तृत कादंबरीचं संक्षिप्त कथानक वाटाव्यात अशा या कथा. खांडेकरांच्या कथा लेखनाचं आपलं असं वैशिष्ट्य आहे. ते गोष्टीतून गोष्ट निर्माण करीत. अनेक कादंबऱ्यांची कथाबीजे व विचारातून नवी कादंबरी ते आकारायचे. 'रिकामा देव्हारा' ही कादंबरी म्हणजे

'सद्‌गुरु' कथेचं विकसित रूप. [७] 'हिरवा चाफा' कादंबरीच्या मातृस्थानी 'उल्का' व 'दोन ध्रुव' असल्याची कबुली खांडेकरांनी दिली होती. [८] मनामध्ये जोपासलेल्या ध्येयवादाने प्रेरीत होऊन खांडेकर कथालेखन करायचे. समाजवादावर त्यांची श्रद्धा होती. धर्मनिरपेक्ष समाजधारणेचे ते पुरस्कर्ते होते. आदर्शोन्मुख, वास्तववादी असलेल्या त्यांच्या कथा वर्तमान समाज-चित्रणाबरोबर भविष्यलक्ष्यी युगाची स्वप्ने दाखवत. जीवन कसे आहे ते तळमळीने सांगताना ते कसे असले पाहिजे हे दाखविण्याची खांडेकरांची धडपड असायची. गेल्या शे-पाऊणशे वर्षात समाजजीवन, मानवी मूल्ये झपाट्याने बदलत कशी गेली याच्या पाऊलखुणा शोधायच्या तर खांडेकरांच्या कथांची पाऊलवाट धुंडायलाच हवी. 'भाऊबीज'मधील सर्वच कथा मानवी मूल्यांची रक्षण करणाऱ्या खऱ्या. आजच्या संदर्भात वाचताना त्यांचं सामाजिक, साहित्यिक मूल्य शब्दागणिक जाणवत रहातं. खांडेकरांच्या या कथा ज्या काळात प्रसिद्ध झाल्या त्या काळात ती मध्यमवर्गीयांची भूक होती. आज त्यांच्या कथांचं महत्त्व सर्ववर्गीय व सार्वकालिक वाटतं. म्हणून तर खांडेकरांचं कथालेखन अभिजात (Classic) ठरतं!

वाचकांना भावविवश करण्याची विलक्षण शक्ती खांडेकरांच्या प्रारंभिक कथांत आढळते. संवेदनेचा अमृतकुंभ हरवलेल्या एकविसाव्या शतकातील वाचकांना 'भाऊबीज' संग्रह त्यांचं हरवलेलं पाथेय बहाल करील. माणसाची 'माणूस' म्हणून लुप्त झालेली ओळख या कथा नव्याने करून देतील. खांडेकरांनी आपल्या जीवनातील साऱ्या कमतरतांचं विधायक परिशोधन, उन्नयन, उदात्तीकरण (Sublimation) आपल्या कथा साहित्यातून केलं. खांडेकरांना बहीण नव्हती. ती असावी अशी लहानपणापासूनची त्यांची इच्छा होती. [९] आपल्या या अपूर्णतेची परिपूर्ती त्यांनी 'आंधळ्याची भाऊबीज', 'फकिराची भाऊबीज', 'मराठ्यांची भाऊबीज', 'देशाची भाऊबीज', 'भाऊबीज'- कथांतून केली. यापैकी काही कथा या संग्रहात आहेत. खांडेकरांचं, बंधु म्हणून व्यक्तित्व, स्त्री समाजाची शल्यं टिपणारं लेखन, मांगल्याची पाठराखण करणारं नंदादीपसदृश त्यांचं तेवत रहाणं, या सर्वाचं प्रतिबिंब तुम्हास 'भाऊबीज'मध्ये अनुभवायला मिळेल. ज्यांना कुणाला मानवतेचे लक्ष-लक्ष दिवे पुन्हा उजळायची तळमळ असेल त्यांना या संग्रहातील कथा वातीने वात उजळण्यास हात देतील.

संग्रहातील 'फकिराची भाऊबीज' कथा, खांडेकरांचं आत्मवृत्तच होय. या कथेतील घटना व विचारात त्यांच्या व्यक्तिगत जीवनाचं साम्य उतरलंय. खांडेकर दत्तक गेल्यानंतर पुण्यास शिकायला होते. तिथे दत्तक वडिलांकडून पैसे मिळायचे कठीण होऊन गेलेले. इकडे आड, तिकडे विहीर अशी स्थिती झालेली. या कथेत प्रस्तुत काळातील खांडेकरांच्या मन:स्थितीचं मनोवेधक प्रतिबिंब अनुभवयाला मिळतं.

ही कथा काल्पनिक असली तरी तिची मानसिक आधारशिला वास्तवच. 'मराठ्यांची भाऊबीज' ऐतिहासिक घटनेवर बेतलेली कथा. हिंदु-मुसलमान ऐक्याच्या ध्यासानं, ध्येयवादानं रचलेली. तत्कालीन धार्मिक ताणतणावांचे धागेदोरे या कथात आढळतात. 'भाऊबीज' कथा छोटीशीच. ती जीवन सफलतेचं रहस्य समजाविते. माणसात नुसते गुण, कसब असून नाही चालत. जगायला एक हुशारी लागते. ती व्यवहारीपणातून येते. कला व जीवनाचा अन्वय सांगणारी, समजाविणारी ही कथा. संग्रहातील अधिकांश कथा उद्देशप्रधान आहेत, 'घर कोणाचे?' मध्ये खांडेकर धार्मिक पाखंडावर प्रहार करून कर्मकांडाने मानवी मूल्यांचा गळा कसा घोटला जातो ते चित्रित करतात. 'पुरुषांचे प्रेम' ही खांडेकरांच्या स्त्रीवादी, स्त्री समर्थक प्रतिमेची साक्ष देणारी गोष्ट. बाप, भाऊ, पती, पुत्र नि नातू- अशा कालानुगणिक बदलणाऱ्या पुरूष प्रतिमा खांडेकरांनी या कथेत चित्रित केल्यात. पुरुषाची भूमिका बदलते तसे त्याचे प्रेम बदलते, त्याच्या प्रेमात अंतर पडते- याचं मनोज्ञ दर्शन घडविणारी ही कथा. 'अलंकाराचा अलंकार' मध्ये तर खांडेकरांचा स्त्रीवादी दृष्टिकोण प्रखरतेने प्रत्ययास येतो. शिक्षित स्त्रीस नाकारणाऱ्या शिक्षित, तथाकथित शिष्ट पुरुषांचा बुरखा खांडेकर शल्यचिकित्सकाच्या कौशल्याने दूर करतात. या कथेतून खांडेकरांची भविष्यलक्ष्यी दृष्टी स्पष्ट होते. विनोदी शैलीत रेखाटलेली 'श्री काव्यदेवी प्रसन्न' कथा आपणास प्रेमातील निष्ठा समाजाविते. 'बातमीदाराचा बाप' वृत्तपत्र व पत्रकारांच्या दायित्वास रेखांकित करते, तर 'प्रेमलक्ष्मी' विधवा-विवाहाची महती विशद करते. सख्ख्या-सावत्र नात्यापलीकडे माणुसकीचं नातंच खरं असं सांगणारी 'नागपंचमी' एकीकडे पारंपारिकतेतून आपणास मुक्तीची साद घालते तर दुसरीकडे आपणास आप-पर भेदापलीकडे जाऊन जगण्याची शिकवण देते. 'मि. बेबी मोहिते' कथेचा चमत्कृतीपूर्ण शेवट कलात्मक लेखनाची प्रचीती देऊन जातो.

'भाऊबीज'मधील कथा वेळोवेळी ज्या नियतकालिकात प्रकाशित झाल्या त्यावेळी व्याकरणाचे जुने नियम होते. या संग्रहाचे विद्यमान व भविष्यातील वाचक लक्षात घेऊन मूळ भाषा स्वरूपास फारसा धक्का न लावता केवळ नव्या व्याकरण नियमांच्या अनुषंगाने बदल केले आहेत.

'भाऊबीज'मधील या कथा खांडेकरांच्या उमेदवारीच्या काळातल्या असल्या तरी त्यांच्या कथालेखन कलेविषयी उमेद, जिज्ञासा निर्माण करणाऱ्या होत. याशिवाय आणखी चाळीस असंगृहित कथा माझ्या हाती आहेत. त्यांच्या प्रकाशनाने भविष्यात कथाकार खांडेकरांचं एक 'संपूर्ण रूप' कळायला, अभ्यासायला सहाय्य होईल.

प्रस्तुत संग्रहातील दुर्मिळ कथा जुने अंक उपलब्ध होऊ शकल्यानेच वाचकांपुढे त्या सादर करणे शक्य झाले. या उपेक्षित कथांना उजाळा देण्याचे, त्या उपलब्ध करून देण्याचे श्रेय पुण्याच्या शासकीय विभागीय ग्रंथालयाच्या मासिक विभागास

द्यावे लागेल. काही कथा मुंबई मराठी ग्रंथसंग्रहालयामुळे हाती आल्या. या ग्रंथालयांच्या ग्रंथपाल भगिनी अनुक्रमे सौ. प्रतिभा सरदेशमुख व सौ. सुषमा माने यांचे ऋण केवळ शब्दातीत. त्यांच्या ऋणातून मुक्त होण्यासाठीच ही भाऊबीज भेट.

डॉ. सुनीलकुमार लवटे
'निशांकुर', राजीव गांधी रिंग रोड,
सुर्वेनगर जवळ,
कोल्हापूर-४१६००७

संदर्भ

१) माझे कथालेखन- हंस (दिवाळी)- नोव्हेंबर, १९४९- पृ. २६
२) एक लेखक, एक खेडे- जया दडकर- पृ. ६४
३) यशवंत- एप्रिल-मे-१९३०
४) सर्व ऋतु न्याहाळणारं एक पान-ललित (फेब्रुवारी, १९७०) पृ. १८
५) माझे कथालेखन-हंस (दिवाळी)- नोव्हेंबर, १९४९- पृ. २७
६) 'नवमल्लिका' परीक्षण- यशवंत-एप्रिल-मे, १९३०- पृ. १४
७) 'रिकामा देव्हारा' भूमिकेतून
८) 'हिरवा चाफा'- 'पृष्ठभूमी'च्या आधारे
९) माझ्या आयुष्याचा माझ्या लेखनावरील परिणाम-
साप्ताहिक सकाळ (१७ एप्रिल, १९३४)

अनुक्रमणिका

घर कोणाचे?

आधी श्रावण महिना आणि त्यातून कोकणातला पाऊस! सगळे आभाळ काळेकुट्ट होऊन तिसऱ्या प्रहरीच संध्याकाळ झाल्यासारखी दिसत होती. सरीवर सर कोसळत होती; एक पृथ्वीवर उतरली नाही तोच दुसरीला हल्ला करण्याविषयी मेघराज आपल्या गडगडाटाने सुचवीत होता. सोनेरी वीज जलमाशाप्रमाणे मधेच चमकून पुन्हा मेघसमुद्रात नाहीशी होत होती. आज अगदी खराखुरा पावसाळा दिसत होता. घरांच्या वळचणीत, झाडाच्या आळ्यात, रस्त्यावर, जिकडे तिकडे पाणीच पाणी दिसत होतं. बिचाऱ्या झाडाझुडपांशिवाय चिटपाखरूदेखील त्या मुसळधार पावसात भिजताना दिसत नव्हते. पहिल्या सरीबरोबर वाकलेली झाडे वरती मान करतात तोच त्यांना दुसऱ्या सरीपुढे मान वाकवावी लागे. उद्याची फुलेपण आजच्या कळ्या सृष्टीच्या ह्या हल्ल्यात देखील उघड्यावरती, थंडीवाऱ्यात, आपले मुके हसे दाखवीत होत्या. अशा वेळी आजूबाजूला तर कुणीच दिसत नाही. तेव्हा झाडाझुडुपांशी गोष्टी करून पावसात भिजण्यापेक्षा एखाद्या घराचा आसरा घ्यावा हे बरे! नाहीतर चुकून एखाद्या वाचकाला या थंडीने सर्दी झाली तर डॉक्टराचे बिल सुदर्शनाप्रमाणे लेखकाच्या मागे लागायचे; शिवाय वर दक्षिणा म्हणून, 'अशा माणसाची संगत धरू नकोस' हा पोक्त व समंजस उपदेश कानी पडेल तो निराळाच!

त्या पहा, जणू काय पाऊस आपणच पाडीत आहो या कल्पनेने घराच्या पागोळ्या पाण्याचे लोंढे जमिनीवर सोडत आहेत. जिकडे पहावे तिकडे हिरवेगार दिसत आहे. घराच्या सोप्यावरून घरही बरेच प्रशस्त असावेसे दिसते. तेव्हा अशा घराकडेच वळलेले बरे, म्हणजे कितीही वाचक आले तरी जागेची गैरसोय व्हायची भीती नाही. हे तुळशीवृंदावन मागे टाकून आपण पायऱ्यापाशी आलो. घराचा भव्य सोपा, वरची माडी, आणि एकंदर नीटनेटकेपणा यावरून येथे कोणी तरी सुखवस्तु कुटुंब रहात असावे असे दिसते; पण दिसते तसे नसते असाच जगाचा अनुभव आहे नाही? जे तोंड आम्हाला पाहिल्याबरोबर हंसू लागते, त्याचेच शब्द कधी कधी आमचा गळा कापतात. ज्या हातांनी जीवाभावाची वचने दिली जातात, तेच हात

आपला जीव घेण्यात गुंतलेले असतात हा अनुभव कोणाला नाही? दिसते तसे नसते हे वचन अक्षरश: सत्य आहे! रोगी बरा होणारच होणार याबद्दल वैद्यराज नेहमी हमी देत असतात; म्हणून मृत्यु अद्याप कुठे भुकेने तडफडत असलेला कोणी पाहिला नाही. प्रत्येक बाजूचा वकील मी जिंकणार म्हणून पैज मारायला तयार असतो. तेव्हा या जगाच्या बाजारात दिसते तसे नसते हे खरे आहे म्हटले तर त्याला कुणीच खोटे म्हणणार नाही. पण एक बरेसे घर आम्ही बघतो काय आणि धो धो पावसाचा लोंढा आल्यासारखे कुणीकडच्या कुणीकडे वाहून जातो काय! चला, घटकाभर बसले, काही दिसले तर पाहिले, ऐकू आले तर ऐकले, नाही तर चालते झाले म्हणजे झाले!

"दुपारी किती लख्ख ऊन पडले होते, सरस्वतीबाई? आणि इतक्यात कसा सारखा मुसळधार पाऊस लागला आहे. मी घरून निघाले तेव्हा एवढी म्हटल्या एवढी देखील सर नव्हती."

"ती दुपार सरली नाही लक्ष्मीबाई? येते पळ काय आणील याचा नेम आहे? कसे हा हा म्हणता वर्ष गेले! गतवर्षी कुणाच्या स्वप्नात आले होते का येता श्रावण असा दिसेल म्हणून!"

'खरे बाई. घटकेचा भरवसा नाही म्हणून पुराणिक बोवा सांगतात ते अगदी खरे! काय बाई ते सोन्याचे दिवस सरले! इतके शहाणे, इतके गुणी ज्यांनी त्यांनी बघून तोंडात बोट घालावे. ते काय असे डोक्यात शिरले वारे!'

'डोक्यात काय शिरणार, लक्ष्मीबाई? डोकेच फिरले असले पाहिजे. नाही तर मला तिळभर दु:ख दिले नाही लगिन झाल्यापासून, ते न सांगता न सवरता कसे जाणे झाले असते?' पदराने डोळे पुशीत सरस्वती म्हणाली.

'खरेच कुणी काय करून घातले असेल कुणी सांगावे! हिरा उगीच नाही भंगायचा!' 'दुसऱ्याला बोल कसला त्यात? आपलेच नशिब फुटके! पाच न पाच दहा वर्षे पायापाशी काढली न आता ते पाय अंतरले! कुठे असतील जगात, कसे होत असेल, देव जाणे! एक दिवस मी जवळ नसले तर हुरहुर न् रुखरुख लागे, आणि हे महिनेच्या महिने कसे काढले असतील? कपाळ दुखू लागले तर सुंठ काढायला देखील कोणी नाही! आणि डोके स्वाधीन नसले म्हणजे मग-'

'खरेच! उन्हातान्हात, तापत्रयात कुठे दिवस काढत असतील हरी जाणे! रस्त्याने जाताना मान कधी वरती केली नाही आणि अजून काही पत्र नाही ना?' लक्ष्मीबाई न कळत सरस्वतीचा ओघ गळा दाटून आलेला ओघ-फोडीत होत्या.

'कसले पत्र न कसले काय? इतके कोण पडले आहे जिव्हाळ्याचे माझे? कुणाचे अडले आहे? भोवतालच्यांच्या हातापाया पडून जिथे जिथे चौकशी करायची तिथे तिथे केली. पण सगळीकडे एकच उत्तर! जन्माला आले आणि आईबाप मारून

बसले, बरे इकडे आले तो हे उजेड घातले! खरेच, खरेच, लक्ष्मीबाई जर हा फास गळ्याला नसता.'

'फास कसला बाई?' 'रघूचा-'

'रघू तर तुमच्या गळ्यातील ताईत! असे अमंगळ अन वेडेविद्रे बोलू नये गडे. रघूवर तर तुमचा जीव'. 'रघूवर जर जीव नसता तर- या जीवाचे केव्हाच चुटकीसरशी बरे वाईट करून टाकले असते. पण ही माया वेडी आहे ना'? लक्ष्मीबाई सरस्वतीच्या पाठीवरून हात फिरवीत म्हणाल्या. 'असे मुळीच मनात आणू नका! देव तर निजला नाही ना? तुमच्या हाकेला तो ओ म्हटल्याशिवाय रहायचा नाही' 'इतके कुठे आहे भाग्य माझे लक्ष्मीबाई? तितके या कपाळी असते तर ते आधी फुटलेच नसते!'

'असे म्हणू नका. उन्हाळा, पावसाळा हे चालायचेच!' लक्ष्मीबाईंनी समाधान केले. 'पण एखाद्या वर्षी मुळीच पाऊस पडत नाही! पुण्याईचीच महागाई असल्यावर सुखाचा दुष्काळच, नाही'?

सरस्वतीनं हसून म्हटले; पण ते हसणे हृदयाला हसवून नव्हे तर भेदून आले होते. ती सोन्याची सुरी होती!

'मला नाही बाई असे वाटत. शिवलीलेत जसा सीमंतिनीला तिचा नवरा परत मिळाला तसे तुमचे पृथ्वीच्या पाठीवर आहेत आणि-'

'पृथ्वीच्या पाठीवर आहेत; पण त्यांची आणि देवाची पाठ मात्र माझ्याकडे फिरली आहे; लक्ष्मीबाई फिरून नाही ते पाय मला दिसायचे! लोक तर-'

'लोकांचे काय तुम्ही मनावर घेता बाई?'

'घेऊ नको तर काय करू? पाण्यात राहून माशांशी वैर, आणि ते माझ्यासारख्या मासळीने करायचे? वर्ष होऊन गेले म्हणून डोके उठविले आहे त्यांनी. मला म्हणजे काही हौस आहे असे नाही. पण वाटते, वाटते काय, खात्रीच आहे-की ते पाय पृथ्वीच्या पाठीवर आहेत; आणि पुन्हा माझा रघू अगदीच लहान आहे. सरस्वतीला पुढे बोलवेना; तिचा गळा व डोळे भरून आले. 'मुळी म्हटल्यामुळी तुम्ही लक्षच देऊ नका तिकडे! ही गावची कुत्री अशीच भुंकायची!'

'नुसती भुंकती तर निराळे, पण माझ्या रघूला चावताहेत हो, रात्रंदिवस चावताहेत'

'म्हणजे?' लक्ष्मीबाईनी विचारले.

'म्हणजे काय? पोर खेळायला गेले तर पोरे देखील विचारतात त्याला अजून तुझी आई अशी कशी राहिली आहे म्हणून? रघूला तर ती काय म्हणतात हेच कळत नाही. पण थोरांनी म्हटल्याशिवाय का पोरे म्हणतात? त्याला शिवूनच द्यायचे नाही; त्याला पुस्तकच द्यायचे नाही त्याने शिवलेले पाणी प्यायचे नाही. एक ना

दोन! माझे बाळ सोशिक, पण किती गांजणूक चालली आहे त्याची! त्या पलीकडच्या शास्त्रीबोवांनी तर, आईला म्हणावे आता हे छप्पर काढून टाक असे पोराकडे म्हटले!'

'कोण! तो-तोच का पलीकडचा शास्त्री मानभावी मेला! त्या नायकिणीला देऊन टाकले आहे ना घर! आधी आपले छप्पर शोध आणि मग इतरांच्या छप्परांची चौकशी कर म्हणावे! काय बाई तरी हे पुरुष! हात जळतो स्वत:चा आणि उठाठेवी मुलखाच्या!'

'पण काय करणार लक्ष्मीबाई? मी झाली आहे पांगळी' तेव्हा याचेच पाय धरले पाहिजेत. तिकडल्या स्वारीला शोधायचे म्हटले तर कुठे शोधू न् कुठे जाऊ? जाणाऱ्याला त्रिभुवन आहे; पण गळ्यात हा पोटचा गोळा घेऊन कुठे आणि कसे धावणार? देवावर सारा हवाला! वळविले न् पाय इकडे-'

'वळवील, बाई, अगदी वळवील; देव काही तुम्हाला अंतर द्यायचा नाही.'

'देव मला काहीच द्यायचा नाही' पुन्हा खिन्नपणे हसून सरस्वती म्हणाली, 'मागितलेच नाही तर देव देणार कुठून? नाही तर काय भरल्या घरात कमी होते! पण देव कोपला न् चंद्र लोपला! अंधारच देवापाशी मागितला-'

'नका हो बाई असे बोलू. असे ऐकले की मला कसे भडभडून येते, काय हवे नको असले तर सांगा मला!'

'लक्ष्मीबाई, तुम्ही मला पाठची बहीण मानता म्हणून मला इतका तरी विसावा आहे. देवाच्या दयेने अजून रघूला दोन घास मिळत आहेत. काय किडूकमिडूक होते तेवढे मोडले. पण आता पुढे काय हीच काळजी मला खात आहे; उत्पन्न म्हटले तर पैचे नाही.'

'मग इतकी सगळी वतनवाडी विकून तुमच्या सासऱ्यांनी काय केले?'

'केले काय! कुणी काही म्हणतात, कुणी काही म्हणतात! कुणी म्हणतात हंडा पुरून ठेवला आहे खाली! खरे काय ते नारायण जाणे! आज या घराच्या सावलीखेरीज माझ्या बाळाला कुणाचीच सावली नाही हे मात्र खरे!' आपली आसवं पुसत सरस्वती म्हणाली. 'मग घरातच एखादे बरेसे बिऱ्हाड ठेवले तर? घराची सावली देखील रघूला बाहेरचे उन्ह लागू द्यायची नाही' लक्ष्मीबाई म्हणाल्या.

'माझ्यादेखील तेच मनात येते. पण माणसे बरी मिळायला हवीत नाही? नाही तर भीक नको असे होऊन जायचे. हेच काय जर कान खाणारे असले तर ते नसलेलेच बरे.'

'खरे; पण विचारायास हवे कुणाला तरी! आमच्या यजमानणीस सांगून ठेवले म्हणजे झाले.'

'पण फुले माळली तिथे गोवऱ्या विकणे कठीण जाते नाही?'

'जाते खरे; पण सगळे गिळायला हवे. आपला भोग तर देता येत नाही! नाही तर देणे, दुखणे व दु:ख कुणास हवे का आहे?'

मनातला ओघ लक्ष्मीबाईपाशी मोकळा केल्यामुळे सरस्वतीचेही मन थोडेसे हलके झाले. बाहेरच्या आभाळाप्रमाणे पुष्कळ पाणी ओतून ओतून तिचे डोळे निवळत चालले होते. आणि दु:खात बुडत असताना तिला लक्ष्मीबाईचा काडीचा का होईना आधार सापडला होता. तेवढ्यानेच तिचे तात्पुरते समाधान झाले. जगात अशी कितीतरी आंबट झालेली तोंडे असतात की, चार गोड शब्दांनी ती क्षणभर का होईना, हसू लागतात. हृदयाच्या जखमा मायेच्या बोलांनी जितक्या भरून येतात, तितक्या कशानेच नाहीत. अश्रूंना आपल्याला भेटायला येणारे अश्रू पाहिले की थांबावेसेच वाटते; ते पुढे हलतच नाहीत. हृदयात साठलेले दु:ख मुळीच हलके न करता आल्यामुळे, त्या भाराने किती तरी जीव रात्रीच्या रात्री डोळ्याला डोळा न लावता काढत असतात. पाठीवरून मायेचा हात एकदाच फिरला तर तो भार किती तरी हलका होतो. पण या जगात दु:खाला अभिषेक झालेल्या या राज्यात तो हात देण्याला पुढे कोण येतो आहे? हृदयातले शल्य न सलता काढणारा धन्वंतरी मायेचा हातच! प्रीती हीच चिंतामणीची मात्रा! आश्चर्याची गोष्ट हीच की दुसऱ्याच्या दु:खाच्या वेळी 'जशास तसे' झाले म्हणजे मात्र रडत बसतो!

पावसाची दडक आता थांबली होती; सरस्वतीबाईचाही ओघ ओसरला होता. तेव्हा लक्ष्मीबाई 'आता जाते मी; रात्रीच्या स्वयंपाकाला लागले पाहिजे. बोलून चालून ताबेदारी'. इतके म्हणून उठणार तोच दाराशी गाडी येऊन थांबली या घराच्या दाराशी गाडी थांबण्याचा संभव किंवा कारण नाही म्हणून दोघींनाही आश्चर्य वाटले. क्षणभरात दोघींच्याही मनात किती तरी विचार येऊन गेले. सरस्वतीच्या मनात एक आशा- अगदी अंधुक आशा- डोकावू लागली, पण त्यांच्या मनात काय चालले आहे हे बारीक नजरेने पहाण्यापेक्षा या समोरून येणाऱ्या मनुष्याकडे पाहिले तर उलगडा झाल्याशिवाय रहायचा नाही. गाडीतून उतरून तो आत असलेल्या माणसाशी काही तरी बोलला व पायऱ्या चढून अंगणात आला. तो गृहस्थ इकडेच वळलेला बघून दोघीही उठून उभ्या राहिल्या. ओसरीच्या पायऱ्या चढताच तो म्हणाला 'बाई, घरचे मालक कुठे आहेत?'

बिचारी सरस्वती काय उत्तर देणार? परक्या गृहस्थाला आपली कर्मकथा कशी सांगणार? ती उगी राहिली; पण लक्ष्मीबाई म्हणाल्या, 'मालक येथे नसतात' 'मग एका गरीब ब्राह्मणावर एवढे उपकार कराल?' त्या गृहस्थाने केविलवाण्या स्वराने विचारले. त्याची दीनमुद्रा व केविलवाणा स्वर यांनी दोघांनाही त्याचा कळवळा आला.

'बाई, या गांवात मी अगदीच अनोळखी, परका आहे. मुळीच ओळख ना देख!

बरोबर बायको आहे नऊ महिने भरत आलेली. कुठेच सोय होण्यासारखी नाही. पुष्कळ ठिकाणी विचारले; पण सुखातला जीव दु:खात घालतो कोण? धर्मशाळेत रहावे, आपल्यासारख्यास त्रास देऊ नये हे खरे! पण ही बायकोची अडचण! तेव्हा या मोठ्या घराकडे पाहिले आणि वाटले की हे काही आसरा दिल्याखेरीज रहाणार नाही.'

सरस्वती व लक्ष्मीबाई दोघीही विचारात पडल्या. परका गृहस्थ; पण अगदी अडीअडचणीत सापडलेला; तेव्हा नाही म्हणायचे त्यांच्या जीवावर आले. दोन दिवसांची बाब! दिवस कसेही जातात पण माणसाची कृत्ये मात्र उरतात. त्यातून सरस्वतीचे मन तर स्वत:वरील प्रसंगामुळे कोमल झालेच होते; बुडत्याला आधार कसा लागत असतो हे अनुभवाने तिला कळत होते. तेव्हा अशा पावसात, अशा दिवसात दारावर आलेल्या एखाद्या ब्राम्हणाला दोन दिवस जागा नाही म्हणणे तिच्या मनालाच बरे दिसेना. मग तोंडातून बाहेर पडणे तर लांबच! होकार देण्याकरिता तिने लक्ष्मीबाईकडे पाहिले; पण त्यांच्या नजरेवरून तिला कांहीच कळेना. त्या दोघीही कांहीच बोलत नाहीत असे पाहून तो गृहस्थ पुन्हा म्हणतो 'पहा बापडं, जन्मोजन्म उपकार फिटणार नाहीत, मला काही अधिक जागा नको. कुठेही या ओसरीच्या आडोशाला बिऱ्हाड ठेवीन, अगदीच उघड्यावर असण्यापेक्षा घराची भिंत बरी, दोन दिवसात मी दुसरीकडे पाहीनच, आता मी अधिक काय बोलणार? ब्राह्मणाचा आधार काय ते यज्ञोपवीत' एवढे म्हणून त्यांनी आपले यज्ञोपवीत- तो एक जानव्यांचा जोडच्या जोडच होता- दाखविले व ते म्हणाले 'यज्ञोपवीताची शपथ'! झाले, विसाजीपंतांनी जिंकले, यज्ञोपवीताच्या सुताने त्यांनी स्वर्ग गांठला! सरस्वतीच्या मनांत जर नाही म्हणायचे भूत आले असेल तर त्यांच्या ब्रह्मगांठीने-गाठीनीच म्हटले पाहिजे- त्याला पार पिटाळून लाविले.

'घर तुमचेच आहे'. सरस्वतीने उत्तर दिले. लक्ष्मीबाईही काही अगदीच विरूद्ध असाव्यात असे दिसले नाही. विसाजीपंत काही पुटपुटत (बहुधा सरस्वतीला 'अष्टपुत्रां'चा आशीर्वाद असावा) आपले सामान व बायको आणण्याकरता गाडीकडे गेले. ते गाडीपाशी गेले तरी त्यांचे ओठ हलतच होते. मग ते घरवालीचे बरे मागत होते का तिने म्हटल्याप्रमाणे घर माझेच आहे म्हणत होते ते देवासच माहीत! त्यांची पाठ वळल्याबरोबर लक्ष्मीबाईची व सरस्वतीची नेत्रपल्लवी झाली; त्यावरून तो गृहस्थ लक्ष्मीबाईना विशेष पसंत पडला असावा असे दिसले नाही, पण करणार काय? शब्द गेला होता. चांगला असो, नाही तर वाईट असो, शब्द काही परत येत नाही. विसाजीपंतांनी गाडीवानाच्या मदतीने सामान व स्वत:च्या मदतीने थोडी फार वाकलेली (पाठीवरील वयाच्या बोजाने नव्हे तर-) बायको ओसरीवर आणून बसविली. गाडीवाल्यांचे भाडे चुकते केले व ते सोप्यावरील झोपाळ्यावर हुश्श करीत बसले.

इतक्यात शाळा सुटलेला रघुनाथ दुडुदुडु धांवत आला. पायऱ्या चढून त्याने पाहिले तो कोणी परका गृहस्थ बसलेला! 'आई कोण हे? हे नव्हेत माझे बाबा.' विसाजीपंताच्याकडे बोट दाखवून रघू म्हणतो. लक्ष्मीबाई व सरस्वती दोघीही वरकरणी हंसल्या.

'काय हो तुमचे नाव काय?' रघूने धिटाईने विचारले, 'रघू, बाळ, असे बोलू नये,' आईने जवळ घेऊन त्याला सांगितले.

'बोलू दे त्याला, चपळ आहे चांगला मुलगा! माझे नांव विसाजीपंत बरे रघू?'

'विसाजीपंत!' रघू म्हणाला; 'तुम्ही काही वीस वर्षांचे नाही, विसाजीपंत म्हणायला.'

'नाही खराच; नांवासारखा नाही मी बाळ' पंत म्हणाले.

'मग तुम्ही आमच्या घरात का आला? हे का तुमचे घर' 'तू अधिकच खोडकर झालास हं रघू' त्याला हळूच चापट मारून प्रेमाच्या रागाने सरस्वती म्हणाली.

पण विसाजीपंतांना तर या बोलण्याचे अधिकच कौतुक वाटलेसे दिसले; खो खो हंसत ते म्हणाले 'माझेच बरे घर हे रघू.'

'पाहू कसे ते' आपल्या मोठ्या कपाळाला आठ्या घालीत रघू म्हणाला. लक्ष्मीबाईही उशीर झाला म्हणून घाईघाईने निघून गेल्या.

विसाजीपंत सगळीकडूनच (भट) कुळातले होते. त्यांनी सरस्वतीला ओसरी मागितली आणि भटाला दिली ओसरी आणि भट हातपाय पसरी ही म्हण खरी करून दाखवायला सुरुवात केली. बरोबरच आहे; म्हण म्हणजे पूर्वजांचा शब्द. तो काही आपल्या उफराट्या कृतींनी खोटा ठरवायचा आहे? आल्या रात्रीच त्यांच्या बायकोला ओसरीवरला वारा सोसेनासा होऊन ती आत जाऊन निजली. बिचाऱ्या बायकोला आत एकटी टाकून प्रेमळ विसाजीपंत बाहेर कसे राहणार? एकाच घरात, अर्धांग माजघरात आणि अर्धांग सोप्यावर, असला जरासंधाचा प्रकार कधी कुणी ऐकला आहे? विसाजीपंताची पथारीही हळुहळु चंचुप्रवेश करती झाली. दोन दिवसातच गृहराज्याच्या चतु:सीमापर्यंत त्यांनी मजल मारली व बाळंतिणीकरिता एक खोलीही मुक्रर करून टाकली. दोन दिवसांनी मी दुसरीकडे बघीन म्हणून त्यांनी सांगितले होते, ते बहुधा बाहेरून आत बिऱ्हाड नेण्याच्या बेतानेच असावे. बिचारी सरस्वती तरी काय बोलणार? दोन दिवस आहेत, कसेही जातील असे म्हणून ती सर्व सोशीत होती. जसजसे पंतांचे हातपाय पसरू लागले, तसतशी तिला हातपाय हलवायची देखील अडचण पडू लागली; पण तिने 'ब्र' देखील काढला नाही, विसाजीपंत कुठले, कोण, इथे एकदम बिऱ्हाडबाजले (म्हणजे बाजल्यावर पडणारे बिऱ्हाड) का घेऊन आले, याची तिने त्यांच्या बायकोपाशी साहजिकच गोष्ट काढली; पण ती पडली बोलून चालून विसाजीपंतांची अर्धांगी! चारत चारत तिने अर्धी कच्ची

कांही माहिती सांगितली. अशा अर्धवट माहितीवर बिचाऱ्या सरस्वतीने तरी काय उमजावे? आपली दया अस्थानी तर झाली नाही ना, असे तिला एखादेवेळी वाटे; पण सगळ्यांचेच स्वभाव कुठे सारखे असतात? असे म्हणून ती समाधान मानून घेई. ती घराबाहेर तर कधीच पडत नसे. आपण बरे की आपले काम बरे असा तिचा मूळपासूनचा स्वभाव. देवाच्या दयेने नवरा बरा लाभलेला होता; पण दैवाला ते सुख पाहवले नाही. वर्षापूर्वी तो एकाएकी नाहीसा झाला, तो पुन्हा कुणालाच दिसला नाही. बहुतेकांच्या मते तो मेला असावा! ज्यांनी भंगसाळ आजन्मात पाहिली नाही, अशांनी त्याचे प्रेत भंगसाळीत पाहिल्याचे सांगितले. पुष्कळांना तो रात्री अपरात्री समंधाच्या रूपाने हिंडताना आढळला होता! कित्येकांनी तो आगीत जळून मेला की पाण्यांत बुडून मेला असा देवाला कौल लावून तो पाण्यांतच बुडाल्याचा ठाम निकाल केला होता. काहींनी गांवात आलेल्या नव्या साधूच्या नादाला तो लागला होता, व त्याने त्याला आपल्या देवीला बळी दिल्याचा दृष्टांत, मुंबईत असलेल्या आपल्या नातलगांना झाल्याची खात्री दिली होती. एकाने तर बायको वाईट चालीची निघाल्यामुळे (या गवई बोवांच्या कोशांतील सर्वच शब्दांचे अर्थ बदलले असावेत,) कंटाळून त्याने विष खाल्ले असे ठरविले होते. प्रेताबद्दल प्रश्न निघताच माणसाचा मागमूस देखील नाहीशी करणारी विषे निघाली असल्याबद्दल इंग्लंडमधील नव्या नव्या ग्रंथांचे तो दाखले देत असे. (सदरहू शास्त्रज्ञ महाशयांचे इंग्रजी ज्ञान तिसऱ्या इयत्तेत चार वेळा नापास होण्याइतके पोचले होते.) अशा तऱ्हेने समाजाने आपला निकाल दिला होता; व म्हणूनच सरस्वती अजून सोवळी न झाल्याबद्दल पोरापासून थोरापर्यंत 'धर्म बुडाल्या'चा हलकल्लोळ उडाला होता पण बिचाऱ्या सरस्वतीला आपला नवरा जिवंत आहे असे वाटे. काही तरी ठाम कळल्यावाचून समाजाच्या राक्षसी जुलुमापुढे मान वाकविणे तिला अवघड वाटत होते. शिवाय तिचा रघू लहान होता!

विसाजीपंतांचे बिऱ्हाड येऊन जवळ जवळ महिना झाला. पण त्यांच्या बायकोचे बाळंतपण कांही गळ्याशी लागलेले दिसेना. आल्यादिवशी दिवस अगदी भरल्याचे ते सांगत होते. मग डोंबाघरच्या हरिश्चंद्राच्या घागरीसारखीच त्यांच्या दिवसांची स्थिती झाली असल्यास नकळे! कदाचित सरस्वतीचे मोठे घर भरायला गांधारीप्रमाणे शंभर पुत्रांची माता होण्याचा पंतीणबाईंचा बेत असेल.

सरतेशेवटी एकदा विसाजीपंतांचे युवराज जन्माला आले; सरस्वतीने बाळंतिणीचे तेलपाणी स्वत: केले; लक्ष्मीबाईंनीही येता जाता कामाला हातभार लावला आणि विसाजीपंत पैशाला फारसा खार न लागता 'बडे बेटे के बाप' बनले. बारशादिवशी शास्त्रीबोवांना पोचविण्याकरता पंत त्यांच्या घरापर्यंत गेले; सहजच बसले, गोष्टी निघता निघता शास्त्रीच म्हणाले 'पंत, तुमच्यासारखा धार्मिक मनुष्य तेथे राहणार

आणि तिथे हा अधर्म चालणार! मग दिव्याखाली अंधेरच म्हणायचा!'

'म्हणजे? मी नाही समजलो शास्त्रीबोवा!'

'समजला आहात; पण उमजत नाही, असेच ना? अहो, नवरा मरायला शिंगे का असतात आणखी? वर्ष अधिक होऊन गेले; पण ही तुमची घरधनीण, हिचे छप्पर काही हलत नाही. तुम्ही तरी कशाला बोलाल म्हणा! तिच्याच छपराखाली तुम्हाला आसरा मिळाला आहे, असे म्हणून शास्त्रीबोवांनी आपल्या धोटीच्या गणपतीला ह्यः ह्यः चा नैवेद्य दाखविला, व दुपारच्या जेवणादाखल एक जांभई देऊन आधुनिक कुंभकर्णाची थोडीशी कल्पना पंतांना आणून दिली.

स्वत:च्या मुलाला नाव ठेवायच्या आधी इतरांना ठेवावे म्हणून म्हणा किंवा आणखी काही तरी पोक्त विचार मनात आला म्हणून म्हणा, पंत उत्तरले, 'हे काही मला बरे दिसत नाही शास्त्रीबोवा? अशा घरी पाणी पिऊ नये पाणी!' 'आणि तुम्ही तर तिथेच जेठा मारून बसला आहात; एक तुम्ही तरी सोडा, नाही तर तिला काढा. सगळा समाज थुंकतो आहे तोंडावर!' असे म्हणून जणू काय सरस्वती पुढे आहे अशा आविर्भावाने पानांचा मलिदा शास्त्रीबोवांनी तोंडाबाहेर टाकला.

'तुम्ही तर सोडा, नाही तर तिला तरी काढा' हे शब्द पंतांना पटले असावेतसे दिसले! कारण शास्त्रीबोवांच्या पुढल्या अभिनयाकडे लक्ष न देता, ते आपल्याच विचारात गुंग होऊन गेले.

'पंत, ही विचारांची वेळ नव्हे. अहो, बायकोच्या केसागणिक वर्षे नवऱ्याला नरकात पडावे लागते, समजलात! तेहतीस कोटी वर्षे! शास्त्रीबोवांना हा आकडा जर मांडून दाखवायला सांगितला असता तर मोठी बहार झाली असती यात संशय नाही.

शास्त्रीबोवांच्या कोट्यावधी वर्षांनीही जेव्हा पंतांचे तोंड उघडेना, तेव्हा ते पुढे म्हणतात, 'अहो, ही अखंड सुवासिनीच राहील, नवरा जिवंत आहे म्हणून समंध झालेला भेटतो सगळ्यांना आणि जिवंत कसला! हिच्याच पायी तर नवऱ्याने जीव दिला. ते पोर-' पण गंगाजीच्या दारात लोळणाऱ्या या शालजोडीतील कुत्र्यांचे भुंकणे अधिक ऐकून तरी काय उपयोग?

एवढे मात्र खरे की विसाजीपंत घरी सावकाश, अति सावकाश चालले होते. मनुष्याचे पाय चालत असले म्हणजे डोके चालत नाही, यावरून विसाजीपंतांचे डोकेच यावेळी चालत असले पाहिजे. पायाखालची वाट असल्यामुळे ते हळूहळू चालत होते; पण त्यांचे चित्त जाग्यावर नव्हते. पंतांविषयी आतापर्यंत वाचकांना जितकी माहिती मिळाली आहे तितकीच लेखकाला असल्यामुळे त्यांच्या मनात एखादा लष्करी डावपेच घोळत होता का जनानखान्यांतील कथामाग फिरत होता हे सांगणे कठिण आहे. मधूनमधून ते कपाळाला आठ्या घालीत, पण पाण्यावरील बारीक तरंगाप्रमाणे त्या क्षणांत नाहीशा होत. मधेच ते आपले ओठ घट्ट दाबून धरीत

असतानाही एखादा दात त्यावर घसरलेला दिसे, तर मध्येच त्यांचे ओठ आतील दातांना हवा खाऊ देण्याइतके विभक्त होत. सरस्वतीच्या सबंध घरात हातपाय पसरण्याइतकी त्यांची अंगकाठी उंच होती, तरी यावेळी त्यांचा उंचपणा विशेष दिसत नव्हता. काही वेळ गेल्यानंतर दुपारी खाल्लेल्या पोळीची उरलेली म्हणून किंवा इतर काही कारणाने त्यांनी टाळी वाजविली, व वरती पाहिले तो ते आपल्या घरासमोरच उभे. दरवाज्यातून नुकत्याच लक्ष्मीबाई बाहेर येत होत्या व सरस्वतीही त्यांना पोचवायला येत होती, दोघीही डोळे पुसून कष्टाने रडे आवरीत होत्या, त्यांना पाहताच पंत पुटपुटले 'जिथे तिथे या +++ पुढे! यांना काय घरी स्वस्थच बसवत नाही! दुसऱ्याच्या कार्याला अपशकून! जणू काय भाऊसाहेबच पानिपतच्या मोहिमेवर जात होते! इतक्यात लक्ष्मीबाई जवळ आल्या, त्या बरोबर हंसऱ्या मुद्रेचा मुखवटा चढवून म्हणतात 'काय लक्ष्मीबाई, चाललातशा! मुलाचे नाव तर तुम्ही सांगायचे.'

'पण मी निरोप घ्यायलाच आले आहे, मालकांची बदली आज झाली आहे, अगदी निकटीनेच जायला हवे.'

'बदली! कुठे झाली ही?'

'तिकडे लांब, पुणे साताऱ्याकडे' 'मग तुम्ही आम्हाला सोडून चाललात तर!'

'मी जाणार नव्हतेच; पण यजमानीणबाईंनी अगदी आग्रह केला, मला तरी काय, कुठे तरी पोट भरायचेच! मग इतका लोभ धरणारी माणसे तरी कुठे मिळतात म्हणून हो म्हटले.'

'मग इकडे येणार नाही कधीच?'

'छे:; त्यांची बदली चार महिन्यापुरतीच आहे.'

'अस्से; मग थोड्या वेळाने जानांत.'

'गाड्या निघायची अगदी वेळ झाली. आधीच उशीर झाला आहे. बसले बाईंची समजूत घालीत. आमच्या बाईकडे लक्ष असू दे बरे; त्यांचे कोणी नाही,' असे म्हणून व डोळे पुसून सरस्वतीला 'येते हं' म्हणून सांगून लक्ष्मीबाई जड पावलांनी निघून गेल्या. सरस्वती थोडा वेळ तिकडेच पाहत वेड्यासारखी उभी होती. उभ्या जगात तिच्या तापलेल्या हृदयाचे विसाव्याचे स्थान-अजाण रघू वगळून एवढेच होते! दुर्दैवाच्या थंडीच्या कडाक्यांत मायेच्या याच फाटक्या पांघरूणाकडे त्या आशाळभूत नजरेने पहात. पण तेही आता थोडे दिवस त्यांच्यापासून दूर चालले होते. खिन्न मनाने घरात जाण्याकरता त्यांनी पाऊल उचलले तोच पंत म्हणतात 'वयनी, (या जिव्हाळ्याच्या संबोधनाने ते सरस्वतीला हाक मारीत!) मला काही बरे बोलायचे आहे.' लक्ष्मीबाईंनी जाताना लक्ष द्यायला सांगितल्याप्रमाणे पंतांनी खरोखरीच त्याची अंमलबजावणी सुरू केली असे दिसले. कारण आल्या दिवसापासून ते वयनीशी बहुधा कधी बोलतच नसत. त्यांनी बोलायचे आहे म्हटल्याबरोबर हेही जाण्याचीच

गोष्ट काढणार असे वाटून सरस्वती म्हणाली, 'तुम्ही दुसरीकडे नका जाऊ.'

'माझ्या जाण्याची गोष्ट नव्हे वयनी, तुमचीच-'

सरस्वतीने एकदा मान वर करून पाहिले. पंत काय बोलणार याची तिला अटकळ होईना. फांशीची शिक्षा देणारा न्यायाधीश जितक्या कष्टाने शब्द तोंडाबाहेर काढतो, तितक्या कष्टाने पंत बोलू लागले, 'वयनी, आम्हाला म्हणजे का वाईट वाटत नाही? आमचा तर आता ऋणानुबंधच जडला, पण आता झाल्या गोष्टींना इलाज नाही. जनरीतीप्रमाणे सगळे झाले म्हणजे बरे.'

सरस्वती आधीच हळवी; त्यांतून लक्ष्मीबाईंच्या आकस्मिक जाण्याने जवळ जवळ रडकुंडीला आलेली. तेव्हा पंतांच्या बोलण्याचा अर्थ ध्यानात येताच ती टपाटप टिपे गाळू लागली. पंतही काही कमी नव्हते. डोळ्याआड उपरण्याचा पदर धरून ते म्हणतात, 'रघू लहान हे खरे; पण लोकांच्या तोंडाला हात कुणी द्यावा. वर्ष अधिक होऊन गेले! शास्त्र तेच सांगते. मूर्खांत राहायचे तर काय शहाणे होऊन भागते. एक ना दोन. मी काय काय ऐकतो आहे ते सांगून तुमचे कान कशाला किटवू? पण पहा बोवा, या लोकांनी तर अगदी उच्छाद मांडला आहे. एक दिवस घराला आग लावतील आग! नाही तर आपली काही इथे राहायची सोय नाही. बाकी मी तुमच्या भावासारखा 'हे शब्द ऐकल्याबरोबर सरस्वती विरघळली. 'आपला हट्ट खरा असला तरी येथे ऐकणार कोण? आणि खरा तरी कशावरून? खरा असता तर इतक्याना इतक्या दिवसांत काही तरी शोध खास लागला असता. लोक म्हणतात तेच खरे! मग जळात राहून माशाशी वैर कशाला? कोणी म्हणायला कोणी आपले नाही. तेव्हा आपल्या हेक्याने भलतेच व्हायचे' असे विचार मनांत येऊन व 'काय करू' असे होऊन ती म्हणाली 'तुम्ही मला भावासारखे; मी काही तुमच्या बाहेर नाही.'

'झाले तर. उद्याच झाले म्हणजे दातखिळी बसेल चांगली या ब्राह्मणांची' असे म्हणून पंत पुन्हा पोषाख चढवून बाहेर पडले. त्या दिवशी रात्री शास्त्रीबोवा पंतांच्याकडे निजायला आले होते; दोघेही पुष्कळ वेळ जागे होते. मग कोणता शास्त्रार्थ काढून वृद्ध हिंदुधर्माला तरुण करीत होते ते त्यांचे त्यांनाच माहीत! इकडे माजघरात मात्र कुशीत बिलगून निजलेल्या रघूवर सरस्वती अंधारांत अश्रूंचा अभिषेक करीत होती!

चांगले उजाडले. दिवस नेहमीप्रमाणे हंसत उगवत होता. दुसऱ्याचे दुःख ध्यानीमनी देखील येत नसल्यामुळे मोठी पाखरे देखील बाळपणांतील गाणे आळवीत होती. रात्रीच्या विसाव्यानंतर सर्व सृष्टी टवटवीत दिसत होती. पण सरस्वती मात्र रडत होती! तिचे तोंड कोमेजले होते आणि तिला गाणेही सुचत नव्हते. सृष्टी सदा

आनंदी व सदा हंसरी असते, परंतु तिच्याशी एकजीव होण्याइतके मनुष्याचे भाग्य कुठे आहे? सृष्टीने रात्रीचा विसावा घेतला होता; परंतु सरस्वतीने रघूच्या उशाशी आलोचन जाग्रण करून अश्रूंची संतत धार धरली होती. आपल्या आईवर केवढा प्रसंग गुदरला आहे हे रघूच्या स्वप्नीही नव्हते. तो स्वप्नांत देखील हंसतच होता. खरे निरभ्र आकाश कसे असते, खरा वसंत कसा दिसतो, हे त्या गोड बालकाच्या चेहऱ्यावरून हृदयाला चांगलेच पटले असते. परंतु त्या रात्री रघूच्या आनंदी चेहऱ्याने सरस्वतीला आनंद वाटेना. रघूकडे पाहिल्याबरोबर तिच्या हृदयात तटातट तुटू लागे. 'माझे बाळ! माझे पोरके बाळ आणि उद्यापासून मला जगाला तोंड दाखवायचीही चोरी होणार! मी कोपऱ्यात तोंड घालून बसले की, माझ्या बाळालाही कानाकोपऱ्यातच पडावे लागेल. काय लोकांनी छळवाद मांडला आहे हा!' अशा अर्थाचे तरंग त्या मायाळू मातेच्या मनात उठत होते. ती पुष्कळ रडली, परंतु इतके दुःख बाहेर वाहून गेले तरी तिच्या हृदयाचा भार हलका होईना. अनेक तऱ्हांनी तिने मनाची समजूत घातली; पण ते खुळे मन-वेडे मन- आपल्या आवडत्या विषयाला सोडीना. अशा स्थितीतच तिने रात्र काढली होती. काळ कुणाकरताच थांबत नाही. प्रत्यक्ष प्रभु रामचंद्राचा पवित्र सहवास पृथ्वीला क्षणभर अधिक लाभावा म्हणून देखील त्याची गती मंद झाली नाही; किंवा भारतीय युद्धाच्या प्रलयांतून पृथ्वी लवकर सुटावी म्हणून त्याने मुळीच पाऊल उचलले नाही. प्रत्येक क्षणाक्षणाला लाखो लोकांचे दुःखाश्रू तर लाखोंचे आनंदाश्रु एके ठिकाणीच गोळा करीत तो पुढे चालला आहे. त्या दुःखाश्रूंनी त्यांच्या गंभीर चेहऱ्यावर दयेची छटा देखील दिसायची नाही. वा आनंदाश्रूंनी हास्याची बारीक रेषा-देखील उमटायची नाही. प्रत्येक क्षणाला प्रत्येकाला आपले रूप निराळे भासवीत हा जादूगार सृष्टीचा भूतकाळ नित्य वाढवीत आहे. तेव्हा सरस्वतीला काळरात्र वाटलेली ती रात्र काळाच्या ओघांत आपोआपच वाहून गेली. प्रसंग तर दत्त म्हणून पुढे उभा राहिला होता; तिने मन दगडाहूनही घट्ट केले व त्या निर्दोष फुलाच्या गालांचा एकच मुका घेऊन ती अंथरुणावरून उठली. थोड्या वेळाने रघूही उठला. त्याने आईला हाक मारली; पण 'ओ' मिळाली नाही. तेव्हा कुठे तरी असेल म्हणून झटपट तोंड वगैरे धुवून शाळेत जाण्याचे, मार्क बुडतील या भीतीने तो घाईने आपले छोटे दप्तर घेऊन निघाला. दारांतच त्याला शास्त्रीबोवा भेटले, तेव्हा त्याने सहजच त्यांना विचारले 'माझी आई कुठे पाहिलीत हो? त्या कोमल अर्भकाच्या प्रश्नाला देखील त्या वेदोनारायणाला सरळ उत्तर देता येईना. 'बसली असेल तिथे खोलीत गुलगुल गोष्टी करीत;' असे म्हणून त्यांनी तिरक्या नजरेने रघूकडे पाहिले. बिचारा रघू काय करणार? पाऊल उचलून त्याने शाळेची वाट धरली. पण आज नेहमीप्रमाणे त्याचे शाळेत लक्ष नव्हते. तो शाळेला निघाला आणि आई दरवाजापर्यंत पोचवायला आली नाही असे

कधीच झाले नव्हते. बाहेरची असली तर 'जा हं बाळ संभाळून' म्हणून त्या लाडक्या लेकराकडे ती प्रेमळपणाने पाही, आणि त्याच्या तान्हेल्या हृदयाचे तेवढ्यानेच समाधान होई. पण आज उठल्याबरोबर आई त्याला दिसली नव्हती; घरांतून बाहेर पडतांना त्याने मागे वळून पाहिले होते; पण आई काही तिथे नव्हती. आज आई गेली कुठे, आईला झाले काय, असे त्याच्या मनात वारंवार येऊ लागले.

त्याचे अभ्यासाकडे लक्ष लागेना. मास्तरांच्या लक्षात देखील ही गोष्ट आली. त्यांनी 'तुला काही होत आहे का? म्हणून विचारले. त्याने मानेने नाही म्हणून सांगितले. त्याला काय होत होते हे कुणालाच सांगता आले नसते. परंतु त्याची उतरलेली मुद्रा व बावरलेली वृत्ती पाहून मास्तरांनी आपण होऊनच त्याला घरी लावून दिले. रघूने आजपर्यंत त्याला शाळेत येऊन अवघे सहा महिनेच झाले होते तरी कधीच शाळा चुकविली नव्हती किंवा खोटी सबब सांगून 'य:पलायते' केले नव्हते.! रडारड, धुसपूस, मारामारी, सर्व नि:शस्त्र, सशस्त्र प्रतिकार सुरू होतात. धट्टाकट्टा असलेला मुलगा तापाचे सोंग करू लागतो. व शेवटी आरोपीप्रमाणे मागे व पुढे माणसे देऊन त्याची रवानगी करावी लागते. पण रघूसारखे गुणी व सालस मूल सापडणे दुर्मिळ होते. त्याने या बाबतीत आपल्या आईला कधी काडीइतके देखील दुखविले नव्हते. पण आज त्याला शाळेत राहवेना व उदास मनाने तो घरी परत आला. सोप्यावरच त्याने आपले पाटी-दप्तर टाकले; व कोट, टोपी न काढताच तो आईला भेटण्याकरता आतुरतेने आत धावला. नेहमी त्याची शाळा सुटायच्या वेळी आई दारात उभी असायची; पण आज का नाही? असे त्याला वाटले. पण इतक्या लवकर मी येईन हे काय आईला कळले होते अशी लगेच त्यानी आपली समजूत घातली, व आत जाऊन मोठ्याने 'आई, आई' अशा हांका मारिल्या, तरी आईची कुठे जाग नाही! आता आई भेटली की खूप रागवावयाचे, सकाळी कुठे गेली होतीस म्हणून विचारायचे, असा मनात बेत करून तो माजघरांत गेला; व त्याने पुन्हा 'आई आई' म्हणून मोठ्याने हांका मारिल्या, त्याबरोबर 'ये, बाळ इकडे ये' असे एका कोपऱ्यातून त्याला शब्द ऐकू आले. तो स्वर त्याच्या आईचाच होता; पण त्यात काही तरी फरक पडला होता. रघूने तो आवाज ओळखला व तो तिकडे धांवला. 'शिवू मी' त्याने विचारले. त्या शब्दांत, त्या स्वरात अशी काही जादू होती की तेवढ्यातही सरस्वतीला समाधान वाटले. तिने त्याला जवळ ओढले. रघूही आपल्या आईच्या गळ्यात पडला.

'बाळ, आज लवकरसा आलास परत?' आईने विचारले.

रघू लाजला; काय सांगावे हे त्याला कळेना. तो डोळ्यांनी काही तरी बोलत होता; पण अंधारात ते तिला कळावे कसे? तिने त्याला पोटाशी अधिकच घट्ट धरिले आणि पाठीवरून हात फिरवून म्हणते 'बाळ, तुझे अंग तापते आहे वाटते.' बाळ

काहीच बोलेना. सरस्वतीच्या डोळ्यांतून पाणी वाहू लागले; त्याबरोबर रघू म्हणतो 'आई तू रडते आहेस?' त्याने तिच्या डोळ्यावरून हात फिरविला. त्या चिमण्या प्रेमळ हाताने तिचे किती तरी दुःख निवारण झाले. रघू तसाच हात फिरवीत होता. सहज त्याचा हात वरती गेला आणि तो दचकला. एकदम दूर सरकून तो म्हणाला 'तू नव्हेस माझी आई!'

'बाळ का रे ते' सद्‌गदित स्वराने सरस्वतीने विचारले.

'माझी आई अशी नाही'

'बाळ मीच रे तुझी आई' सरस्वती त्याचा हात धरून म्हणाली.

तिचा हात झिडकारून रघू म्हणाला 'मुळीच नाही; माझ्या आईच्या डोक्यावर केस आहेत. मी काही आता कुक्कुबाळ नाही.' अजाण अर्भक ते! आपल्या समजुतीप्रमाणे वाटले ते तो बोलून गेला. पण तिच्या जखमेवर नकळत त्याने मिठाचे पाणी ओतले होते. तिच्या भाजून गेलेल्या हृदयाला त्याच्या प्रेमळपणामुळे अधिकच चटका लागला. त्याच्या लाडक्या व एरवी कौतुक करण्यासारख्या बोलांनी तिच्या हृदयात जाऊन बसलेले शल्य हलविले मात्र! बिचारी सरस्वती काय करणार? दुःखाचा पाट डोळ्यातून वाहू लागला. आईला, आपण अधिक रडविले या कल्पनेने रघू खजील होऊन गप्प बसला. इतक्यात पंत सेनापतीच्या कौशल्याने शास्त्रीबोवा इतक्या मोठ्या सेनेसह माजघरात कूच करिते झाले.

'वयनी' पंतांनी दयेने भरलेल्या स्वरांत हाक मारिली.

'ही पहा आई इथे आहे हो!' रघू म्हणाला.

'तू रे काय इथे करतोस? बायकांत पुरुष लांबोडा' पंतांना आतून राग आला होता; पण वरकरणी त्याला थट्टेचे स्वरूप देऊन ते म्हणाले.

'मग तुम्ही नाही वाटले लांबोडे इथे आला ते!' रघू म्हणाला. सरस्वतीने त्याला हाताने दाबले. पण पंत पडले खमंग!

'शास्त्रीबोवा' त्यांच्याकडे पाहून पंत म्हणाले. 'आलिया भोगासी असावे सादर! करणार काय?'

'होय' शास्त्रीबोवांचे रंगीत तोंड म्हणाले. 'यद्‌भावि न तद्‌भावि' असे शास्त्रज्ञ सांगते; वयनी, तेवढी सही करा या कागदावर'

'सही! सही कसली?' सरस्वतीने विचारले.

'या घरासंबंधाने सरकार दरबारांतून काही विचारणे आले आहे' पंत म्हणाले.

'सरकारचे विचारणे? ते कां?'

'काय सांगणार वयनी? जे झाकायची इच्छा तेच उकरून काढायची पाळी येते. कमनशीब आपले!' या घोटाळ्यामुळेच घर कुणाचे, मालक कुठे असतात, असे विचारले आहे. त्यावर सगळी माहिती लिहून आजूबाजूंच्या मोठमोठ्यांच्या साक्षी

घेतल्याच आहेत; तुम्ही सही करा, म्हणजे कागद पाठवून देऊ?

'आजच कशाला सही पाहिजे? जाईनात दोन दिवस!' 'दोन दिवस! घटकेचा उशीर नाही सरकारी कामात उपयोगी. सरकारी काम म्हणजे लग्न; अगदी ठरलेल्या मूहूर्तावर झालेच पाहिजे.' शास्त्रीबोवांचे वेळेला दोन शेर भात बडवणारे तोंड म्हणाले.

'पण त्याच्यांत लिहिले आहे तरी काय?' सरस्वतीने विचारले.

'लिहायचे काय? हीच कर्मकथा! शास्त्रीबोवा, त्या बाहेरच्या माणसाला म्हणावे थांब, थोडा थांब. देतोच सगळी माहिती आता. करा, वयनी, सही करा एकदा झटपट!'

सरस्वती गांगरून गेली. कोपऱ्यातून कागद पाहण्यासाठी आपले विद्रूप तोंड तिला पुढे काढवेना. पंत तर अगदी घटका खोळंबल्यासारखे दौत लेखणी घेऊन पुढे उभे होते. सरस्वती काहीच बोलेना त्या बरोबर रागाचा आविर्भाव आणून ते म्हणतात 'वयनी, आम्ही तुमचे बरे करतो तर तुम्हाला ते पाहवत नाही! एरवी आम्हांला हे उपद्व्याप काय नडलेत म्हणा! पण या लहानग्या पोराकडे पाहून, हो, कुणाचेही बरे व्हावे. चला शास्त्रीबोवा, आपणाला काय करायचे! सूर्य जाणे आणि जयद्रथ जाणे! माझा याच्यांत पैचा अभिलाष असला तर देवास ठाऊक!' विसाजीपंतांचा सर्व हवाला देवावरच होता! (कारण जवळच्याच स्तंभांतून नरसिंह अवतार प्रगट करविण्याइतके पुण्य सरस्वतीच्या पदरी नव्हते!) ही मात्रा मात्र अचूक लागू पडली; आणि सरस्वतीने किंचित पुढे येऊन कागदावर सही केली. स्त्रीशिक्षणाचा पुरता फायदा पंतांच्या लांबलचक उपरण्यांत पडला. मग सरस्वतीने आपल्या हाताने पायावर धोंडा घालून घेतला का पडणारा धोंडा दूर केला?

आज तीन दिवस रघू तापाने सारखा फणफणत होता. त्या दिवशी मास्तरांनी रघूला 'तुला काय होते, म्हणून सहज विचारले होते; व त्याचा उतरलेला चेहरा पाहून त्याला घरी लावून दिले होते. पण योगायोगाची गोष्ट. तो जो घरी आला, तो काही पुन्हा शाळेत गेला नाही. बिचाऱ्या सरस्वतीवर तर आभाळच कोसळले होते. पंतांच्या अगदी निर्वाणीच्या बोलण्याने खिन्न होऊन तिने त्या कागदावर सही केली. लगेच दुपारी रघूला सपाटून ताप भरला. तिच्या दुबळ्या झालेल्या मनाला या गोष्टीत कार्यकारणभाव दिसू लागला. पंतांना 'हो' म्हणण्यांतच आपली चूक झाली असे तिला वाटले. आज इतके दिवस शेजाऱ्यापाजाऱ्यांची उणीदुणी सोसली, बायाबापड्यांचे बोल गिळले, कुंत्सितांची तर्कटे डोळ्याआड केली, ती एवढ्याकरतांच का असा प्रश्न पदोपदी मनांत येऊ लागला. आपला रघू लहान, आणि खरोखरच तिकडचे बरे वाईट झाल्याची तिळभर तरी खात्री होती का? लोक काय? बोलून चालून

दुतोंडी! पण आपण पंतांचे बोलणे उगीच लावून घेऊन 'होय' म्हटले. बरे जे झाले ते झाले; पण ज्या कागदावर सही केली तो कागद तरी कसला याची नीट चौकशी करायची की नाही? तर तीही नाही; पंत थोडे रागावतात काय आणि त्याबरोबर आपण सही करतो काय! आज तीन दिवस ती विचारण्यासारखी नव्हती तरी तिने त्यांना त्या कागदासंबंधी खोदून विचारले होते; पण दर वेळी त्यांची उत्तरे उडवाउडवीची व टाळाटाळीची! आज तीन दिवस घराचा कानाकोपरा ते निरखून पहात होते. मग सरस्वतीच्या सासऱ्याने पुरून ठेवलेल्या द्रव्याचा त्यांना वास येऊ लागला होता की काय कोण जाणे! विसाजीपंतांचा लीनपणा व 'वयनी' 'वयनी' आज तीन दिवसांत बरीचशी कमी झाली होती. रघू इतका तळमळत होता पण त्यांनी नावाला देखील त्याची चौकशी केली नव्हती. पंतांचे कुटुंब काय तर अवलियाच! आधी बोलून चालून बाळंतीण! आपल्या तान्ह्या बाळाला दृष्ट लागू नये म्हणून मीठमोहऱ्या वेचण्यात तिची दृष्टी इतकी गुंतून गेली होती की तिला दुसरे काहीच दिसत नसे.

सरस्वती तरी काय बोलणार? तिचा स्वभावच बोलण्याचा नव्हता. मनात आले तरी तोंडातून उमटणे कठीण! म्हणूनच तिने चटकन पंतांना जागा दिली होती व त्याबद्दल आता मनातल्या मनात पस्तावत होती व त्याबद्दल आता मनांतल्या मनांत पस्तावत होती. पण उघडपणाने 'तुम्ही आमचे बिऱ्हाड सोडा' म्हणून सांगण्याचे तिला धैर्य नव्हते. बायकांच्या बुद्धीने सुचतील ते औषधउपाय ती रघूला करीत होती. पण तिळभर देखील उतार नव्हता! ती मनातल्या मनात रडे; पण दुःख ओकून टाकायला देखील जे एक स्थान होते तेही तिला तीन दिवसांपूर्वीच पारखे झाले होते. ती आपल्या दुर्दैवाचा विचार करीत होती. रात्रीचे नऊ वाजून गेले होते. पंत व शास्त्रीबोवा (शिवस्य हृदय विष्णुर्विष्णोश्च हृदयं शिवः, अशी हल्ली स्थिती होती) माडीवर निजायला गेले होते. पंतीण बाईही आपल्या खोलीत निद्रेचे नक्त आचरीत होत्या. नुकताच कुठे रघूचा डोळा लागला होता. त्याच्या त्या मोहक पण मलूल चेहऱ्यावर नजर ठेवून सरस्वती विचार करीत होती! जगातल्या करोडों माणसांत तिच्यावर प्रेम करणारे असे एकच असे एकच माणूस होते आणि ते म्हणजे समोर निजलेले मूल! मनासारखे भित्रे कोणीच नाही! विचार मनात आल्याबरोबर ही चालती बोलती वतनवाडी आपल्याला पारखी नाही ना होणार असे वाटून तिचे हृदय कंपित झाले.

पृथ्वीच्या पोटात आणि पृथ्वीच्या पाठीवर तिचा असा एवढाच हिरा होता. त्याच्या बाल तेजानेच तिच्या भोवतालच्या अंधारांत तिला वाट दिसत होती. पण कुठल्या ढेंकणाची संगत लागून हा हिरा भंगेल काय? उभ्या आभाळांत तिच्या मनात धीर देणारी चांदणी तिला दिसत नव्हती. ती चांदणी तिच्यासमोर निजली होती. चांदणी जमिनीला लागली की दगड होते म्हणतात; माझ्या चांदणीची अशीच

अवस्था होईल काय? असे प्रीतीने येणारे भीतीचे विचार तिच्या अंतश्चक्षूंपुढे नाचत होते.

समोरचा बारीक केलेला दिवा आपले काम बजावीत होता; मधून मधून ती रघूच्या अंगावरचे पांघरूण सारखे करी. मधूनच त्याच्या कुरळ्या केसांवरून हात फिरवी. विसाजीपंत आल्या दिवसापासून झालेल्या सर्व गोष्टी तिच्या डोळ्यांपुढून पुन्हा गेल्या, आणि उद्याच्या उद्या पंतांना कसेही करून घर सोडायला सांगायचे असा तिने निश्चय केला. हा निश्चय करायला आणि कोणाचेसे हलके पाऊल वाजायला गांठ पडली. तिने वळून पाहिले तो पंत दारांत उभे! पंतांना शंभर सोडून दोनशे वर्षे आयुष्य असले पाहिजे असे वाटण्यासारखाच हा प्रसंग होता. माणसाचे नाव काढायला व तो दिसायला गांठ पडली म्हणजे जर शंभराची हमी मिळते तर मनात विचार यायला व खोलीत त्या माणसाचे पाऊल पडायला गांठ पडली तर कमीत कमी दोनशेचा लाभ असलाच पाहिजे. पंतांची कर्तबगारी आणि दोनशे वर्षे हे महापर्व जुळले म्हणजे काही विचारायलाच नको.

'समानयंस्तुल्यगुणं वधूवरम् ।

चिरस्य वाच्यं न गतः प्रजापतिः' ।

'वयनी' पंत दोन पाऊले पुढे येऊन हलक्या स्वरांत म्हणतात, 'रघू आजारी आहे म्हणे? बोलण्यावरून पंत जगाच्या पाठीमागे तीन दिवस असावेतसे दिसले; पण त्यांच्या मनात जाऊन पाहिले असते तर ते जगाच्या पुढे तीन दिवस असल्याचे दिसून आले असते.

'होय.' दिव्याचा प्रकाश जिथे अगदीच मंद होता तिथे खाली मान घालून उभी राहून सरस्वती म्हणाली, 'त्याला थोडा कफही झाला आहे,'

'होय?'

'मग माझ्याजवळ काय शिंचा पाऊस आहे- हा याला काळ नाही वेळ नाही. सारखा धो धो पडतो आहे. दुरून बोलणे ऐकू देखील येत नाही.' मल्लिनाथी करून पंत पुढे सरकले.

बाहेर पाऊस मात्र खरोखरच मुसळधार लागला होता. विसाजीपंत ज्या दिवशी आले होते, त्या दिवसासारखी वृष्टी होत होती.

'मग रघू काही परका नाही मला; जसा तुमचा तसाच माझा! त्याचे औषधपाणी' पंतांची आगगाडी पाण्याच्या स्टेशनावर थांबली.

पण सरस्वतीच्या कपाळाला मात्र आठ्या पडल्या. हे बोलणे म्हणजे विषारी सापाचे मऊ अंग होते, त्यांत काही तरी निराळाच आवाज धुमत होता.

सरस्वतीच्या आठ्यांनी पंतांना उत्तर दिले; पण स्वारी पडली वस्ताद! 'माझ्याकडे कफनाशक गोळ्या आहेत' आगगाडी चालू झाली, पण सरस्वती मुखस्तंभ!

पंतांच्या बोलण्याचा तिला राग येत असावा असे दिसले, आपले बोलणे सरस्वतीला ऐकू गेले नसावे म्हणूनच की काय, पंत अगदी जवळ सुमारे हातावर आले, आणि म्हणतात. 'मी काही तुम्हाला परका नाही.' तो स्वर, ती चर्या यांनी सरस्वतीचे भान नाहीसे झाले. इतका वेळ दाबून धरलेला राग एकदम बाहेर फुटला. पंत इतका पाजी असेल असे तिला कधीच वाटले नव्हते. परंतु आताच्या त्याच्या वर्तनाने बिलकुल शंकाच उरली नव्हती. त्यांची फाजील लगट दिसतांच सरस्वतीचे सौम्य स्वरूप मावळून चेहरा तांबडा लाल झाला. थरथर कापणारे ओठ स्थिर करण्याकरता तिने आपले दांत त्यावर घट्ट रोवले आणि एकदम मनाचा धडा करून म्हणते- 'आमच्या घरातून एकदम चालते व्हा! साप पोसला मी साप!' पुढे तिच्या तोंडातून शब्द उमटेना. रागाने तिची दातखिळी बसल्यासारखी झाली होती. या शब्दांबरोबर रघूही एकदम जागा झाला. आईचे शेवटचे शब्द त्याच्या कानावर पडले होते. विसाजीपंत तेथून जात नाही असे पाहिल्याबरोबर 'जा, जा तुम्ही आमच्या घरातून' असे त्यानेही म्हटले. सरस्वती असे उत्तर देईल अशी पंतांची कल्पनाही नसावी. त्याच्या अंगाचा आधीच भडका उडाला होता, त्यात चिमुरड्या रघूच्या बोलण्याने तर आगीत तेल ओतल्यासारखेच झाले. तो एकदम चवताळून म्हणतो 'पाहू या कोण चालते होते ते! साप काय? सापाचा दंश तर पहा!' एवढे म्हणून पाय आपटीत तो तेथून निघून गेला. सरस्वतीला एका क्षणात हे काय झाले याचा उलगडाच होईना; ती भांबावल्यासारखी झाली, व रघूला जवळ घेऊन बसली तोच पुढे शास्त्रीबोवा व मागाहून पंत खोलीत आले. पंत एकदम कर्कश स्वराने म्हणतात 'बाई, बऱ्या बोलाने घरातून बाहेर व्हा पाहू! आजपर्यंत गरीब गरीब म्हणून गय केली! पण आता हे आमच्याने सोसवत नाही. चला, याक्षणी चालत्या व्हा.'

सरस्वती रागाने थरथर कांपत उतरली, 'तुम्हीच चालते व्हा; घर माझे आहे.'

'तुझे'? पंत अंगावर खेकसून म्हणाले.

'होय माझे, माझ्या रघूचे.'

'माझे' आपले चिमुकले हात अंथरुणावरून उभारून रघू म्हणाला.

'तुझे नव्हे आणि तुझ्या बापाचेही नव्हे. शास्त्रीबोवा, पहा बोवा हा कागद!' एक कागद हातात धरून पंत म्हणाले 'बाई, या कागदाने सगळे घरदार तुम्ही मला लिहून दिले आहे.'

'दोनशे रुपयाला?' सरस्वती उद्गारली.

'होय-दोनशे रुपयांना आणि ते दोनशे रुपये या शास्त्रीबोवांच्या साक्षीवरून मी तुमच्या पदरात घातले आहेत. का, होय की नाही शास्त्रीबोवा?

शास्त्रीबोवांची मान नंदीबैलाप्रमाणे हालली.

'हे सगळे खोटे आहे' राग व दुःख यांनी गळा दाटून येऊन सरस्वती म्हणाली.

'मला पैदेखील दिली नाही. आणि त्या कागदावर माझी सही कुठे आहे?'

'सही? सही पाहिजे? ही पहा ही!' पंत बोटाने दाखवीत म्हणाले. सरस्वती सर्व उमजली. त्या अधमाने अक्षरश: केसाने तिचा गळा कापला होता. सरस्वती स्तब्ध राहिली. 'बाई, आताच्या आता घराबाहेर व्हा; उगीच शोभा करून घेण्यात काय अर्थ आहे?' शास्त्रीबोवांना वाचा फुटली.

एकुलते एक तापकरी मूल घेऊन रात्रीच्या वेळी कुठे जायचे हेच सरस्वतीला कळेना! पंतांचा मानभावीपणा आता तिला पूर्ण कळून आला. आल्या दिवशीचे ते लीनपणाचे वर्तन आणि आजचा हा तिस्मारखानीपणा! कशास काही संबंध! त्याने यज्ञोपवीताची घेतलेली शपथ तिला आठवली. त्याबरोबर ती म्हणते 'तुम्ही जानव्याची शपथ घेतली होती त्याप्रमाणे तरी वागा.'

'ते जानवे तुटले, त्याबरोबरच त्याची शपथ गेली. आता काय त्याचे? चल, चालती हो घरांतून; उठ रे पोरट्या.'

एवढ्या रात्रीची तरी भीक मागावी असे सरस्वतीच्या मनात आले; पण ती मानी होती. अशा मांगापुढे तोंड वेंगाडण्यापेक्षा रस्त्यावर पडलेले बरे असे वाटून ती उठली; परंतु लगेच तापकरी रघूला धो धो वाहणाऱ्या पावसात कसे घेऊन जायचे हा विचार तिच्या मनांत आला. पुन्हा तिचे मन अडखळले; पण इतक्यात पंत म्हणाले 'चल उठ; काय लघळ बायको आहे हो! आम्ही काय त्या त्याच्यासारखे भाळणारे नाही.'

सरस्वतीच्या पायाची तिडीक कपाळाला गेली. आपले दु:ख कुणाला सांगणार? कोण आपली दाद घेणार? लक्ष्मीबाईही इथे नाहीत. शेजारी पाजारी तर शास्त्रीबोवांचेच सगेसोयरे! सामानसुमान पुन्हा तिचे मन मागे ओढू लागले.

'माझे सामान-' ती मृदु स्वराने म्हणाली.

'सामानबिमान सगळे दोनशे रुपयांत आले.' पंत म्हणाले. आता तिला क्षणभर तिथे राहवेना. रघूला कडेवर घेऊन ती तडक बाहेर आली. पाऊस तर मुसळधार पडत होता. पुन्हा तिचे मन चरकले.

'आई, मी नाही येत बाहेर. चल, आपण घरात जाऊन निजू या' रघू म्हणाला.

'बाळ, घर आपले नव्हे.' सरस्वती हळू म्हणाली.

'माझेच घर' रघू एकदम उसळून म्हणाला.

त्याच्याकडे लक्ष न देता सरस्वती म्हणाली, रघूची छत्री तरी तेवढी-'

'काहीएक मिळायचे नाही, धर आपली वाट-' पंत गुरगुरले. पंत आणि शास्त्री यांनी शेलक्या शिव्यांना प्रारंभ केला. सरस्वतीचा संताप अनावर झाला, तिने रघूला कडेवर सावरिले, आणि तडक बाहेरची वाट धरिली. पावळ्या धो धो गळत 'घर कुणाचे' म्हणून विचारीत होत्या आणि आकाशात मेघही कडाक्याने याच प्रश्नाचा

खल करीत होते.

पंत स्थायिक झाले. हळूहळू सावकारी करून दृढमूल झाले. पुढे 'श्रीमत्परमहंस परिव्राजकाचार्याश्रित सनातन आर्यधर्मप्रसारक' सभेचे अध्यक्ष बनले! गावाच्या मते पंत महाधार्मिक! अंदरकी बात राम जाने!

✦ ✦ ✦

महाराष्ट्र साहित्य (ऑगस्ट, १९२३)

नीच कोण?

एक खोपट व एक हवेली; दोनच घरे. अगदी गावाबाहेरील घरे असल्यामुळे गावातील गोंधळ व दंगा त्या प्रदेशाच्या गावीही नव्हता. जिकडे तिकडे शांत व स्तब्ध होते. रस्त्यावरून जाणाऱ्या येणाऱ्या माणसाला त्या घरात त्या खोपटीत व हवेलीत वस्ती आहे की नाही याचीच शंका आली असती! परंतु अशी शंका येऊ नये म्हणूनच की काय त्यावेळी निसर्गाच्या त्या वाटेला कोणीच जात नव्हते. आधीच पावसाळ्याचे दिवस आणि त्यातून आषाढ महिना! आषाढमास म्हणजे पर्जन्य देवतेचे माहेर घर. हवे तसे बागडण्याचे, खेळण्याचे, बाळपण अनुभविण्याचे स्थान! आणि पर्जन्यदेवता हा माहेरवासिनीचा हक्क पूर्णपणे बजावतही होती. घटकेत जिकडे तिकडे काळेकुट्ट करून लपंडाव मांडावा तर घटकेत सूर्याला 'साईसुट्ट्यो' करून जिकडे तिकडे चकचकाट करावा, क्षणात पावसाची सर यावी तर दुसऱ्या क्षणी मावळतीकडील सौम्य किरण चमकू लागावे, मधूनच खळखळणाऱ्या ओढ्याला आपल्याच नादात लोपवून टाकावे तर मधेच त्याचे गोड संगीत एकाग्र मनाने ऐकत बसावे असा तिचा क्रम चालला होता. एका शब्दात सांगावयाचे म्हणजे सृष्टी त्यावेळी आनंदाने रडत होती. तिच्या डोळ्यांत रडण्याचे आणि हसण्याचे शुभाशुभांचे उदासवाणे मीलन झाले होते. सृष्टीच्या संध्यायज्ञावर रात्रीची राक्षसी छाया पडू लागली होती; सृष्टीच्या निष्पाप हृदयात पापी विचार डोकावू लागले होते. दिव्यासारख्या निस्तेज संधीप्रकाशावर त्याच दिव्याची छाया आपला काळा बुरखा घालीत होती, अशा वेळी ती दोन घरे-घरेच काय त्यातील दोन व्यक्तीही उत्कंठेने कोणाची तरी वाट पाहत होती. वाट एकच. वाटेच्या अलीकडल्या बाजूला दोन हातांवरून पाण्याने तुडुंब भरलेला एक ओढा वाहत होता. त्यावरून त्या खोपटीकडे जाण्याकरिता दोन वासे टाकिले होते. पलीकडल्या बाजूला त्या हवेलीकडे जाण्याकरिता एक सुंदर रस्ता दिसत होता. त्याच्या दोन्ही बाजूंना तारांची कुंपणे असून त्याच्या आत नानाप्रकारची फुलझाडे-नुकत्याच येऊन गेलेल्या सरीने अधिक शोभिवंत दिसणारी झाडे- आपली अपत्ये अंगावर खेळवीत हसत होती. रस्त्याच्या एका

बाजूला निसर्ग व दुसऱ्या बाजूला कला यांची जणू काय तुलनेकरतां चित्रेच मांडून ठेविली होती. तो ओढा, तो वाशांचा चिमुकला पूल, ती खोपट, आणि तिच्या दारात आपले फिक्कट पण प्रेमळ डोळे वाटेकडे लावून बसलेली ती माता होय, ती माताच असली पाहिजे. तिच्या आतुर डोळ्यांवरून, उत्कंठित चेहऱ्यावरून, बावऱ्या झालेल्या वृत्तीवरून ती खास माताच असली पाहिजे- हे दृश्य एकीकडे दिसत होते. दुसरीकडे पाहिले तर तो तयार केलेला पदपथ, ती माळ्याच्या देखरेखीखालची झाडे, ती हवेली आणि दुसऱ्या मजल्यावरील खिडकीला ओणवून बसलेली आणि काहीशा नखरेबाज दृष्टीने रस्त्याकडे पहाणारी ती स्त्री कोण असावी बरे? त्या खोपटीत व हवेलीत जितके अंतर तितकेच त्या दोन्ही स्त्रियात होते. कुठे कैलासाचे शिखर आणि कुठे पाताळाचा तळ! पहिली स्त्री निश्चल होती; ती एकदा वाटेकडे पाही; कुणाची जागमाग देखील नाही असे पाहून किंचित हिरमुसल्यासारखी व कष्टी होऊन पुन्हा वाटेकडे पाहू लागे. ज्याची ती इतकी वाट पहात होती त्या माणसाला इतका उशीर का व्हावा बरे? तिच्या मनात भलत्या सलत्या कल्पना येऊ लागल्या, मन चिंती ते वैरी न चिंती म्हणतात. त्याला कुठे अपघात झाला असेल काय? तसे असले तर आपल्याला ही बातमी कळवायला येणार तरी कोण? त्याला तापबिप आला असेल काय? ही शंका मात्र मनात आली आणि तिच्या काळजात चर्र झाले! सध्याच्या साथीत घरेच्या घरे ओस पडलेली, कुटुंबेच्या कुटुंबे धुळीस मिळालेली आणि शेकडो माणसे निर्बळ, निराधार, निराश्रय झालेली तिने ऐकली होती. आपले निष्ठुर दैव इतके कठोर झाले असेल काय? देवरायाच्या मनांत अजूनही माझ्याविषयी काकुळत आली नसेल का? नाहीच म्हणायची! आली असती तर मी का आजारी पडले असते आणि घासभर अन्नाकरिता माझ्या चिमण्या बाळाला दिवसभर का राबावे लागले असते? शाळा सोडून पोटाच्या पाठीमागे त्याला का धावावे लागले असते! अवघ्या दहा बारा वर्षाच्या वयात त्याच्या अंगावर संसार कशाला पडला असता! एकदा एका विचाराच्या भोवऱ्यात तिचे मन सापडले की, ते त्यातच भ्रमू लागे.

दुःखाने दुर्बळ झालेल्या हृदयाची अशीच स्थिती होते. त्याच त्याच अमंगळ कल्पना तिच्या मनात पुन्हा येऊ लागल्या. एकवार आपण जाऊन त्याची चौकशी करून यावे असे तिला वाटले; वाटले एवढेच, कारण ती पंख कापले गेलेल्या पांखरासारखी होती. मरणाच्या दारी पडली असल्यामुळे दाराबाहेर पाऊल टाकण्याचीसुद्धा तिला शक्ती नव्हती. मनाने वाटेल तितक्या उड्या मारल्या असत्या परंतु कमकुवत शरीर तेथून हलावयाला तयार नव्हते. दरिद्र्याने दान देण्याची अक्षरशत्रुने दुसऱ्याला शिकविण्याची, आणि कोजागिरीच्या मेघांनी पाऊस पाडण्याची इच्छा केल्यासारखी तिची इच्छा होती. तिचे विचार मूळपदावर आले; तिचे भ्रमण सुरू झाले आणि त्या

खोपटाच्या उंबऱ्यात उजव्या हाताच्या गालाला आधार देऊन व खळखळणाऱ्या तांबड्या लाल ओढ्यावरून रस्त्यावर आपली शून्यदृष्टी लावून ती आपल्या विचारात गुंग होऊन गेली. हवेलीच्या माडीवरील स्त्री देखील वाटेकडे डोळे लावूनच बसली होती. ती कोणाची तरी खास मार्गप्रतीक्षा करीत असावी. तिच्या चेहऱ्यावर आतुरता व डोळ्यांत फार फार उत्कंठा दिसून येत होती. जाणारे प्रत्येक पळ तिला युगासारखे वाटत होते. तिच्या आशेची तार चांगलीच चढली होती; तिचा मनोरथ आकाशांत उंच उड्डाण करीत होता; तिचे हेतु पांखराप्रमाणे आकाशाचा अंत काढण्याकरिता उडत होते. ज्याची आपण वाट पहात आहो तो न आल्यामुळे आपल्या बेतावर विरजण पडते की काय याची तिला भीती वाटत असावी. आपला डाव हुकणार आपला मनोरा ढासळणार, या चिंतेनेच मधून मधून तिच्या चेहऱ्यावर एक उदास छाया येऊन जात होती. ज्याची ती वाट पहात होती. त्याच्या जिवाला काही बरे वाईट तर झाले नसेल ना असा विचार तिच्या मनाला शिवला नाही; आणि असला तरी त्याचे प्रतिबिंब तिच्या मुद्रेवर दिसले नाही. तिच्या उत्कंठेत सात्त्विकपणा नव्हता; तिच्या डोळ्यात निर्हेतुक प्रेमाचे पाणी खेळत नव्हते तिच्या सर्व हावभावात स्वार्थाचा रंग उठून दिसत होता, एवढे मात्र सहज नजर टाकणाऱ्या प्रेक्षकाला दिसले असते. थोडक्यात सांगावयाचे तर पहिलीची मुद्रा श्रावणांतल्या सृष्टीसारखी तर दुसरीची पश्चिमेकडील क्षणोक्षणी रंग बदलणाऱ्या संध्येसारखी दिसत होती.

आणखी थोडा काल लोटला. अंधाराचे पाय जमिनीला लागल्यासारखे दिसत होते. स्वर्गाचा देखावा दूर होऊन अगदी निराळा देखावा डोळ्यापुढे दिसू लागला होता. दुरून माणूस ओळखताही येणे कठीण होत चालले होते. इतक्यात त्या रस्त्याच्या दोन्ही बाजूंना दोन आकृती दिसू लागल्या. दोघींचीही हृदये जाणारे प्रत्येक पळ मोजण्याकरिताच की काय मोठ्याने थडथडू लागली. त्या आकृती जवळ जवळ येऊ लागल्या. डोळ्यांनी आपले माणूस ओळखिले व हृदयाला वर्दी दिली. चेहऱ्यावरील रम्यपणा पालवला आणि इतक्या वेळ केलेल्या तपश्चर्येचे फळ हाती आले असे वाटू लागले. त्या आकृती आता स्पष्ट दिसू लागल्या होत्या. उत्तरेकडून येणारी मूर्ती दहाबारा वर्षाची होती. त्याच्या अंगावरील स्वच्छ परंतु ओल्या कपड्यावरून वाटेत त्याला सरीने एकदोनदा झोडपले असावे असे अनुमान निघत होते. त्याच्या मुद्रेवर बालपणांतले तेज व आनंद विलसत होता. आकाशात त्यावेळी उदयाला येणाऱ्या नक्षत्राशी त्याच्या बालमूर्तीचे काही तरी साम्य होते. तो अनवाणी होता तरी चिखलाने त्याचे पाय फारसे भरले नव्हते. त्याता तो गोंडस बांधा, तेजस्वी डोळे, पाणीदार चेहरा आणि ऐटबाज ढब सर्व काही पहाणाऱ्याच्या मनात एक प्रकारचे प्रेम उत्पन्न करीत. दुसरी आकृती या मूर्तीचा विरोध म्हणूनच की काय त्यावेळी समोरून येत होती. डाव्या हातात सायकल धरून आपली स्थूल देहयष्टी ती कशीबशी पुढे

ढकलत होती. पायातल्या जोड्यामुळे कपड्यावर ठिकठिकाणी चिखलाचे शिंतोडे उडाल्यामुळे निसर्गानेही त्या व्यक्तीविषयी आपले मत प्रगट केल्यासारखे दिसत होते. भवसागरात बुडू नये म्हणूनच त्याच्या हवाली ब्रह्मदेवाने पोटाचा भोपळा केला होता की काय कोण जाणे! डोळ्यात पाणी चमकत होते पण ते तांबडे असावे असा संशय येत होता; मग त्यांचा स्वभाव रागीट होता की काय कुणास माहीत! एकंदर चेहऱ्यावरून नुकतीच हिरवी चिंच तोंडात पडली असावी असे वाटत होते; कदाचित वरिष्ठाच्या लाथेतही ती शक्ती असावी! त्या दोन्ही मूर्ती खोपट व हवेली यांच्यामध्ये आलेल्या रस्त्यावर आल्या. हवेलीतील स्त्री आपल्या जागेवरून उठली व स्वागत करण्याकरिता येऊ लागली. खोपटाच्या उंबऱ्यांतील स्त्री मात्र तिथेच होती. आपले डोळे व हृदय आपले काम पूर्ण बजावतील अशी तिची खात्री होती. त्या दोन्ही मूर्ती अगदी निकट आल्या; त्या बालमूर्तीने लवून राम राम केला. बड्या माणसाने तुच्छतेने एकदा हंसून त्याचा स्वीकार केला. ते हवेलीकडील पुण्यमार्गाचा आश्रय करणारे होते परंतु ती बालमूर्ती म्हणाली ''रावसाहेब, ते वहाळ्याच्या परते (खोपटीकडे बोट दाखवून) माझे घर आहे. रावसाहेब बोलले 'घर'? Damn it (डॅम इट) (जळो ते) 'ते घर म्हटल्यावर या वहाळाला महासागर म्हणावे लागेल!

रावसाहेबांच्या 'डॅम इट' चा अर्थ न समजल्यामुळे (व तो रावसाहेबानांही समजत नव्हता) तो मुलगा पुढे बोलू लागला 'त्या घराच्या पलीकडूनच मसणांत वाट जाते!

'मसणात गेली तुझी वाट;! त्याचा संबंध तुझ्याशी काय व या सर्वाशीं माझा काय संबंध'? 'डॅम इट' रावसाहेबांच्या मसणाने व त्याला शोभणाऱ्या अशा वेताळाच्या अवताराने गांगरून न जाता तो पुढे म्हणाला 'रावसाहेब, या वाटेने नेहमी लोकांची ये जा असते; पावसाळ्यात वहाळ तर अगदी तुडुंब भरून जातो आणि पलीकडे जायला मी केलेल्या ह्या मोडक्या वाशाच्या पुलाखेरीज दुसरी वाट नाही. काल एक लहान मूल तर निसरून पडले आणि आईबापांना मुकले. मीही घरी नव्हतो-इतक्या वेळात ती हवेलीतील स्त्रीही आपल्या वाटेच्या टोकाशी येऊन उभी राहिली होती; आपला मुलगा रावसाहेबाबरोबर काय बोलत आहे याबद्दल आश्चर्य करीत व एका अर्थाने अभिमानही बाळगीत त्याची माता खोपटाच्या दारात स्वस्थ बसली होती. 'डॅम इट! रावसाहेब सिगारेटच्या धुराने व्याप्त असे शब्द बोलते झाले. 'मोठा कर्णाचा अवतार आलाय परोपकार करायला'

'तसे नाही रावसाहेब, वेळ वखत आहे; हा वहाळ दरवर्षी दोन तीन तरी बळी घेतोच घेतो असे म्हणतात! तेव्हा आणखी तरी कोणाचा घात होऊ नये म्हणून काही तरी व्यवस्था व्हावी एवढेच सांगणे! 'डॅम इट' मग माझ्याकडे याचा काय संबंध; सरकारात जाऊन अर्ज दे! रावसाहेबांनी सनदशीर चळवळीचा मार्ग सांगितला. 'पण

ती वाट आपणच दुरुस्त केली ना?' (हवेलीकडे जाणाऱ्या वाटेकडे बोट दाखवून त्याने विचारले. रावसाहेबांनी जमदग्नीचा अवतार धारण केला; क्षणातच त्यांचे नारसिंह रूप झाले, रावसाहेबांची ही प्रगती पाहून आणखी थोड्या वेळात त्यांचे काय रुप बनते इकडे बाळाचे लक्ष लागले. रागाने ते मुके बनले.

इतक्यात हवेलीतील पतिव्रता त्यांच्या मदतीला धांवून आली; "काय ऐकता त्या पोरट्याचे!" मुलखाचा द्वाड अन् उर्मट! तरी देवाने चांगले नाक ठेचलंय म्हणून बरं आहे," रावसाहेबांना वाटले स्वर्गस्थ देवताच आपल्या साहाय्याला आली; त्यानी आपल्या तोंडाचा पट्टा अंमळ सैल सोडला. 'डॅम इट;' हा रस्ता म्हणे तुम्हीच दुरुस्त केला ना? कुठला रस्ता दुरुस्त करायचा आणि कुठला नाही हे पाहायचे काम माझे आहे; मोलमजुरी करून पोट भरायचे सोडून इंजिनियरला उपदेश करायला येतो. मरगठ्ठा! मी कोण आहे! मी इंजिनिअर आहे! मी सरकारी दुकानाचा सुपरिटेडंट आहे! नीच पोर! मी ब्राह्मण आहे! 'डॅम इट' त्यांच्या डोळ्यातील तांबडे पाणी डोळ्यात उतरू लागले; व ते लौकरच हाती पायी येते की काय अशी भीति वाटू लागली; ते शेवटचे शब्द ऐकून बालसूर्यावरील ढग किंचित वरती सारावेत त्याप्रमाणे बाळाच्या भुवया चढल्या; स्वच्छ आकाशात वीज चमकावी त्याप्रमाणे सात्त्विक क्रोधाची एक लहर त्याच्या चेहऱ्यावरून गेली; आपल्या पवित्र श्वासाने त्याला दूर लोटण्याकरिताच की काय नाकपुड्या विस्तृत झाल्या आणि पापी चंद्राचे दर्शन घडल्याबरोबर मुख मिटणाऱ्या कमलाप्रमाणे ओठ घट्ट झाले; तथापि त्याने आपला राग गिळला व घराकडे तो वळला, रावसाहेब मात्र वीरश्रीच्या पवित्र्यात उभे राहून जणू काय आपला फोटो निघणार आहे. या भावनेने तिळभर देखील हलत नव्हते. ती स्त्री मात्र त्यांचा हात धरून आपल्या स्पर्शाने त्याचे सांत्वन करीत होती. त्या बालमूर्तीने आपल्या घराकडे तोंड वळविले मात्र तोच त्याचा सर्व राग, सर्व खिन्नता मावळली. दारामधे आपली आतुरतेने वाट पहाणाऱ्या मातेचे दर्शन होताच जगाची सर्व सुखदुःखे सुटल्यासारखी झाली. ती भेट-ती डोळ्यांची भेट-खरोखरच अवर्णनीय होती, ती मायलेकरांची भेट खऱ्या प्रीतीची मूर्तिमंत भेट होती. कमळावरील दंवबिंदूत सूर्याला अशीच प्रीती दिसते. केव्हा जाईन आणि आईच्या गळ्यास मिठी मारीन, आई, तुझा ताप कसा आहे असे विचारीन; तिच्या अंगावरून हात फिरवीन, आणि आजची मिळकत तिला दाखवीन असे त्याला झाले! आईची ती प्रेमळ आणि लडिवाळ मुद्रा त्याला दिसू लागली; आईचा तो प्रेमळ हात आपल्या पाठीवरून फिरतो आहे असे वाटू लागले; आई आपल्याला कुरवाळते आहे असा त्याला भास झाला; त्याची प्रेमसमाधी लागली; क्षणात, हे सर्व क्षणात झाले! तो वाशाच्या पुलापाशी पोचला! चढला! मध्यापर्यंत आला. वाशाखालती पाणी बोटावरच होते. कनवटीचे पैसे काढावयाचे व आज मिळालेले आठ आणे दाखवून आईस चकित

करावयाचे म्हणून त्याने कनवटीस हात घातला; एका क्षणात त्याचा तोल गेला आणि तो ओढ्याच्या प्रवाहात सापडला; एकदाच पाणी उसळले आणि लाटांची वर्तुळे बाजूवर येऊन आपटू लागली; मातेने एकच हृदयभेदक किंकाळी फोडली आणि उठण्याचा प्रयत्न करीत असता ती तिथेच बेशुद्ध होऊन पडली. रावसाहेबांनी 'डॅम इट' म्हणून आपले वज्रलेप आसन हालविले व त्या स्त्रीचा हात धरून 'इंजिनिअर' या नात्याने दुरुस्त केलेल्या रस्त्यावरून ते बंगलीकडे वळले. शांत सर्व शांत; अंधाराचे राज्य सर्वत्र पसरले होते; ओढ्याचे खळखळ संगीत सुरू होते आणि सृष्टीच्या पटावर दोन चित्रे चितारून पडली होती.

'आई,' माझ्याकडे डोळे उघडून पाहा तरी. 'आई,' अंथरूणावर बसून बाळ लडिवाळ पण करुण स्वराने बोलत होता. अंथरुणावर त्याच्या मातेची मूर्ती निश्चेष्ट निस्तब्ध पडली होती. तिचा मधून मधून निघणारा निश्वास ज्याप्रमाणे तिचे अस्तित्व दर्शवीत होता त्याप्रमाणे कोपऱ्यांत मिणमिण करणारा दिवा हीच काय ती तिथे प्रकाशाची खूण होती. झोपडी काही फार मोठी नव्हती; परंतु सर्व सामान जेथल्या तेथे व व्यवस्थित होते. बाळ आईच्या अंगावर हात फिरवीत म्हणआला 'आई!' थोडीशी चुळबुळ-हालचाल झाली. बाळाच्या जीवांत जीव आला. तिचे क्षीण डोळे आश्चर्याने बाळाचे तोंड न्याहाळीत होते. आपण कोठे आहो याची जाणीव नसल्यामुळे ती चकित झाल्यासारखी दिसत होती. आपल्या क्रूर दैवाच्या हृदयाला पाझर फुटला असेल काय? पाठमोरा झालेला देवराय आपल्याकडे तोंड वळवील काय? ओढ्यात बुडलेले माझे बाळ-माझे रत्न-मला मिळेल काय? ती आठवण येतांच तिच्या अंगावर काटा उभा राहिला. तिचे डोळे कावरेबावरे झाले; तिने बाळावर टक लावली; कष्टाने आपला हात उचलून त्याच्या अंगावर फिरविला. होय माझाच तो बाळ! त्याशिवाय त्याच्या स्पर्शाने मला इतके सुख झाले नसते. अंगात विद्युतप्रवाह खेळू लागल्याप्रमाणे तिच्या अंगात नवा उत्साह उदय पावू लागला. 'देवाने माझा बाळ मला परत दिला तर'! संध्याकाळी बेशुद्ध पडल्यापासून तिला काही एक माहित नव्हते. बाळ कसा व केव्हा परत आला, त्याने अंथरुण घालून त्यावर आपल्याला कसे निजविले, व आपल्यापाशी केवढ्या दु:खित हृदयाने तो बसला आहे याचे इतका वेळ तिला भानच नव्हते. ती या लोकीच नव्हती; बाळ तोल जाऊन बुडलेला पाहिल्याबरोबर आता हा यातून जगत नाही असे वाटून तिच्या आत्म्याने देवलोकी प्रयाण केले असावे; व तेथे देवाधि देवाच्या दयेने आपला प्राण परत घेऊनच ती पुन्हा या लोकी आली असावी असे तिच्या चेहऱ्यावरून दिसत होते. आपल्याला भ्रम तर झाला नाहीना, आपण स्वप्नात तर नाहीना! असेही तिला वाटत असावे; कारण तिच्या हाकेला देवाने दिलेली ओ तिने ऐकली नव्हती; तिने बाळाला आपल्या निर्जीव हाताने जवळ ओढले; त्याच्या तोंडापाशी तोंड नेले, त्या मंद

दिव्याच्या प्रकाशात नीट निरखून पाहिले; आणि ओठाशी ओठ लाविले. भ्रम मावळला, स्वप्न संपले आणि आपले बाळ अगदी जवळ आहे अगदी पोटाशी आहे हे पाहून तिने दोन्ही हात जोडून देवाची करुणा भाकली. पाची बोटे मोडून बाळाच्या डोक्यावरून ओवाळून टाकिली; आणि हंसऱ्या मुद्रेने ती त्याच्याकडे पाहात राहिली, मधुनमधुन तिचे ओठ अर्धवट उघडत; परंतु तिच्या तोंडातून शब्द मात्र बाहेर पडत नव्हता. आई अजून शुद्धीवर आली असून बोलत का नाही असे बाळास वाटत होते 'आई, तुला बोलता येत नाही होय' असा प्रेमळ प्रश्न त्याने करताच तिच्या डोळ्यात चटकन पाणी उभे राहिले. तिचा गळा सुकुन गेला होता; दुपारपासून तिच्या पोटांत घोटभर पाणी देखील नव्हते! आधीच तापकरी आणि त्यातून ही स्थिती! घरात तर अन्नाचा कण देखील नव्हता. संध्याकाळी आईला आपण दूध आणून देऊ आणि सकाळी सरकारी दुकानावर स्वस्त तांदूळ मिळतात ते आणू असे बाळाने योजले होते; परंतु वाटेत एक तापकरी माणूस भेटला; त्याला घरापर्यंत पोचवायला गेल्यामुळे आधीच त्याला उशीर झाला होता वी परत येता येताच तो स्वत: मोठ्या कष्टाने जीवावरच्या संकटातून वाचला होता. इतका वेळ आई बेशुद्ध होती तोपर्यंत या गोष्टीकडे त्याचे लक्ष गेले नव्हते! पण आता काय करावे हे त्याला कोडे पडले! सुदैवाने संध्याकाळी त्याने मिळवून आणलेले आठ आणे त्याच्या कनवटीला असल्यामुळे 'समुद्रास्तृप्यन्तु' झाले नव्हते. परंतु त्या आठ आण्याचा नव्हे कुबेराच्या संपत्तीचा- या अपरात्री काय उपयोग! या वेळेला हवे असलेले पावशेर दूध या आठ आण्यात तरी कोठे मिळेल का? गवळ्याची घरे किती तरी लांब!

रात्र तर काळोखी; पाऊस 'मी' म्हणत होताच. अशावेळी काय करावे, आईच्या तोंडात काय घालावे असा त्याला विचार पडला! त्याने पुन्हा इकडे तिकडे पाहिले; काही तरी विचार केला आणि 'मी समोरल्या घरांतून दुध घेऊन येतो हं' म्हणून सांगून तो उठला. तो जर एक क्षणभर राहिला असता तर आपण दूध आणण्याकरता तेथे जाऊ नये अशी आपल्या मातेची इच्छा आहे असे त्याने तात्काळ ओळखले असते. त्याने दार उघडले आणि इतका वेळ धरणे धरून बसलेला थंडगार वारा जोराने आत आला आणि दिवा शांत झाला. काळोख-डोळ्यांत बोट घातले तरी दिसणार नाही. असा काळोख चोहींकडे पडला. त्याबरोबर बाळाला दुसरीही आठवण झाली. त्याने बरोबर आणलेल्या कांड्यांच्या पेटीने आज ओढ्याचा तळ पाहिला होता. आईच्या सोबतीला दिवा लावून ठेवावयाचा तर एक देखील काडी घरात नाही. आईला तशा स्थितीत सोडून जावे तरी पंचाईत; जाऊ नये तर घोटभर दूध आणि इवलासा प्रकाश सुद्धा मिळण्याची मारामार. स्वस्थ बसून काय होणार असा विचार करून 'आई, मी जाऊन येतो हं' असे म्हणून तो बाहेर पडला आणि त्याने खोपटीचे दार ओढून घेतले. तो देखावा पाहाण्यासारखा होता; आकाश मेघांनी इतके

काळेकुट्ट करून सोडले होते की, त्यांत तारकांचे अस्तित्व देखील भासत नव्हते. वरती मेघांचे छत्र मिळाल्यामुळे अंध:कार अंतराळांत आपली पूर्ण सत्ता गाजवीत हाता रात किड्यांची 'किर्र' सुरू असून जिकडे तिकडे भयाण, उदास, कंटाळवाणे दिसत होते. मधूनच पावसाची सर येई, मधूनच वाऱ्याची झुळुक येई व झाडांना हलवून त्यांनी मधेच चोरलेले पावसाचे थेंब जमिनीचे जमिनीला देऊन जाई. बाळ थोडा वेळ थांबला व नंतर निश्चय करून त्याने पाऊल पुढे टाकले; वाट आता अंधुक अंधुक दिसत होता, तोल संभाळून ते वांशाच्या पुलावरून पलीकडे गेला व रस्ता ओलांडून त्या हवेलीच्या आवारांत शिरला. इतका वेळ त्याला न शिवलेली कल्पना आता मात्र त्याच्यापुढे दत्त म्हणून उभी राहिली, 'या घरांतून आपल्याला दूध मिळू शकेल काय?' हा प्रश्न आता त्याच्यापुढे राहिला, आजपर्यंतचा अनुभव फारसा अनुकूल नव्हता. परंतु अनुभवाचा तिथे काय उपयोग होता! हांक मारून पहायचा त्याने निश्चय केला व पाऊल पुढे टाकिले तोच माडीवरून खालील संभाषण त्याच्या कानी पडले. 'ते काही नाही माझ्या गळ्याची शपथ आहे. तो चंद्रहार माझ्या गळ्यांत उद्या आलाच पाहिजे? हा आवाज स्त्रीचा होता. 'चंद्रहार तुझ्या गळ्यात येईल पण माझ्या गळ्यात फांस पडेल त्याची काय वाट?'

आपल्याला स्वत:च्या गळ्याची किंमत वाटते; वाटायचीच माझे काय मेलीचे! मी गळ्याची शपथ दिली तरी तिची किंमत तितकीच! आपल्याला गळ्यांत गळा घालायला काय एक मेली तर दुसरी! मीच वेडी आणखी काय?

'तू वेडी कशी! तू तर मला वेडा बनविले आहेस; हे पहा होता होईल तो मी चंद्रहार आणतोच!' 'मला ते आशीर्वाद नकोत तुमचे; सांगा काय ते एक नक्की; चंद्रहार येईपर्यंत मी कांही तोंडात पाणी घालायची नाही!'

'चंद्रहार गळ्यांत असल्याशिवाय गळ्याखाली पाणी उतरतच नाही वाटते.

'मला नाही असली थट्टा आवडत; एक काय तो सोक्ष नाही तर मोक्ष; मी काय बोलून चालून पायींची वहाण; पायानेच लाथाडायची; मला डोक्यावर कोण बसविणार?'

'असली फुले काही पायांनी तुडवायची नसतात' हे वाक्य उच्चारताना रावसाहेबांचा आवाज अधिक लाघवी झाल्यासारखा दिसला! इतक्या वेळात बाळ बंगल्याच्या दरवाजापाशी पोचला होता. त्याने कातर स्वराने एक हांक मारली; परंतु वाऱ्याच्या घोंघावण्यात व सरीच्या सरसरण्यांत ती नाहींशी झाली. बाळ पुन्हा विचारांत पडला; हांक मारण्यापेक्षा आपण परतून जावे असे त्याला वाटू लागले; परंतु घरात एक घोटभर दूध किंवा काडीही नाही हे लक्षात येताच तो विचारांत पडलाच. पावसाची सर आता ओसरली असल्यामुळे संभाषण त्याच्या पुन्हा कानावर येऊ लागले.

'बरे आहे चंद्रहार आणतो'

'नुसते आणतो नाही; वचन हवे.'

'तोंडापेक्षा हातावरच तुमचा विश्वास आहे तर'.

पुन्हा पावसाची एक सर आली; बाळ भिजून चिंब झाला; त्याने 'दार उघड हो' म्हणून दोन हांका मारल्या परंतु त्यांचा पत्ता कोणाला होता! सर पुन्हा ओसरली.

'त्याचप्रमाणे सकाळी तांदळाचा एक गोण-' 'एक गोण; गरीबाकरिता दुकान आहे ते! तिथे ४/८ आण्याचे फुटकळ तांदूळ विकायाचे. गोण हवा तर दुसऱ्या दुकानावरून आणवावा!

'ते काही मला माहीत नाही; गरीबाकरितां दुकान असेल म्हणूनच आपण या चार महिन्यांत इतके श्रीमंत झालां आहांत!'

वारा जोराने वाहू लागला; बाळाने पुन्हा एक दोन हांका मारल्या; इतक्यात माडीच्या जिन्यावरती पाऊले वाजलेली त्याला ऐकू आली. थोड्याच वेळात दरवाजा उघडला आणि हातांत तारांचा कंदील घेतलेली स्त्री व तिच्या अंगावर रेलून चालणारे रावसाहेब बाळाच्या दृष्टिस पडले. तिचा पदर, केस, सर्वच अव्यवस्थित होते. रावसाहेब तर पाय गेलेल्या माणसासारखे तिच्याच अंगावर भार टाकून चालत होते. दिव्याच्या किरणांत बाळ दृष्टीस पडताच ती ओरडली 'कोण रे तो चोर कुठचा! रात्री येऊन चोरी करायला हवी नाही! चोर तो चोर आणि वर शिरजोर! म्हणे हा रस्ता नाही तुम्ही दुरुस्त केला!!' रावसाहेबांनी दंतप्रदर्शन करून या भाषणाला आपले अनुमोदन दिले.

'बाई' बाळ बोलला; मी काही चोर नव्हे आणि चोरीसाठी आलो नाही; कांही चोरायलाच आलो असतो तर उभे राहून काय मिळणार होते मला! घरी आई अगदी बेशुद्ध आहे; तेव्हा थोडेसे दूध आणि चार काड्या दिल्यात तर गरीबावर फारफार उपकार होतील.'

'दूध मिळायला हे का गवळ्याचे घर आहे! उर्मट कुठला!'

गवळ्याच्या घराखेरीज दूध असू शकत नाही हे बिचाऱ्या बाळाला आताच समजले.

'चार काड्या तरी'

'कसल्या काड्या'

'आगकाड्या'

'आग लावायची आहे वाटते कुठे! नीच जात' रावसाहेबांना वाचा फुटली. 'डॅम इट!' अपरात्री दुसऱ्याच्या घरी तुझे काय काम आहे! नीच माणूस! चल चालता हो! नाहीतर गड्याकडून हात धरून चौकीत नेऊन बसवीन!'

नीच जात! नीच माणूस! हे शब्द ऐकल्याबरोबर बाळ्याच्या पायाची तिडीक मस्तकास गेली; त्याचा सात्विक क्रोध पुन्हा जागृत झाला; त्याचा स्वाभिमान उसळू लागला; त्याच्या ओठापर्यंत पुन्हा उत्तर आले. आकाशांत गडगडाट सुरू होताच;

पावसाची मुसळधार सर सुरू झाली; वीज चमकू लागली, सर्व सृष्टीच कोपल्यासारखी दिसू लागली; त्या बालमूर्तिछा कोपच जणू काय सर्व सृष्टीत संचरल्यासारखा दिसू लागला. त्यान बंगल्याकडे पाठ फिरविली व आपली वाट धरली; त्याने पाठ फिरविल्याबरोबर धाडकन दरवाजा लागला व फिदिफिदी हंसण्याचा आवाज त्याच्या कानांत तापलेल्या तेलाप्रमाणे व हृदयांत शल्याप्रमाणे घुसला.

बाळाने रस्ता ओलांडला व तो धीमेपणाने वांशाच्या पुलावरून झोपडीपाशी आला; त्याने हलकेच दार उघडले व आंत जाऊन पुन्हा झाकले; तथापि झांकतांना ते थोडेसे वाजलेच; परंतु त्या आवाजाने त्याची आई जागी झाली नाही असे दिसले; पाऊल न वाजविता तो हळूच आईच्या अंथरुणापाशी गेला; आई स्वस्थ निजली आहे असे त्याला वाटले; काखेत हात धरून कालासारख्या गार झालेल्या आपल्या हातांना त्याने ऊब आणिली आणि तिच्या अंगाला हात लावून पाहिले तो ताप खूप भरलेला; तिला तापाचीच गुंगी आली असे दिसले.

पांघरुणावरून तो हळुहळू हात फिरवू लागला; परंतु त्याचे मन ठिकाणावर नव्हते. आईच्या पोटात घोटभर दूध नाही हे त्याच्या मनात डांचत होते. काय करावे, कुठे जावे भरमध्यरात्री दूध कुठे मिळेल या विषयीच तो विचार करीत होता. आणि दोन घटकांनी आई सावध झाली तर! तर तिच्या सुकलेल्या घशाला ओलावा द्यायला दूध आहे कुठे! तिच्या प्रेमळ डोळ्यांना विसांवा देण्याकरिता दिवा लावायला काडी आहे कोठे! त्याचे चित्त बावरले! यावेळी कुठूनही दूध आणायचेच असा त्याने निश्चय केला! आईच्या उशाशी जाऊन कानोसा घेतला; तिचा श्वास नीट चालला आहे हे पाहून त्याची मुद्रा थोडीशी प्रसन्न झाली व हाताने दुधाचे भांडे घेऊन तो पुन्हा एकदम खोपटीबाहेर पडला! त्याने दार हळुच लावून घेतले; व पूल ओलांडून तो गांवाच्या दिशेने चालू लागला. गवळ्याचा वाडा मैल सव्वा मैल दूर होता; आपल्या मिणमिण दिव्याने वाटसरूंची पंचाईत होईल म्हणूनच की काय म्युनिसिपालिटीने आपले दिवे मुळीच लावले नव्हते. वरून आकाश सारखे कोसळत होतेच; पायाखाली चिखल तर सारखा होताच, मधूनच रस्त्यावर एखाद्या उंच दगड लागे; तर मधूनच एखादी सकळ जागा येई; वारा अंगाला सारखा झोंबत होता; थंडीने त्याचे सर्व अंग कुडकुडत होते परंतु एकाच विचाराने आई सावध झाली की तिच्या तोंडात घालायला दूध हवे या विचाराने-तो आपले पाऊल उचलीत होता. भय, भीति, सर्व या वेळेला त्याने बाजूला टाकिली होती. शेवटी एकदा गवळीवाडा आला; व एका दारावर ठोठावतां ठोठावतां एका गवळ्याने दार उघडले व त्याची हकीगत ऐकून एका काड्यांच्या पेटीतून १०/१५ काड्या व सुमारे पावशेरसे दूध पैही न घेता त्याला दिले. बाळाचा आनंद गगनांत मावेना! देव शेवटी आपल्याला पावला असे त्याला वाटले. त्या दयाळु गवळ्याला दुवा देऊन लगबगीने तो

परतला; आता त्याचे पाऊल मगापेक्षा अधिक जलद पडत होते. डाव्या खांकेत पेटी, डाव्या हातांत दुधाचे भांडे व त्यावर उजवा हात झांकण म्हणून घट्ट धरलेला, अशा रितीने तो भराभर पावलेटाकीत होता- आई जागी असेल काय, जागी झाली तर मी अजून आलो नाही म्हणून किती काळजी करीत असेल, आता जाऊन आपण दिवा लावून दूध दिले म्हणजे तिला कित्ती कित्ती बरे वाटेल अशा विचारांत त्याची तंद्री लागली होती. तोच समोरून कांहीतरी येत आहे असे त्याला वाटले; वाटले तोच 'धप'कन् मोठा आवाज झाला. एखाद्या झाडाची फांदीबिंदी वाऱ्याने मोडून पडली की काय असे वाटून तो तेथेच उभा राहिला. इतक्यांत विजेचा चकचकाट झाला; आणि त्या प्रकाशात त्याला रस्त्याच्या बाजूला पडलेली सायकल व तिच्या जवळच एक माणूस दिसला. काय झाले ते त्याने तात्काळ ओळखले व तो मदतीला धांवला. हातांतील दूध व काड्यांची पेटी खालती ठेऊन त्याने त्याला उठण्यास मदत केली. त्या व्यक्तीने आपले अंग वगैरे झाडले व सायकल घेऊन ती जाणार इतक्यांत पुन्हा विजेचा चकचकाट झाला- 'रावसाहेब' व 'बाळ' यांनी एकमेकांस ओळखले. 'डॅम इट. नीच जात'! म्हणून लत्ताप्रहार करून रावसाहेबांनी प्रस्थान काढले; त्यांच्या लाथेत दुधाचे भांडे मात्र वांकडे झाले! बाळाच्या डोळ्यांत पाणी उभे राहिले! भांड्यांत उरलेले थोडे दूध व सरदेलेली काड्यांची पेटी घेऊन तो घरी आला; तोच आई जागी झाली असल्यामुळे त्याच्या सर्व श्रमाचे चीज झाले.

दुर्दिनामागून सुदिन येतात-त्याप्रमाणे दुसरे दिवशी सकाळी आकाश निरभ्र, स्वच्छ व सुंदर दिसत होते. उदयगिरीची चढण चढून आल्यामुळे श्रमाने आलेला बालसूर्याचा तांबडेपणा नाहीसा होऊन, आकाश मार्गांत त्याचा रथ वेगाने चालला होता. पांखरे व मुले मंजुळ वाणीने देवाचे नांव घेऊन आपल्या व्यवसायाकरतां घराबाहेर पडली होती. सृष्टीने रात्रीची निद्रा सोडली असून ती दिवसाच्या उद्योगाला लागली होती. अशी वेळ उत्साहाची, आनंदाची, जोमाची असते. नव्या जन्मांत गत जन्माची आठवण नसल्यामुळे व सर्व जन्म पुढे असल्यामुळे ज्याप्रमाणे एक प्रकारचा उत्साह उत्पन्न होतो, नव्या यत्तेत पाठीमागच्या आळसावर पाणी पडून नवा अभ्यास चांगल्या तऱ्हेने करण्याची ज्याप्रमाणे उमेद येते, त्याचप्रमाणे नवा दिवस उगवला की त्या संबंधाने आशेने मनाला मोहकपणा येत असतो, आजचा दिवस आपण चांगला घालवणार, आज आपण इतका अभ्यास करणार, कालची चूक पुन्हा करणार नाही, काल घडले ते घडले, आजपासून सावध राहीन अशा अर्थाचे निश्चय, अशा तऱ्हेचे बेत ज्यांच्यांत थोडीशी विवेकबुद्धी जागृत आहे अशा लोकांमध्ये दिसून येतात. विवेकाला रजा दिलेल्या लोकांत निश्चय-मग तो आपले दुष्कृत्य तडीला नेण्याचा असो-दृष्टीस पडत असतो. याचे प्रत्यंतर पहावयाला फार लांब

जावयास नको. आपल्या सरकारी दुकानाचे सुपरिटेंडंट आज इतक्या सकाळी-पहाटेसच म्हणावयास हवे- आपल्या कामावर रुजू झालेले बघून त्यांच्या नोकरास तर रावसाहेब यावेळी साखर झोपेत असावयाचे. सूर्य उगवल्याशिवाय उठावयाचे नाही हा त्यांच्या नित्य नेम असल्यामुळे ते साहजिकच सूर्यवंशी बनले होते. 'दोन टोंकाचा संयोग' जगांत नेहमीच होत असतो; त्यामुळे लवकर उठण्याचा ज्याप्रमाणे प्रकृतीवर हितकारक परिणाम घडतो त्याप्रमाणे उशीरा उठण्याचा होत असावा हे त्यांच्या प्रकृतीवरून उघड होत होते. पहाट कशाला म्हणतात हे त्यांच्या स्वप्नी देखील नव्हते. तेव्हा अशा रावसाहेबांनी इतक्या लवकर अंथरुण सोडलेले पाहून, व ते कामावर रुजू झालेले बघून नोकरांस आश्चर्य वाटले यांच कांही नवल नाही, गिऱ्हाईकांची रहदारी आज मुळीच नव्हती. रावसाहेबांनी एका आरामखुर्चीवर अंग टाकून दिले (मग त्यापासून खुर्चीला किती आराम मिळाला असेल ते तीच जाणे) आणि ते चिंताक्रांत चेहऱ्याने काही विचार करू लागले; विचार आणि रावसाहेब ही जोडीच थोडीशी मौजेची होती; आजपर्यंत त्याची ओळखदेख असलेली कोणाच्या ऐकिवांत नव्हती. विचार करण्याची त्यांना सवय नव्हतीच; व विचाराला तर त्यांनी आपल्या तोंडावर कधीच ठाणे बसवू दिले नव्हते. तेव्हा रावसाहेबांची विचारी मुद्रा पाहून 'आज कांहीतरी अधिक आहे' अशी दूर बसून आपले तोंड रंगविणाऱ्या म्हाताऱ्या कारकुनाची व अगदी दरवाजापाशी Do unto others as you wish to be done by' (करावे आणि करून घ्यावे) या तत्त्वाला विडी पानांत अवलंब करणआरे दोन नोकर या तिघांचीही खात्री झाली होती. परंतु बापडे करणार काय? मालकाचा रंग काय आहे तोच कळेना. मधूनच ते फुटफुटत; मधूनच मोठ्याने बोलत; तर मधेच अगदी मुके होत. 'ते कांही नाही असेच केले पाहिजे ..... त्याशिवाय चंद्रहार जाणार कसा? .... ती म्हणालीच .... केले....... पाहिजे, अशा काही अक्षरे त्या नोकरांच्या कानांवर अस्पष्ट अशी पडत होती. त्यांचा अर्थ काय हे रावसाहेबांनाच कळत नसावे; मग त्या बिचाऱ्यांचा काय पाड! रावसाहेबांचे हे स्वगत भाषण, व नोकरांचा अभिनय बराच वेळ लांबला असता; परंतु इतक्यांत 'आठ आण्याचे तांदूळ द्याहो' म्हणून गोड पण खणखणीत शब्द ऐकू आले. रावसाहेबांनी सावध होऊन तिकडे तोंड वळविले तो बाळ पुढे उभा! रावसाहेब आश्चर्याने चकित झाले. विस्मयाने स्तंभित बनले. हा कारटा राहूसारखा हात धुवून माझ्या पाठीमागे का लागला आहे असा विचार त्यांच्या मनांत डोकावू लागला. काल संध्याकाळ पासूनची त्याची व आपली चवथी भेट. पहिली हवेली व खोपटी मधील रस्त्यावर; दुसरी बंगल्याच्या दरवाजांत; तिसरी सायकली वरून पडलो असता रस्त्यांत. त्या तिन्ही वेळा रावसाहेबांना आठवल्या. त्यावेळची सर्व चित्रे रेषान रेषा त्यांच्यापुढे उभी राहिली. त्यावेळची सर्व भाषणे आपली व त्याची शब्दान शब्द

त्यांच्या कानांत घुमू लागली. त्या वेळचे आपले वर्तन त्याचे यांतील विरोध त्यांच्या अधू हृदयाला बोचू लागला. आपण वागलो ते योग्य होते काय? आपण दिलेली उत्तरे त्यांतील कटुपणा त्यांना आता कळू लागला. पण त्या बरोबरच आपले वर्म त्या पोराला सांपडले; आपले नाक त्याच्या हातांत आहे हे मनांत येतांच रावसाहेबांचा स्वभाव मूळ पदावर आला. आपल्या वाटेत हा कांटा पुन्हा पुन्हा येऊन टोचतो आहे असे त्यांना वाटू लागले. हा दूर कसा करायचा? एकच विकार एका कृष्ण विकाराची छाया त्यांच्या चेहऱ्यावर आली आणि गेली. त्यांनी आपले ओठ चावले; आणि 'बैस तिथे; मग पाळीने पाहू' म्हणून इतक्या उशीराने बाळाच्या प्रश्नाला उत्तर दिले. पाळीने पाहू हे म्हणताच नोकरांना आश्चर्य वाटले. पाळी कसली? अजून दुसरे गिऱ्हाइकच आले नव्हते तर पाळीने देणार कुणाला आणि काय? रावसाहेब आज शुद्धीत नाहीत की काय असा त्यांना संशय आला; परंतु करणार काय? वाघापुढल्या गाईप्रमाणे सत्तेपुढे शहाणपण मुके होते. सर्वच मूग गिळून बसले.

पण काय चमत्कार झाला देवाला माहित! रावसाहेबांनी क्षणार्धांत रुद्रावताराचे विसर्जन करून गोकुळांतल्या लडिवाळ कृष्णाची मुद्रा धारण केली. हा ट्रॅन्स्फर सीन (तिरसटपणाच्या ऐवजी हंसे येणे म्हणे हिस्रपशूंनी भरलेल्या अरण्याऐवजी बागेतील महाल दिसू लागणेच होय) पाहून प्रेक्षक तर आश्चर्यचकित झाले. नोकरांत जो चाणाक्ष होता त्याने या प्रसन्न चर्येच्या पोटांत काही तरी कावा भरला आहे, या हिरवळीत एखादे जिवाणू दबा धरून बसले आहे हे ताडले. पण पुढचे नाटक शांतपणे पाहणे व ऐकणे यापेक्षा त्याच्या हातांत आणखी काय होते?

रावसाहेब किंचित हंसून (हंसण्याचा आव आणून) म्हणाले 'कसे काय बाळ, ओळख आहे ना?'

बाळ रावसाहेबांना चांगलाच ओळखून होता. पण हा प्रसंग हंसून साजरा करण्याचा आहे हे ध्यानांत आणून तो कांहीच बोलला नाही. थोडा हंसला मात्र! त्याचे मधुर स्मित आपला उपहासच करीत आहे असे रावसाहेबांना भासले. पण स्वत:ला अडला हरी करून त्यांनी आपले समाधान करून घेतले. ज्या बाळाला 'पाळीने पाहू, हे कायदेशीर (खरे बोलावयाचे म्हणजे बेकायदेशीर कारण एकच गिऱ्हाइक आले असतांना पाळीची सबब सांगणे हे वर्गांत एकच मुलगा असताना त्याला शेवटच्या नंबरावर बसावयाला सांगणाऱ्या मास्तराइतकेच शहाणपणाचे होते) उत्तर चार पळापूर्वी मिळाले, त्याची रावसाहेबाशी ओळख असलेली पाहून 'ओळखीचा चोर जिवानिशी सोडीना' हेच प्रत्येक नोकराच्या मनांत आले.

रावसाहेबांनी बोलण्याचा पाया घातलाच होता; आता पहिला मजला बांधण्याच्या उद्योगाला ते लागले, 'काय रे म्हणतोस छोकऱ्या (काल रात्रीच्या कारट्याचा आज सकाळी छोकरा झाला, काळाचा वेग कितीतरी भयंकर असतो! याच गतीने

संध्याकाळपर्यंत बाळ सोनुलाही झाला असता.) आठ आण्याचे तांदूळ पाहिजेत तुला? ये असा पुढे ये? आठ आण्याचे कशाला एकदम रुपयाचेच नेइनास? (रावसाहेबांच्या या औदार्याने बळी व कर्ण अगदी चीत झाले असे म्हाताऱ्या कारकुनाला वाटले; कारण रावसाहेबांच्या हृदयांत दयेचे प्रमाण मारवाडांतल्या पर्जन्यवृष्टि इतकेच होते) रुपया नसेल तुझ्याजवळ 'नसे नारे! मी देईन पदरचे आठ आणे (म्हाताऱ्याला कोंकणांतली पर्जन्यवृष्टि सुरु झाल्यासारखे वाटले). काय वाईट काळ आला आहे हा गरीब लोकांना! मरमर मेले तरी जगण्यापुरते अन्न मिळत नाही. अन्नाचा एक घांस मिळायला तांदळाचे गोणच्या गोण न्यावे लागतात. घोटभर दूधासाठी घागरीच्या घागरी पाणी माडांना शिंपावे लागते.' (अडीचशे रुपये पगार आपणाला पुरत नाही करिता आपल्या खात्यांतील नोकरांना दरमहा दहाच्या ऐवजी आठ करून आपणाला पावणे तीनशे तरी मायबाप सरकारने द्यावे असा अर्ज रावसाहेबांनी चार दोन दिवसापूर्वीच गुदरला होता.)

रावसाहेबांचे हे प्रेमळ भाषण ऐकून बाळाला किंचित हायसे वाटले व तो जवळ आला. संसाराच्या सहारांत ज्याचा ताप त्याला सोसावा लागतोच. पण वणव्यांत होरपळण्यावर पडलेल्या पावसाच्या सरीसारखा क्षणभर तरी थंडावा सहानुभूतीमुळे येतो. गरीबांचेही असेच असते. त्यांच्या मीठभाकरीवर आपल्या तूपपोळीतला तुकडा कोणी ठेवीत नाही हे खरे असले तरी प्रेमजलाच्या घोटाबरोबर भाकरीचा कोरडा घांस त्यांना सहज गिळता येतो. आपल्या भाषणाची गोळी बरोबर लागू पडलेली पाहून रावसाहेबांनी पुन्हा आपली बंदूक भरली.

'घरी कोण कोण आहेत रे तुझ्या?'

'कोणी नाही; मी आणि माझी आई!'

'अरेरे बाप नाही तुला तर! पितृछत्र- (पितृछत्र! जन्मापासून थोडे तरी काव्य वाचिले असते तर किती बरे झाले असते असे रावसाहेबांना वाटूं लागले; पितृछत्रापुढे त्यांना शब्दच सुचेना!)

'माझे वडील आहेत महाराज'

'कुठे मुंबईला गिरणीत असतात वाटते?'

या प्रश्नाने बाळाचे डोळे भरून आले. पिता असून त्याच्या छत्राला पारखे होणे, घरांत पैसा असून पोटासाठी मरावे लागणे, काही तरी चांगले करावे अशा उड्या मन मारीत असतांना पंगु शरीराच्या बेड्या त्याच्या पायांत पडणे या कांही सुखाच्या गोष्टी नासतात. रखरखीत उन्ह पुरवते; धो धो पाऊस तोलवतो; पण मळभट भयंकर आणि पावसाचा थेंब नाही अशा वेळीच प्राणांतिक उकडते. बाप असून नसल्यासारखा झाल्यामुळे बाळाचे कोवळे मन या प्रश्नाने असेच गुदमरून गेले. 'काय रे वाईट वाटले तुला माझ्या बोलण्याने? पूस ते डोळे; नाही विचारीत मी!' असे उद्गार

काढीत रावसाहेबांनी आपली तुंदिल तनु आसनावरून हलविली व बाळाच्या पाठीवरून हात फिरविला. झाले. बाळाच्या मनांतील रावसाहेबाविषयीची जी थोडी फार अढी होती ती पार निघून गेली. तो डोळे पुसून म्हणाला.

'माझे वडील शास्त्री होते-'

'शास्त्री! ब्राह्मण शास्त्री!!'

म्हातारा कारकून स्वत:शी पुटपुटला 'रावसाहेबांनी शूद्रांतले शास्त्रीही पाहिलेले दिसतात!'

'होय' 'पण मी लहान असतांना ते जे घर सोडून गेले ते पुन्हा कधीच आले नाहीत!'

'अरेरे! फार वाईट बोवा' म्हणून रावसाहेब चुकचुकले व त्यांनी आपला हातरुमाल डोळ्याला लावला. (अर्थातच बाळाच्या डोळ्यांत धूळ टाकण्यासाठी; तो हात रुमाल लगेच सूक्ष्मदर्शक यंत्राने तपासला असता तर त्याच्यावर पाण्याचा शिंतोडा देखील आढळला नसता.)

गळा दाटून आल्यामुळे बाळ म्हणाला 'आई न् मी गांवोगांव भटकत आहो. तापाने तर आईची पाठ पुरविली आहे. म्हणून शाळेत जायचे सोडून मी मजुरी करितो आणि कसेबसे तिचे पोट भरतो'

'शाबास! खरा मातृभक्त आहेस तूं! अरे म्हटलेच आहे की 'जननी जन्मभूमिश्च मृत्युना धर्ममाचरेत' (रावसाहेबाचे संस्कृतचे ज्ञान स्टेशनवरील तिकीट कलेक्टरच्या इंग्लिश ज्ञानाइतकेच होते; त्यांतून होते त्याची स्थिती लक्ष्मीघराच्या तरवारीप्रमाणे झाली होती; पण बाळाला दिपविण्याकरता बऱ्याच वर्षांत न उघडलेला आपला खजिना त्यांनी उघडला असे दिसले. जननी, जन्मभूमि, धर्म, मृत्यु या पैकी एक एक मनुष्याचे अंत:करण वितळवू शकतो. मग 'किमु यत्र चतुष्टयम' असा त्यांनी विचार केला असावा) बरे असो ते; मी तुला होईल तितकी मदत करीन. जमले तर शाळेत पाठवीन. येत्या आदितवारी मला भेट हं! (आदितवारी आपल्या प्रियपात्रासहवर्तमान जवळच्या गांवी आलेल्या साधुमहाराजांचे दर्शन घ्यावयाला जायचे त्यांनी आधीच ठरविले होते) गण्या अरे गण्या एक रुपयाचे तांदूळ दे पाहू याला मोजून.'

बाळ आठ आणे पुढे करून म्हणाला 'छे, छे: मला आठ आण्याचे पुरेत; पुन्हा नेईन लागले म्हणजे? पण आज रावसाहेबांचा वठलेला औदार्य-वृक्ष एकदम पालवू लागला होता. बाळाचे पैसे न घेता ते म्हणाले 'पैसे नको द्यायला काही! वा: हीच का तू माझी परीक्षा केलीस! इतका वेळ मी व्याख्यान दिले का कोरडे पुराण सांगितले रे! बाळ स्तब्ध राहिला. त्याच्या स्वाभिमानाला फुकटचे तांदूळ नको होते; पण विनयाला ते झिडकारिता येईनात. गणू तिकडे तांदूळ मोजू लागला; इतक्यात निरभ्र आकाशांत वीज चमकावी त्याप्रमाणे एकदम कांही आठवल्यासारखे करून

म्हणतात. 'बाळ' एक काम करतोस माझे? या नोकरांना सांगितले असते; पण हे पडले हेगाडे! शहाणा नोकर ता वरून ताक भात ओळखतो पण यांना ता म्हटले की हे ताडीच आणायचे. (आपल्या कोटीच्या स्वागतार्थ दंतप्रदर्शन करून) भारी धांदरट आणि आचरट. (तिकडे गणू संतप्त होऊन अब्रूनुकसानीच्या फिर्यादीचा विचार करू लागला असावा) तेव्हा तुझ्याच हातून ते नीट होईल.'

रावसाहेबांच्या गोड बोलण्याच्या जाळ्यांत सांपडलेले ते लहान पाखरूं नाही काय म्हणणार? त्याने तत्काळ होकार दिला. रावसाहेबांनी एक लहान पत्र खरडले, एका लिफाफ्यांत घातले व म्हणाले 'तो दवाखान्यापुढला अष्टपुत्र्यांचा वाडा आहे की नाही तिथे हे पत्र नेऊन दे व ते देतील तो जिन्नस घेऊन ये; वेळ लावू नकोस हं.' बाळाने पत्र घेतले; व पाऊल उचलले. पण रावसाहेबांना काम करण्याचे कबूल केल्याबद्दल त्याचे मन आता त्यालाच खावू लागले, तांदूळ घेऊन घरी जाऊन आईला पेज करून घालायाचे सोडून हे विकतचे श्राद्ध आपण कशाला पतकरले असे त्याला वाटू लागले, गाईकडे ओढ घेणाऱ्या पाड्याला मधेच धरून गाडीला जुंपल्यावर काय करणार? नाइलाज होऊन त्याने अष्टपुत्र्यांच्या घरची वाट धरली. आपल्या पायांवर पडणारा धोंडा आपल्या हातांनी आपण उचलून नेत व देत आहो याची त्याला कल्पना तरी होती काय?

बाळ जातांच रावसाहेब कारकुनाना म्हणाले, 'काय हो दाजीबा, ती तुमच्या पहिल्या बायकोच्या सावत्र भावाची मावशी आजारी होती ती कशी काय आहे?' चार दिवसांपूर्वी तिच्या समाचारास जाण्यासाठी दाजीबांनी रजा मागितली होती; 'पण पगार काय फुकट खातां? ती मावशी मेली म्हणून तुम्हाला काय सोयर सुतक आहे?' असे रावसाहेबांनी विचारले. त्या जहाल प्रश्नाचे आजचे मवाळरूप पाहून रामराज्य तर सुरू झाले नाही ना असा दाजीबांना संशय आला.

'आहे तशीच आहे' ते म्हणाले 'पिकले पानच आहे ते! कोरम झालेले झाड! या नाही त्या वाऱ्याने उमळून पडणारच.'

'मग तुमची तिची दृष्ट भेट झाली पाहिजे. माणूस मेले की गेले. पुन्हा काय दृष्टीस पडते? मग चला तर तुम्ही आतां. तुमचे आजचे काम बघीन मी.' अल्लाउद्दिनाला जादूच्या दिव्यांतून राक्षस निघालेला पाहून जितके आश्चर्य वाटले नसेल तितके दाजीबांना या वेळी वाटले. पण पडते फळ पदरांत पाडून घेण्यांत व्यवहार चातुर्य आहे-ते कसे पडले, राघूने टोचले की वानराने बोचले या चांभार चौकशीत राम काय-असा विचार करून त्यांनी आपले चंबुगबाळे गुंडाळले. 'वृद्धास्ते न विचारणीय चरिता' या सदरांतलेच दाजीबा असल्यामुळे रावसाहेबांतील या परिवर्तनाची कार्य कारण मीमांसा करीत बसण्याला त्यांना वेळ होता कुठे?

दाजीबा नंतर गण्याची पाळी आली. २/३ महिन्यापूर्वी गण्याच्या पोटात दुखत

असल्याची रावसाहेबांना आठवण झाली. (मोठ्यांची स्मरणशक्तीही मोठीच असते) व त्यांनी अगदी आईच्या वात्सल्याने चौकशीला सुरवात केली. 'गण्या' संबोधनाऐवजी 'गणू' ही हांक ऐकून आजच्या आनंदोत्सवात आपल्यालाही बक्षीस आहे अशी त्याची खात्री पटली. पोट मधून मधून दुखत असल्याचे त्याने सांगतांच 'शेजारच्या गांवी एक साधु आले असून ते अंगाऱ्याने असले, रोग बरे करतात, तर तिकडे जा कसा!' असा उपदेश रावसाहेबांनी त्याला केला. साधुसमागमाची ही पुण्यपर्वणी न साधण्याइतका गण्या काही वेडा नव्हता. पोटावर पाय येऊ नये इतक्या बेतानेच त्याचे पोट दुखत असे; व आता तर रस्त्यावर जातांच त्याचे पोट दुखणे साफ बरे झाले. नुसता साधुकडे जायला निघाल्याबरोबर हा चमत्कार मग प्रत्यक्ष दर्शनाने तर गण्या भीमच व्हायचा.

गणोबांची रवानगी झाल्यावर घरी घोडीला दाणा वैरण न दिल्याचे रावसाहेबांच्या दृष्टिपथात येऊ लागले. जागेवर एकच इसम शिल्लक राहिला होता पण इभ्रत व इतमाम यांच्या पेक्षा भूतदया मोठी असल्यामुळे त्यांनी त्याला घरी पिटाळले. 'गिऱ्हाईक आले तर त्याची खोटी होईल' असे त्या नोकराने जाता जातां सांगितले. 'माझे हात काही केळी खायला गेले नाहीत; आजचा दिवस तुझे काम मीच करीन' असे हंसत हंसत रावसाहेबांनी त्याचे शंकासमाधान केले. नेहमी या कुशीचे त्या कुशीवर होणे ज्यांना जड ते रावसाहेब कामाकरिता अस्तन्या सारू लागलेले पाहून त्यालाही नवल वाटले. पण करणार काय? रावसाहेबांच्या अंगात बुद्धाचा संचार होऊन घरच्या घोडीचा रिकामा तोबरा त्यांना स्वस्थ बसू देईना. रावसाहेबच दयासागर झाल्यावर नोकराला आपल्या शरीराची नाव ते झुकवितील तिकडे नेणे प्राप्त झाले.

'न भूतो न भविष्यति' असा आपला प्रेमळ स्वभाव प्रगट करून रावसाहेबांनी आपले दुकान ऊर्फ कचेरी निर्मक्षिक तर केली. त्यांनी रचलेल्या मनोराज्यांत उगीच माशी शिंकू नये म्हणूनच ही व्यवस्था होती. नाही तर रावसाहेबांचे आजचे वर्तन ज्वालामुखीने हिमालय अगर जमदग्नीने वसिष्ठ होण्यासारखे होते. पण ही क्रांति आज घडून आली होती खरी! नोकर गण दूर होतांच त्यांचा तुंबलेला विचारप्रवाह थोडथोडा झिरपू लागा.

'गाजराची पुंगी वाजली तर वाजली! नाही तर मटकावली...अष्टपुत्र्यांनी चंदहार स्वत: आणला तर मात्र मामला फसला... या पोराकडेच देतील तर हलवायाच्या घरावर तुळशीपत्र ठेवायला सांपडेल. बरे सांपडले आहे सापाचे पिल्लू! चोरीच्या दगडाने याचे तोंड ठेचीन तरच माझी शहामत... साक्षीला काय विसाजीपंत येतील! ते आज येथून आठ कोसावर असले तरी साक्ष देण्याइतके दूरदृष्टि आहेत.

×× काय नामी युक्ति सुचली पण..... चंद्रहार मला आणि फटके या कारट्याला! एका धोंड्याने दोन पांखरे पडतील.... बापाने तोंड काळे केलेच आहे लेकाच्या!

लेकही आता पिढीजाद कीर्ति चालवील..... ...बाळाच्या वाटेकडे डोळे लावून वरची वाक्ये पुन्हा पुन्हा पुटपुटत रावसाहेब बसले. बाळ, मेघ म्हणून ज्याच्या जवळ गेला त्यांतून वीज कोसळून तुझ्या अंगावर पडणार आहे याची तुला कल्पना तरी आहे काय?

रावसाहेबाचे नशीब शिकंदर खरे! अष्टपुत्रे सावकार मुलखाचे चिकित्सक, एखादे पत्र आले तर त्याचा शिक्का छाप तीन तीनदा ल्याहाळून पाहाणारे; त्यांचेच पत्र पूर्वी आले असेल तर हस्ताक्षर सी आय. डीच्या नजरेने ताडून पाहून मग त्यावर विश्वास ठेवणारे! पण बाळावर शनीची वक्रदृष्टि होती म्हणा अगर तो रावसाहेबांच्या उदरी आला होता म्हणा बाळाने आणलेल्या चिठ्ठीची सशास्त्र चौकशी त्यांनी केली नाही. रावसाहेब व अष्टपुत्रे यांचे तिखटमीठासारखे नाते असल्यामुळे चिठ्ठीत मागितलेली वस्तु नाही म्हणणे त्यांना शक्यच नव्हते. रावसाहेबांची सत्ता व अष्टपुत्रांची लक्ष्मी या आपापल्या परीने पंगुच होत्या. सत्ता आंधळी तर लक्ष्मी पांगळी! पण या आंधळ्या पांगळ्यांनी सहकारिता करून कितीतरी अवदाने घशाखाली उतरविली होती. अर्थात. 'आपल्याकडील चंद्रहार चिठ्ठी घेऊन येणाऱ्या मुलाबरोबर पाठवून द्यावा; पाहून लगेच परत करतो' ही रावसाहेबांची मागणी अष्टपुत्रेरूपी इंग्लंडला हिंदुस्तानची न वाटता अमेरिकेची वाटावी यांत नवल कसले? त्यांनी घरांत जाऊन चंद्रहार एका हातरुमालांत गुंडाळून तर आणला; पण त्यांच्या मनाचा लंबक हेलकावे खाऊ लागला, रावसाहेब म्हणजे बडे नक्र; त्यांनी हे माणिक गिळले तर! रावसाहेबांकडे गेलेली लक्ष्मी अळवावरल्या पाण्याइतकीच त्यांच्या हातात टिके. ती निर्जीव असली तरी तिला पाय फुटत व ती मुकाट्याने कृष्णाजीच्या घराचा रस्ता सुधारी. अर्थात अष्टपुत्र्यांना आलेली शंका निराधार नव्हती. पण हातांत रावसाहेबांचा दस्तुर खुद्द लेख असल्यामुळे नकार देणे ही त्यांच्या जीवावर येऊ लागले. रावसाहेब अधिकारी असेपर्यंत त्यांची मैत्री तोडणे अष्टपुत्र्यांसारख्या प्रेमळ मित्राला शक्यच नव्हते. शेवटी त्यांनी जीवाचा धडा केला व ती वस्तु बाळाकडे दिली. 'वेळ आलीच तर या चिठ्ठीचा फांस लावीन गळ्याला' हेच मनांत घोळणारे विचार त्यावेळी त्यांच्या चर्येवर प्रतिबिंबित होत होते.

दिलेली वस्तु घेऊन बाळ झपाझप पाऊन टाकू लागला. आपल्या हातात दिलेली वस्तु किती मोलाची व जोखमीची आहे हे त्याच्या गांवीही नव्हते आणि का असावे? गवताच्या पातीला जवळून वाहाणारा नदीचा प्रवाह, किंवा लतेवरील फुलाला जवळच्या आम्रवृक्षाचा बहर यांचे सुखदु:ख नसतेच. बाळाचे सगळे लक्ष आईकडे लाभले होते. त्याचे त्रिभुवनाचे राज्य आईचे प्रेमळ हंसणे, मायेने पाठीवरून हात फिरविणे आणि लडिवाळपणाने 'मी कां आता लहान आई' असे बाळ म्हणत असतांनाही त्याला पोटाशी धरून त्याचा मुका तिने घेणे यांतच सांठले होते.

आपल्या हातांत चंद्रहार नसून पदरांत बांधलेला निखारा आहे याची जाणीव त्याला कुठे होती आणि असावी तरी कशी?

हां हां म्हणता त्याने रावसाहेबांची कचेरी गांठली व आपल्या कचेरीच्या बेटांत रॉबिन्सन क्रूसो झालेल्या रावसाहेबांच्या हातांत ती वस्तु दिली. वस्तु आलेली पाहून रावसाहेबांना आनंदाची भरती आली. सट्टा साधणारा व्यापारी, राजकारण सफळ करणारा मुत्सद्दी, उडत्या पांखराची शिकार करणारा पारधी या सर्वांचा आनंद एकवटून त्यांच्या चेहऱ्यावर चमकू लागला.

'तांदूळ कुठे आहेत माझे?'

बाळाने अधीरपणाने विचारले. रावसाहेब खेकसून म्हणाले 'तांदूळ कुठे पळून जात आहेत की थांब जरा!' रावसाहेबांचे पूर्वीचे व आतांचे भाषण यांत रामरावणाइतके अंतर पडले. बाळालाही ते जाणवले. गाईचा इतक्या थोड्या वेळात लांडगा कसा झाला हे त्या कोकराला कळेना. तो उगी राहिला. रावसाहेबांनी दुसरी चिठ्ठी खरडली व त्याच्या हवाली केली. 'जा ही त्यांना नेऊन दे परत अन् मग जा तांदूळ घेऊन' बाळाच्या डोळ्यांत आसवे उभी राहिली. 'आई उपाशी आहे' असे तो पुटपुटला. रावसाहेब गुरकावून म्हणाले. 'उपाशी असली म्हणून मरते थोडीच! उलट उपास प्रकृतीला बरा' 'पण'- बाळ म्हणाला.

बाळाचा 'पण' ऐकायला रावसाहेबांना सवड होती कुठे? त्यांनी आपली मुलुख मैदान सुरु केली. 'भारी उर्मट तुम्ही गरीब लोक! ज्याचे करावे बरे तो म्हणतो माझेच खरे! कुठे अन्नाला लावावे तर अन्नच लाथाडाल! चिठ्ठी नेऊन पोचवायचे काम कसले! अन् आढेवेढे कसले घेतोस! जणू काय कोण तुरुंगातच घालतो आहे.' अधिकार, वय, निष्ठुरपणा, माणुसकीचा अभाव असल्या चतुरंग सेनेपुढे बाळाचा काय टिकाव लागणार? त्याने चिठ्ठी उचलली 'ती वस्तु नाहीना परत द्यायची?' रावसाहेब विसरले असतील म्हणून तो म्हणाला.... 'कशाला तोंड घालतेस मध्ये! कर म्हटले करावे. नोकरांनी कसे घड्याळासारखे चालले पाहिजे. पगाराची किल्ली दिली की हूं नाही चूं नाही. पण तुझे हे काही विचित्रच! विड्या आण म्हटले तर त्यांनी काळीज बिघडते म्हणणारा नोकर तू! बाळाने निमूटपणे पाऊल उचलले, झाले! अभिमन्यु चक्रव्यूहांत सांपडला.

घरी आई पेजेवाचून तडफडत असेल या कल्पनेने त्याचे मन आता तळमळू लागले. चालत गेलो तर भर दुपार होऊन जाईल म्हणून त्याने धूमच ठोकली. उपाशी पोटावरले ते धांवणे मधेच ठेच लागून जवळ जवळ पडायचाच, पण थोडक्यांत बचावला. तरी पण अंगठा रक्तबंबाळ झालाच! तरी हळुहळु चालण्याला त्याचे मन घेईना. घामाघूम होऊन त्याने अष्टपुत्र्यांच्या दारांत पाऊल टाकले व मालकाच्या हातांत चिठ्ठी टाकली. त्यांची चिठ्ठी वाचून संपतांच 'जातो मी' असे बाळ

बोलला. 'वस्तु कुठे आहे ती दिलेली; न देतांच चाललास वाटते! बरा लफंगा दिसतोस की रे चिमुरड्या!'

'वस्तु! वस्तु दिली नाही रावसाहेबांनी; पत्रच दिले नुसते!'

'हे नुसते पत्र काय ओरडते आहे ते बघ!' 'चिठ्ठी घेऊन येणाऱ्या मुलाबरोबर चंद्रहार परत पाठविला आहे. पोचल्याचे कळवावे!'

'काय चंद्रहार!'

'हो चंद्रहार! मगाशा तू येथून नेलास तो बऱ्या बोलाने दे. नाहीतर चामड्या लोळतील अंगाच्या बाबा, कोणता दागिना चोरायचा याला देखील अक्कल लागते. शंकराचे विष दुसऱ्याला नाही पचायचे! चंद्रहार गिळलास तरी पचायचा नाही हं?'

'मला काय करायचा आहे चंद्रहार गरीबाला! माझी पेज मला लखलाभ!'

'पेजेत सोन्याचे पाणी आणि मोत्यांचे तांदूळ हवे झाले असतील! पण पायांत लोखंडाच्या बेड्या आणि पाठीवर कोरडे मात्र मिळतील.'

'खरेच नाही हो त्यांनी मला दिला' बाळ गयावया करीत काकुळतीच्या स्वराने म्हणाला, 'माझी झडती घेऊन पाहा हवी तर.'

'मोठा बिलंदर दिसतो आहेस. मूर्ति लहान पण थोर कीर्तीचे लक्षण आहे. दे तो चंद्रहार अन् हो चालता इथून पाहूं. असली कवंडाळे पुष्कळ पाहिली आहेत मी!'

अष्टपुत्र्याचे हृदय त्यांच्या तिजोरीप्रमाणे नेहमी बंद असे, त्यांच्या घरी त्यांच्या हृदयाप्रमाणे कुणाचा हात कधीही ओला झाला नव्हता, दुसऱ्याचे सांत्वन करण्यासाठी त्यांच्या घरांतून काडी अगर तोंडातून शब्द कधीही बाहेर पडले नव्हते. धांवून तांबडालाल झालेला बाळाचा चेहरा व अंगांतून गळणाऱ्या घामाच्या धारा पाहून उलट त्यांचा संशय दुणावला. ते कर्कशपणे किंचाळले 'काय? पोलिसच्या ताब्यांत द्यायला पाहिजे वाटते! लकडी वांचून मकडी वळत नाही.' 'तुम्ही रावसाहेबांनी विचारा हवे तर' 'विचारणार काय तुझे डोंबल? हा पहा रावसाहेबांचा हात इथे काय सांगतो ते! धन्या अरे धन्या, पोलीस चौकीवर जा आणि फौजदारांना बोलावून आण पाहूं.'

बाळाच्या डोळ्यांचा बांध फुटला; आईची आठवण होऊन तो स्फुंदू लागला. पण अष्टपुत्र्यांना त्याचे काय होय! कल्पवृक्षाची फुले कोमेजली म्हणून वज्र कांही दुभंग होत नाही. वासराच्या हंबरण्याने वाघाचे मन थोडेच पाझरणार!

फौजदार साहेब आले व चहापाण्याने त्यांना ताजेतवाने करून अष्टपुत्र्यांनी बाळाला त्यांच्या हवाली केले. रावसाहेबांची चिठ्ठी दिली व हकीगत सांगितली. मग बाळ चोर ठरायला उशीर काय? फौजदार साहेबांनी त्याला चौदावे रत्न दाखवून पाहिले; पण चवदाव्या रत्नाच्या कांट्याने चंद्रहाराचा कांटा काही केल्या निघेना. दुपारचे बारा वाजले; गाई व वासरे कुरणांत छायेखाली रवंथ करू लागली. मजूर

चासकाळच्या मिळकतीचे तांदूळ शिजवून मुलाबांळांना दोन घांस भरवू लागले. भिकारिणी पत्रावळी गोळा करून पोटाची आग शमवू लागल्या. पण बाळाची तापकरी आई आपल्या खोपटीत पोटांत पाण्याचा थेंबही नसल्यामुळे ग्लानि येऊन पडली होती. आणि बाळ पोलीस ठाण्यावर आसवांनी जमीन भिजवीत सुकुन गेलेल्या कंठाने 'आई आई' असा घोष करीत होता!

जग दुतोंडी तर आहेच पण नवलाची गोष्ट ही की त्याने जातां जातां चावा घेतला तरी त्याचे विष जन्मभर बाधते. हंसक्षीर न्यायाच्या ऐवजी जगक्षीर न्याय प्रचलित केला तरी कांही फारसे बिघडणार नाही. हंस निव्वळ दूध घेण्यांत पटाईत तर जग निव्वळ पाणी शोषण्यांत चतुर! जगाच्या गटार गप्पांच्या प्रवाहांत केवढाही पट्टीचा पोहणारा असो, तो बुडून जायचा हे विधिलिखितच! मग पोरक्या, अजाण, व दरिद्री बाळाची काय कथा! बाळाने चंद्रहार चोरल्याची बातमी हां हां म्हणता गांवात आगीसारखी पसरली. ती खरी कां खोटी या प्रश्नांशी ग्रामकंटकांना काही कर्तव्य नव्हते. एक म्हणे 'काय हो ठकसेनाचा सुधारलेला अवतारच दिसतो आहे बेटा' दुसरा उद्‌गार 'अहो खाण तशी माती; आई दिसते आहे जगावरून ओवाळून टाकलेली! रा१कुठली, काय जात पात कशाचा म्हणून थांग लावून देत नाही. त्याच मायेचा पूत बरे का हा!' दुसऱ्यावर टीका करतांना (विशेषत: टीका विषय दुर्बळ व अनाथ असला म्हणजे) ज्याच्या जिभेला हाड राहत नाही तोच खरा आर्य अशी वरील निंदकांची समजूत असावी! तरी बरे त्या गांवात एखादे साप्ताहिक नव्हते. नाही तर 'चंद्रहाराच्या चोरीचा' खास अंक काढून अगर चौर्यपुराणाचा सप्ताह करून अथवा 'हे पहा कलियुग' अशा मथळ्याखाली अग्रलेख लिहून त्याने महिना दोन महिने आपली गुजराण केली असती!

फौजदार साहेबांनी दुपारी बाळाला 'साम, दाम, दंड, भेद' या चतुर्भुजांनी युक्त होऊन दर्शन दिले. पण बाळ कांही बधेना. 'मी चंद्रहार चोरला नाही; रावसाहेबांनी तो माझ्याकडे दिला नाही' ही आपली माऱ्याची जागा तो काही केल्या सोडिना. फौजदार साहेबही कोड्यांत पडले. संध्याकाळी अष्टपुत्रे व रावसाहेब या जोडगोळीच्या सूचनेवरून त्यांनी बाळाच्या झोपडीची झडती घेतली. पण चंद्रहाराच्या नांवाने अंधार! बाळाच्या आईला तर त्या प्रसंगी 'दे माय धरणी ठाय' होऊन गेले, दुसऱ्याच्या काडीला ज्याने आजपर्यंत हात लावला नाही त्या आपल्या सोनुल्यावर एवढ्या मोठ्या चोरीचा आळ आलेला पाहून ती भ्रमिष्टच झाल्यासारखी झाली. हंबरडा फोडून देवाचा धावा करण्या इतकेही अवसान तिला राहिले नाही.

फौजदार साहेबांना चंद्रहाराचा व उत्तर ध्रुवाचा शोध सारखाच सोपा वाटू लागल्यामुळे त्यांनी रीतसर खटल्याला टेकू दिला. पैसाठी आकाश पाताळ एक करणारे अष्टपुत्रे चंद्रहाराचा चट्टा सुखासुखी लावून घेतील हे शक्यच नव्हते,

परमेश्वरा इतक्या निर्मळ व साधु इतक्या निरपराधी बाळाला आरोपीच्या पिंजऱ्यांत येऊन उभे राहावे लागले. मधल्या कुचंबणेपेक्षा एकदा काय तो सोक्षमोक्ष होईल या विचाराने बाळालाही एक प्रकारे बरे वाटत होते.

मॅजिस्ट्रेटनी विचारले 'बाळ, तुला वकील बिकील द्यावयाचा आहे काय'

'देवावांचून माझा दुसरा वकील नाही' बाळ धीरगंभीर वाणीन उत्तरला. न्यायसभेतील रम्य युद्धकथा श्रवण करणाऱ्या अलोट श्रोतृसमुदायावर (भुताटकी पाहावयाला देखील इतकी गर्दी जमणार नाही!) या वाक्याचा फार अनुकुल परिणाम झाला.

'या चोर प्रल्हादासाठी पिंजऱ्याच्या लांकडांतून नारसिंहवतार प्रगट होणार असेल' रावसाहेब पुटपुटले. विसाजीपंतानीही आपल्या स्मिताचा त्यांना पाठिंबा दिला.

मॅजिस्ट्रेट व फिर्यादीचे वकील यांच्या सर्व सवालांना बाळाने सरळ उत्तरे दिली; व रावसाहेबांनी वस्तु आपणाकडे परत दिली नाही असे स्पष्ट सांगितले. अर्थात रावसाहेबांची पाळी आली. त्यांनी काशीविश्वेश्वराची शपथ वाहून वस्तु आपण बाळाकडे दिल्याचे सांगितले; व वाटेल ते प्रमाण करण्याचे कबूल केले. शिवाय वस्तू देतांना विसाजीपंतही त्या ठिकाणी होते असे ते बोलले. अर्थात बाळाच्या नशिबाचे पारडे विसाजीपंतांच्या कांट्याकडे पाहू लागले. पंत गंभीरपणाने उठले व त्यानी:-

'दक्षिणे लक्ष्मणो यस्य वामे तु जनकात्मजा'

'पुरतो मारुतिर्यस्य तं वन्दे रघुनंदनम्'

असा श्लोक अर्धवट ऐकू जाईसा म्हटला. त्यांच्या स्मरणावरून त्यांचा शब्द म्हणजे मूर्तीमंत सत्य असे कुणालाही वाटले असते. पहिली मामुली प्रश्नोत्तरे झाल्यावर रावसाहेबांनी बाळाकडे वस्तु दिली त्यावेळी आपण तेथे होतो. असे त्यांनी प्रतिज्ञेवर सांगितले. ही धडधडीत खोटी गोष्ट ऐकून बाळ रागाने तांबडा लाल होऊन गेला व पंताकडे टवकारून पाहू लागला. पण पंत पडले धोरणी! बाळ जणूं काय परस्त्री असून आपण ज्ञानेश्वर अगर तुकाराम आहो अशा समजुतीने ते वागत होते. चंद्रहाराचा लोण्याचा गोळा रावसाहेबरूपी मांजराने मटकावला. छिद्राश्रयी पंतानी उंदीर होऊन साक्षी होण्याचे कबूल केले. पण त्या गोळ्याबद्दल जो बडगा बसावयाचा तो बाळासारख्या वासराच्या पाठीत बसावा ही त्यांची जाता जाता खटपट! खोटे बोलण्यांत पंत काही कमी निर्ढावलेले होते असे नाही. धर्मराज आपल्या आयुष्यांत जितके खोटे बोलला असेल तितकेच पंत खरे बोलले होते. पण कांही झाले तरी पाप भित्रे असायचेच. सिंहाची गर्जना कपटी कोल्ह्याच्या कंठांतून कशी बाहेर पडणार?

पंतांची मूर्ति पाहातांच बाळाच्या डोळ्यासमोर त्याचे बाळपण ठळकपणे उभे

राहिले. आपले घर बळकावून आपणाला व आईला देशोधडी लावणारा विश्या मांग हाच असे त्याला वाटून त्याची तळपायाची आग मस्तकाला गेली. तो संतापाने ओरडला 'काय तुम्ही तेथे होतां?' 'होतो म्हणजे असल्यावांचूनच का बोलतो आहे? मी खोटे बोलत असेन तर रौरव नरकात पडेन.'

'तुम्ही अगदी साफ खोटे बोलतां; त्यावेळी अगदी चिटपांखरू देखील तिथे नव्हते.'

'चोराला असाच सावाचा आव आणावा लागतो समजलांत बाल भामटे, ९ जुलै रोजी ९ पासून ११ पर्यंत मी रावसाहेबांच्या कचेरीत होतो.'

'९ जुलै; साफ खोटे;' प्रेक्षकांतून आवाज ऐकू आला. बाळाला वाटले साक्षात देवाधिदेवच आपल्या मदतीला आला.

प्रेक्षकांतून लगबगीने एक व्यक्ति पुढे आली. तिने मॅजिस्ट्रेटना आदरपूर्वक नमस्कार केला. नमस्काराचा स्वीकार करून मॅजिस्ट्रेट म्हणाले 'काय आहे तुमचे म्हणणे?' 'सदरहू विसाजीपंत खोटे बोलत आहेत; ता ९ जुलै रोजी शेजारच्या गांवी ठिगळेबुवा नावाचे साधु आले होते त्यांना पुत्रप्राप्तीचा उपाय सदरहू विसाजीपंत विचारीत बसले होते. ९जुलै रोजी ते येथे नसून त्या साधूपाशी होते हे मी माझ्या डोळ्यांनी पाहिले आहे मग कृष्ण एकाच वेळी अनेक दिसला तसे विसाजीपंत असतील तर गोष्ट निराळी.' या शेवटच्या वाक्याने तर कोर्टांत हंशाच पिकला. प्रेक्षकातून प्रगटलेल्या तिऱ्हाईताचे ते भाषण ऐकून विसाजीपंत थिजले; रावसाहेबांचा चेहरा उतरला व प्रेक्षकांत औत्सुक्यदर्शक शांतता पसरली. पण यावेळी पंत माघार घेणार कशी? या माऱ्यांतून बचावलेल्या प्रसंगावधानाचा आश्रय करून ते बोलूं लागले 'काय म्हणतां ठिगळेबुवा! हा कोण फाटका तुटका बुवा आहे कुणाला माहीत! स्वप्नांत नांव देखील ऐकले नाही याचे! (तिऱ्हाईताकडे वळून) काय अर्धा चंद्रहार मला मिळाला आहे की तुम्हाला ते लवकरच दिसेल बरे!'

'बरे बरे! दाखवा म्हणजे मग दिसेल! पण तुम्ही कोण कुठले उपटसुंभ ते सांगा आधी! (मॅजिस्ट्रेटकडे वळून) ज्याचे नांव गांव माहीत नाही अशा या वाटेवरल्या वाटसराचे म्हणणे कितपत खरे मानायचे याचा साहेबांनी विचार करावा. काय हो देवदूत सांगा सांगा आपले नांव! का अद्याप बारसेच झाले नाही?'

'माझे नांव मधुकर सदाशिव गोखले' 'मग काय गांवोगांवची फुले चाखीत मधुकर आता येथे पायधूळ झाडीत आले आहेत वाटते?' मॅजिस्ट्रेट साहेबांनी पंतांना या कुत्सित बोलण्याबद्दल तंबी दिली. पण मूळ स्वभाव जातो कुठे! पंत पुढे म्हणाले 'बरे, युष्मादिकांचा धंदा काय? 'चंद्रहार चोरणाऱ्या गरीब पोरांची बाजू सांभाळण्याचा परोपकार साधण्याचा की आणखी काही?'

'तुमच्या सारख्याची कुलंगडी चव्हाट्यावर आणण्याचा समजलांत?' मधुकर

संतप्त होऊन म्हणाला, नंतर मॅजिस्ट्रेटकडे वळून तो म्हणाला 'साहेब, मी मुंबई विश्वविद्यालयाचा पदवीधर आहे; मी लेखनावर उपजीविका करीत असून माझ्या कविता 'कांचन' या टोपण नावाखाली प्रसिद्ध होत असतात.'

'काय कांचन कवि ते तुम्हीच, या-या असे; या खुर्चीवर बसा. तुमच्या कविता म्हणजे खरोखर पौर्णिमेचे चांदणे, मी तुमचा एक भक्त आहे. मॅजिस्ट्रेट साहेब मधुकराचे भक्त झालेले पाहून पारडे फिरले अशी पंत व रावसाहेब यांची खात्री झाली. पण 'न निश्चितार्थाद्विरमन्ति धीरा: !' रावसाहेब आपला पांचजन्य व पंत देवदत्त घेऊन पुढे सरसावले. पंत म्हणाले '९ जुलैला मी तेथे नव्हतो हे सिद्ध करून देण्याची जबाबदारी रा. गोखले यांजवर आहे हे साहेबांनी विसरू नये.'

साहेबांनी पगडीने अलंकृत झालेले आपले मुख मधुकरपंतांकडे वळविले. मधुकर म्हणाला 'ठिगळे बुवा महाएकादशी साठी पंढरपुराला गेले आहेत. ते येईपर्यंत मला पुरावा देता येणार नाही. अर्थात् मला महिन्याची तरी मुदत पाहिजे.'

'अवश्य घ्या'

मुदत मिळतांच बाळ व मधुकर यांच्यापेक्षा पंत व रावसाहेब यानांच अधिक आनंद झाला. हर प्रयत्न करून ठिगळे बुवाचे तोंड बंद केले की मधुकर तोंडघशी पडला असे त्यांना वाटू लागले. जय नाही पण पराजय नाही अशा स्थितीत त्यांनी कोर्टाचा निरोप घेतला. बाळाने मधुकराच्या पायावर लोटांगण घातले. सत्याचा पाठीराखा देव असतो अशी त्याची खात्री पटली...

कृष्णाजीच्या गळ्यांत चंद्रहार कधीच जाऊन पडला होता. देवदर्शनाला मात्र तो घालून जात जाऊ नकोस असा रावसाहेबांनी तिला मुत्सद्दी सल्ला दिला. मधुकराने कोर्टांत केलेली बाळाची तरफदारी अनेकांना सिद्ध साधकपणाची वाटली. मॅजिस्ट्रेट साहेबांच्या काव्यभक्तीचा फायदा घेऊन या भामट्याने त्यांना जाळ्यांत पकडले व मुदत मिळविली; आता ८/१५ दिवसांच्या आंतच या गांवांतली त्याची अवतारसमाप्ति होईल असे सर्व कुजबुजत.

दुसरे दिवशी बाळ आपल्या मालकाच्या दुकानावर गेला- 'चल काळे तोंड कर चोरट्या पोरट्या' तो खेसकून म्हणाला. इतक्यांत रावसाहेब त्याच दुकानाची पायरी चढले. 'या या बसा रावसाहेब, चहा आणवू?' ते खेकसणारे तोंड साळुंकीच्या स्वराने बोलू लागले. जग म्हणते! 'रावसाहेब साव व बाळ चोर!' नीच कोण? रावसाहेब की बाळ? अंदरकी बात राम जाने!

+++

महाराष्ट्र साहित्य (जुलै, १९२४)

फकिराची भाऊबीज

'साहेब, द्या ते सामान. मुंबईची गाडी ना?'

हमाल करण्याइतके माझ्याजवळ सामानच नव्हते. बोजा काय तो एका पाकीटाचा व त्या पाकीटात तरी शंभर रुपयांच्या नोटा मासिकांची पावती पुस्तके, विनंतिपत्रके, केशवसुतांची कविता व मूकनायक ही दोन पुस्तके, फराळाचा लहानसा डबा, धोतर, टॉवेल, चाळिशीचे घर आणि थोडे कागद यांच्याखेरीज दुसरे काय होते? एवढ्याशा ओझ्यासाठी हमाल करणारा मनुष्य लिलिपुटहून तरी आला असला पाहिजे अगर कुबेराचा खासगी कारभारी तरी असला पाहिजे. मी या दोन्हीपैकी एकही नसल्यामुळे 'मला हमाल नको' असे सांगून हातांत पाकीट घेतले व तिकीट काढण्याकरतां पुढे झटकली. तिकीट काढून मी बेळगावकडच्या गाडीत जाऊन बसलो, मनांत मात्र 'मुंबईची गाडी ना?' हा हमालाचा प्रश्न घोळत होता. दिवाळीच्या सुट्टीतील मासिकाच्या प्रसाराचे मुंबईचे काम आटपून बोट लागते म्हणून कोल्हापुरावरून परत जायचे मी ठरविले होते व कालच मी मुंबईहून पुण्याला आलो होतो आणि हा हमाल 'मुंबईची गाडी ना? म्हणून विचारतो. पण त्याचा तरी काय दोष? मुंबईला जाणाऱ्या उतारूंची संख्या नेहमीच जास्त असते; व पुण्यामुंबईत सभा इतक्या होत असतात की, जिकडे लोक अधिक तोच मार्ग सर्वांनी स्वीकारला पाहिजे हे हमालांनाही कळू लागलेले असते. मी कोल्हापुरावरून रत्नागिरीला जावयाला निघणार तर हमाल विचारला 'मुंबईला जावयाचे ना?' पण हमालाच्या या स्वाभाविक चुकीचे मला मुळीच आश्चर्य वाटले नाही. मी देवाच्या घरून निघालो तेव्हा सांगलीच्या गाडीत बसून निघालो होतो; पण मधल्याच स्टेशनावर माझी वडील माणसे मला एकट्यालाच खाली उतरवून रत्नागिरीच्या गाडीत बसविणार होते हे मला तरी कुठे ठाऊक होते?

गाडी व त्याबरोबरच माझी विचारांची मालिका सुरू झाली, दहा वर्षांपूर्वी याच गाडीने मी पुणे सोडून दत्तक होण्यासाठी गेलो होतो. दहा वर्षांनी पुन्हा भेटलेल्या माझ्यासारख्या मनुष्याच्या हृदयांत किती स्थित्यंतर झाले होते, आशेचे काश्मीर

जळून जाऊन त्याला मरुभूमीचे स्वरूप कसे प्राप्त झाले होते, दत्तक होऊन नवी आई मिळविण्याच्या निष्फळ प्रयत्नांत मी जुन्या आईसही कसा मुकलो होतो, याचं धूर सोडून त्याच्या लोटांत दंग होणाऱ्या अगर मधूनमधून शीळ घालून आपले मन रमविणाऱ्या त्या गाडीला भान तरी होते काय? कुठून असणार? एका आंग्ल कवीच्या तुषार फेकणाऱ्या निर्झराप्रमाणे बाष्पकण व स्फुलिंग फेकती आगगाडीही सदैव 'men may come and men may go; but I go on for ever, हेच चरण गात जात असते,

या उदासवाण्या विचारांच्या गळफासांतून मुक्त होण्यासाठी मी पाकीट उघडले व वाचण्यासाठी मूकनायक काढल, देवीचे अक्षय तारुण्य व अप्सरांचे अप्रतीम लावण्य यांनी श्रीपाद कृष्णांच्या मूकनायकाची मूख ओतली आहे. त्यांतले प्रत्येक पान काव्याच्या सुगंधाने दरवळून गेले आहे. तापाने फणफणत असतांना, चिंतेने जळत असतांना मूकनायकाच्या अमृततुषारांनी मी अनेक वेळा माझे दुःख हलके करून घेतले होते. देवाने माझ्या पापाबद्दल मला वाटेल ती शिक्षा दिली तरी चालेल; पण माझे मूकनायक मात्र माझ्यापासून हिरावून नेऊ नये असेही विचार या अफाट जगांत मी एकटा आहे असे वाटू लागले म्हणजे माझ्या मनांत येतात. नाटक जवळ जवळ मला पाठच येत असल्यामुळे मी ते काही तरी वाचावे म्हणून सहज उघडले व वाचू लागलो, 'निराशा व्यापी जीवाला' या पदाचे बालगंधर्वाचे मधुर सूर माझ्या कानांत घुमू लागले, 'प्रियतम बंधूसाठी त्यागिन या लघु प्राणाला' ह्या सरोजिनीच्या निश्चयाने माझे मन हालून गेले, 'बहीण असावी तर अशी' मी मनांतल्या मनात म्हटले, झाले; बहिणीच्या विचारांकडे माझे मन वळले. आज दिवाळीतील भाऊबीज आहे. ही रात्री निजताना डोक्यात घोळत असलेली गोष्ट पुन्हा डोळ्यांपुढे उभी राहिली माझ्यासारख्या फकीराला भाऊबीज काय आणि पाडवा काय? देवाने मला बहीणच दिली नव्हती; आईपेक्षा वडिलांकडे माझा ओढा जास्ती होता पण भावापेक्षा बहीण मात्र मला अधिक आवडे. मनुष्याला जे आवडते ते द्यायचे नाही. हा दैवाचा संकल्पच असतो, या नियमाला मी कुठून अपवाद होणार? सख्खी बहीण नसल्यामुळे दोघा मामेबहीणीचा मला लहानपणी लळा लागला होता पण आज सांगलीला जाऊन तरी माझी भाऊबीज कुठे होणार होती? त्या दोघीपैकी एकीची रक्षा कृष्णेने कधीच धुवून टाकली होती; व दुसरीला मला ओवाळून तिलक लावणं शक्यच नव्हते; कारण तिच्याच कपाळी कुंकूमतिलक नव्हता! आकाशांतल्या ग्रहांना शुक्राच्या चांदणीसारखी बहीण आहे, पृथ्वीवरल्या पानांना कलिकेसारखी बहीण आहे, पृथ्वीच्या पोटांतील इंद्रनीलाला हिरकणीसारखी बहीण आहे मग मलाच कां बहीण नसावी?

सरोजिनीच्या बंधुप्रेमाने उत्पन्न झालेल्या विचारांची दिशा बदलण्याकरिता मी

केशवसुताची कविता घेतली. पुस्तक उघडले तो दिवाळी ही कविता निघाली. त्यांतही पतीला पत्नीन ओवाळणे भावाला बहिणीने ओवाळणे, इत्यादि मंगल प्रसंगांची रेखाटलेली चित्रे पाहून माझे मन पुन्हा व्याकूळ झाले. काल बलिप्रतिपदा होती; पण ती मला खाणावळीतच साजरी करावी लागली. आज भाऊबीज! पण ती साजरी करावयाला तरी मला बहीण कुठे आहे? माझ्यासारख्या फकीराला सण आणि इतर दिवस यांतल अंतर कोण दाखविणार? 'मी संध्यासमयी उदास, अथवा व्हावे तरी मी कसे?' हा दिवाळीतील चरण वाचतांच 'मी रात्रंदिन हे उदास, अथवा व्हावे तरी मग कसे?' असं माझे हृदय करुण स्वराने म्हणत आहे असे मला वाटले.

माझ्या दोन्ही आवडत्या पुस्तकांनी मला दगा दिला. त्यांनी भाऊबीजेचे विचार मनांतून काढून टाकण्याऐवजी वाढविले म्हणून मी पाकिटांतून कागद काढले व संकल्पित कवितापैकी एखादी जुळेल तितकी लिहावी म्हणून माझी टिपणे चाळू लागलो. टिपणांत त्रोटक कथासूत्र लिहिलेली अशी जी पहिली कविता मिळाली ती 'अस्पृश्याची भाऊबीज ही होय! दैवाने माझ चांगलाच पाठपुरावा केला त्या विचारांना टाळण्याऐवजी कडकडून भेटणेच बरे असे मला वाटू लागले व गाडीपेक्षांही अधिक वेगाने माझे मन माझ्या लहानपणाच्या भाऊबीजा जिथे साजऱ्या झाल्या तिथे सांगलीत गेले व भूतकाळच्या बोगद्यांत शिरले. तासामागून तास गेले एखाद्या भ्रमिष्टाप्रमाणे मी जुन्या आठवणींच्या इंद्रजाळांत दंग झालो होतो. पोटांत कावळे ओरडू लागले तेव्हा मात्र मी किंचित सावध झालो. थोडासा फराळ करून वर चहा घेतला. व बाकावर लवंडलो लवकरच माझा डोळा लागला. पण झोपेतही भाऊबीजेचीच स्वप्ने पडत होती अशाच एका स्वप्नातून मी जागा झालो व पाहतो तो गाडी कऱ्हाड स्टेशनावर उभी आहे 'कऱ्हाड' हे नाव दिसतांच बाळपणाच्या अनेक आठवणी पुन्हा डोळ्यांपुढे नाचू लागल्या. कऱ्हाडला वैद्यांच्या बाळूताईच्या लग्नाला मी लहान असतांना आलो होतो थोडेफार पोहता येत असल्यामुळे मी संगमांत पोहायला गेलो. एवढ्या लहान मुलाला पोहायला काय येणार म्हणून काठावरील कांही मंडळी घाबरून ओरडू लागली पण मी न भिता एकही गळंगटी न खाता तीरावर सुरक्षित आलो तो प्रसंग मला आठवला 'हे माझे पोहणे संसारसागरांत काही उपयोगी पडणार नाही' 'कृष्णा व कोयना या दोन्ही नद्यांच्या घरी मात्र भाऊबीज असेल नाही, कोण बरे त्याचा भाऊ? नद्यांचा भाऊ मेघराज पण आज पावसाचे तर मुळीच लक्षण नाही. मला बहीण नाही म्हणून मी दुःखी आणि त्यांच्या घरी आज भाऊ नाही म्हणून त्या दुःखी' असले विचार संगमाच्या स्मरणाने जागृत झाले गाडी पुढे चाललीच होती; डाव्या हाताला ताकारीचा डोंगर दिसू लागला दादांच्या बरोबर मी या डोंगरावर गेलो होतो व त्यांच्याबरोबर असलेले डॉक्टर त्याना म्हणाले 'पंत, तुमचे चिरंजीव तुमच्यापेक्षाही अंगपीळाने चांगले होणार हे पहा मुलाच्याकडे इतका डोंगर चढून

आला आहे; पण अजुन पुढे धांवण्याची तयारीच त्या डोंगराकडे पाहतांच तो प्रसंग आठवून दादांच्या बरोबर या डोंगरावर फिरण्याचे सुख पुन्हा लाभेल काय असे मनात येऊ लागले. पश्चिमेकडील कललेला सूर्य जर मागच्या पावलांनी पूर्वेकडे परत येऊ लागेल तरच हे सुख मिळेल असे मनाच्या एका कोपऱ्यांतून उत्तर आले. तो डोंगर मागे पडतांच दुथडीच्या बाजूकडे मन वळले हुरडा, औदुंबरचा डोह, बुधगांवचे स्टेशन, सारी आपआपली जागा सोडून माझ्या त्या डब्यात अवतरली. मी स्वत:ला पूर्णपणे विसरून गेली. थेट कोल्हापूरचे तिकिट काढले असले तरी सांगलीला जाऊन यावे व जन्मभूमीचे आज दहा वर्षांत न घेतलेले दर्शन घ्यावे अशी उत्कट इच्छा अंत:करणात उत्पन्न झाली 'जन्मभूमी ही जशी माता आहे तशीच भगिनीही आहे; तिच्याच घरी मी आज भाऊबीजेसाठी जाणार' असा मी मनाशी निश्चय केला व मिरज येताच गाडीतून उतरलो.

सांगलीच्या स्टेशनावर उतरतांच कुठे जावे हा प्रश्न पडला. ज्याचे माझ्यावर निर्हेतुक प्रेम होते असे मित्र मला दहावर्षापूर्वी होते. पण आता? 'पतिव्रतेला नाती नसतात' असे सिंधूच्या तोंडून गडकऱ्यांनी वदविले आहे. पतिव्रतेप्रमाणे दत्तकालाही नाती नसतात हा कटु अनुभव मी माझ्या आप्तेष्टांना व मित्रांना आणून दिला होता. अशा मित्रांच्याकडे मी कोणत्या तोंडानं जाऊ? माझ्याबद्दल त्यांनी मोठमोठी मनोराज्ये केली होती; पण एका दत्तकाच्या शापाने ती धुळीला मिळाली होती. त्यांच्याकडे जाऊन माझी कर्मकथा त्यांना सांगून त्यांच्या भाऊबीजेच्या आनंदात मिठाचा खडा टाकण्याला माझे मन घेईना. त्यांच्या कल्पनाप्रमाणे मी एखादा बडा प्रोफेसर अगर मोठा वकील झालो नाही तरी कोकणांत एक चांगले मासिक काढून चालविले आहे या गोष्टीवर ते थोडेफार समाधान मानून घेत असतील. दुधाची तहान ताकावर भागविणाऱ्या व माझ्यावर निरपेक्ष प्रेम करणाऱ्या या मित्रांना जाऊन भेटले की गेल्या दहा वर्षांतील माझ्या दु:खांचा पाढा वाचण्याची पाळी आलीच. माझ्यासारख्या फकीराने आई व भाऊ असून नसल्यासारखे झाले आहेत अशा दुर्दैवाने मित्रांना तोंड न दाखविणेच बरे! मी हातांत पाकीट घेतले व प्रथमत: हायस्कुलाकडे गेलो. 'याच मंदिराने मला विद्या दिली' हा विचार मनात येताच माझे अंत:करण कृतज्ञतेने भरून आले. शाळेतले अनेक सोबती डोळ्यांपुढे उभे राहिले. त्यावेळची एका माळेतली फुले आज दशदिशांना जाऊन पडली आहेत. एकदा तालीम चुकविली असतांना 'काय समजला आहेस तू? युनिव्हर्सिटीतून पाय ओढून बाहेर काढीन' तशी तालिममास्तरांनी मला धमकी दिली होती. त्या धमकीची आठवण होतांच मी खिन्नपणाने हसलो. 'आमच्या तालीममास्तरापेक्षा दत्तक भराचा या बाबतीत जास्ती हातखंडा आहे हे त्यांना माहीत नाही' असे मी पुटपुटलो. मॅट्रिकमध्ये आठवा नंबर आल्यावर मी माझ्या शाळेची रजा घेतली होती आणि आठ दहा वर्षांनी प्रथमत:च

मी तिच्यापुढे उभा होतो. 'या दहा वर्षांत तू काय शिकलास' असे शाळेच्या घुमठावरील घड्याळ मला विचारीत आहे असा मला भास झाला. 'घड्याळा, तुझ्या कृपाछत्राखाली मला सर्व प्रकारचे ज्ञान मिळाले पण एक लहानशी गोष्ट मात्र मला इथे कुणी शिकविली नाही; व त्याचाच परिणाम ही निष्फळ दहा वर्षे होत. ती लहानशी गोष्ट 'खोटे कधी बोलू नये' या मालेतलीच आहे' खणखण असे घड्याळात सहा ठोके पडले. जणू काय घड्याळाने मला ती गोष्ट कोणती असा प्रश्नच विचारला. मी उत्तरलो. 'दत्तक कोणा होऊ नये' घड्याळ पुढे चालू लागले व ते पाहून मीही पुढे चाललो. टांग्याच्या अड्ड्याच्या कोपऱ्यावर येताच मला इंग्रजी पहिल्या इयत्तेतील एक आठवण झाली. माझ्या आवडीची बटाट्याची भाजी केली नसल्यामुळे मी रागावून उपाशीच शाळेत गेलो. दादांना हे कळतांच ते मुद्दाम शाळेत आले व मी घरी जावयाला तयार नाही हे पाहून या अड्ड्याच्याच रस्त्याला असलेल्या एका फराळाच्या दुकानांत मला त्यांनी नेले व माझा सत्याग्रहाचा उपास मी तेथे सोडला. अद्यापिही मी रागावतो; पण जळून जळून जशी कोळशाची राख होते तशीच माझी स्थिती होते. राख होऊ नये म्हणून प्रेमाचे पाणी घालावयाला माझे दादा या जगांत आता कुठे आहेत?

कोणी ओळखील की काय अशा शंकेने मी झपझप पावले टाकीत पुढे चालली. दत्ताच्या आळीपाशी येताच दत्ताचे दर्शन घेऊन पुढे जावेसे वाटले. लहानपणी परीक्षा पास व्हाव्या म्हणून मी याच दत्ताला नवस केले होते. दादांच्या शेवटच्या दुखण्यांत डोळ्यांत आसवे आणून बाळमनाने याच दत्ताची मी करुणा भाकली होती. मी देवळाकडे वळली व दत्तापुढे दत्त म्हणून उभा राहिला. खरोखर त्या ठिकाणी दहा वर्षांनी मला पाहून त्या मूर्तीला देखील आश्चर्य वाटले असेल. दत्ताच्या देवळांतून बाहेर येऊन मी गणपतीच्या देवळाच्या वाटेने जाऊ लागलो. बाळपण घालविलेल्या त्या घरापाशी येताच माझे पाऊल पुढे पडेना. ते कडूलिंबाचे दारांतील भव्य झाड काळपुरुषाप्रमाणे जसेच्या तसेच दिसत होते. त्याच्या कितनी निंबोण्या आजपर्यंत गळून पडल्या आहेत याची त्याला दादही नसेल. झाडावरून माझे लक्ष माडीच्या जिन्याकडे गेले. 'जिन्याच्या पायथ्याशी बारडी ठेवावची व वरून गडगडत यायचे; पडणारा बारडीत खाली डोके वर पाय करून पडेल की बसल्यासारखा पडेल?' अशी पैज मारून याच जिन्यावर पोटऱ्या फोडून घेऊन मी ती जिंकली होती. बाळपणाच्या त्या रणक्षेत्रावरून मी माझ्या पोटऱ्यांकडे दृष्टि टाकली व त्यांच्यावरील वण पाहताच 'हा जिना किती विसराळू आहे. याच्या जखमांचे वण माझ्या पोटऱ्यांवर अद्यापि आहेत. पण याला त्यांतले काहीच आठवत नाही' असे म्हटले. अल्लादिनाने पणती घांसली की राक्षस निघे त्याप्रमाणे जिन्याने खरपटल्याची आठवण जागृत होताच त्या घरांत घालविलेला सर्व भूतकाळ भव्य स्वरूप धारण

करून माझ्यापुढे उभा राहिला. त्याच्या अंगावरील बारीक सारीक गोष्टीही मला दिसू लागल्या. रात्री चुरमुऱ्यांचा हट्ट धरून मी दादांच्याकडून पैसा घेऊन गेलो. पण दुसरे दिवशी पैशाच्या ऐवजी अधेली गेली असे आढळून आले ती गोष्ट, विषमज्वराने मी आजारी असतांना आंब्याचा हट्ट धरून बसलो होतो तेव्हा दादांनी बेळगांवला तार करून कलमी आंबे आणविले ते दृश्य, शाळेतल्या स्कॉलरशिपचे पैसे प्रथमत: मिळाले तेव्हा अर्धांगवायूने अंथरुणाला खिळलेल्या दादाच्यापुढे मी ते नेऊन ठेवले तेव्हाच त्यांचे वत्सल हास्य, सर्व प्रकारच्या गोष्टी भराभर आठवू लागल्या व त्यांच्या प्रवाहाबरोबर मी वाहवत चाललो. या चित्रपटांतला शेवटचा प्रसंग दादांचा मृत्यु मात्र धक्क्यासारखा वाटून मी त्या तंद्रीतून जागा झालो व डोळे पुशीत गणपतीच्या देवळाची वाट धरली. गणपतीपुढे उभे राहताच माझा जन्म गणपतीच्या अडीच घटका रात्रीच्या आरतीच्या वेळी झाला व म्हणूनच माझे नाव 'गणपती' ठेवले गेले याची मला आठवण झाली. 'देवा' तुझ्यापासून तर मी दूर गेली पण तुझे नाव दुर्दैवाने माझ्यापासून हिरावून न्यावे ना? असे खेदोद्गार माझ्या ओठाशी आले प्रारब्ध कुणाला चुकले आहे, प्रत्यक्ष गणपतीलाही राजासुराचे शिर देहाला लावून रहावे लागले की नाही. असे अर्धवट विनोदी अर्धवट सांत्वनपर विचार करीत मी देवळाबाहेर पडलो. मन दु:खाच्या आठवणींनी भरून गेले होते व शरीराला ग्लानी आली होती कृष्णामाईचे दर्शन घेतल्याखेरीज, तिने पदराने घातलेला वारा सेवन केल्याखेरीज, तिच्या अमृततुल्य जलांत स्वच्छंदाने डुंबल्याखेरीज हा दाह शांत होणार नाही. म्हणून मी नदीच्या वाटेने जाऊ लागलो गणपतीघाटावर गेलो तर कदाचित ओळखीची माणसे भेटतील व 'कुठे? कसे? काय कधी?' इत्यादि ककार टाळण्यासाठी तर माझी तीव्र इच्छा. तेव्हा घांटावर न जाता वर डोहावरच जावे असे मी ठरविले नदीकांठच्या मळीतून जात असतां लहानपणी कणसे चोरायला गेलो असता मालक एकदम आल्यामुळे आमची त्रेधा तीरपीट कशी उडाली व त्या धांदलीत माझी जरीची टोपी मळीत कशी पडली ते मला आठवले 'या मळीला जर माझ्या जरीच्या टोपीची आठवण असेल तर माझी ही खादीची टोपी पाहून ती हंसल्यावाचून रहाणार नाही' असा विचार माझ्या मनात आला पण मळी उगीच राहिली; व जरीच्या टोपीचे खादीटोपीत रूपांतर होण्याचे कारण माझी दत्तक होण्याची सहकारिता की हिंदुस्थानातील असहकारिता हेही मला सांगावे लागले नाही. 'मला बहीण असती तर यावेळी पाटावर बसून तिच्याकडून ओवाळून घेण्यांत मी दंग झालो असतो मग यावेळी कोण येणार होता या डोहाच्या बाजूला जगाचा संबंध सुटला की, डोहाचा जोडावा लागतो' असे म्हणत मी डोहापाशी पोहोचली. पाहतो तो डोहाकाठी कुणीतरी स्त्री उभी आहे. मला पाहतांच तिने डोहात एकदम उडी टाकली.

त्या स्त्रीला बऱ्याच श्रमानी मी बाहेर काढले, कपडे काढून तिच्या मागोमाग उडी टाकेपर्यंत थोडा वेळ गेला होताच शिवाय उडीसरशी माझ्या चाळशीची भिंगे तुषारांनी भरून गेल्यामुळे मला प्रथम कांहीच दिसेना. मी तिला कशीबशी कांठावर आणिली व तिचे डोके मांडीवर घेऊन बसलो, तिच्या पोटांत काही फारसे पाणी गेले नव्हते. थोड्याच वेळात ती चांगली शुद्धीवर आली व डोळे उघडून मला पाहताच एकदम खडबडून उठली,

'बाई-' पुढे काय बोलावयाचे तेच मला कळेना.

'देवा, मला सुखाने जगायला तर देत नाहीस; पण सुखाने मरूंही देत नाहीस ना?' तिचा गळा दाटून आला व ती स्फुंदस्फुंदून रडू लागली.

'बाई, तुम्हांला रडायला काय झालं असे? मी दयार्द्र दृष्टीने किंचित जवळ जाऊन विचारले,

'हां. हां, शिवू नका मला.'

'शिवू नको? ते कां?'

'तुम्ही ब्राह्मण ना?'

'हो.'

'मग तुम्हाला जातीबाहेर घालतील, मी बुरुडीण आहे.'

'जातीबाहेर घालतील. माझ्यासारख्या फकीराला जात आहे कुठे ते लोक जिच्याबाहेर मला घालतील?' 'पण दादा, तुमच्या बायकापोरांना, बहीणभांवडांना त्रास देतील ना लोके? 'मला बायको नाही व अर्थात पोरेही नाहीत; आणि माझी बहीण तर तूंच आहेस.'

कृतज्ञ व सद्गदित स्वराने ती म्हणाली 'दादा तुमचे मन फार मोठे' पुढे तिला बोलवेना.

'पण बाई- नव्हे ताई, तुला जीव देण्याइतके वैतागून जायला कारण काय झाले?'

'कारण? काय सांगू दादा? घरधन्यांना बाटलीबाईचे मनस्वी व्यसन. त्या व्यसनापायीच काल माझे कपाळ फुटले, घरांत चार कच्चीबच्ची आहेत. बुरुडकाम करून मी त्यांना कशीतरी मीठभास्कर घातली असती. पण काल घरधनी सोडून गेले-' तिच्या डोळ्यांतून अश्रूधारा वाहू लागल्या. अशिक्षित, अस्पृश्य मानलेल्या हिंदुस्त्रीची केवढी ही पतिभक्ति!

आव ओसरल्यानंतर ती म्हणाली 'काल मी तू माझी कच्चीबच्ची उघडी पडलो तू आज तो कलाल दाराशी धरणे धरून बसला. घरधन्यांनी म्हणे त्यांचे शंभर रुपये देणे आहेत, ते उद्या सकाळी दिले नाहीत तर तो घरांत सुतळीचा तोडा देखील ठेवणार नाही. दादा, माझ्यासारख्या बाईलमाणसाकडे विष खायला पैसा नाही. मग

याचे शंभर रुपये मी कुठून देऊ? आमची कृष्णामाई मात्र दयाळू आहे. जीव घेण्यासाठी तिला काही द्यावे लागत नाही.' असे म्हणून ती पुन्हा डोहाकडे धांवली. मी घाईने जाऊन तिला मागे ओढली व म्हटले 'ताई, असे काय वेड्यासारखे करावे? आज भाऊबीज. मी भाऊ तुझ्याकडून ओवाळून घेण्यासाठी आलो आहे. अन् तू ऱ्याजाऊन नदीत जीव देणार? माझ्यासारखा भाऊ असतांना शंभर रुपयांसाठी तुला कांही कृष्णामाईकडे पहायला नको. चल घरी.'

वेणुताईच्या मागून मी तिच्या घरी गेलो. सकाळी पुणे सोडल्यापासून ज्या खिन्नतेने माझ्या मनात ठाणे दिले होते तिला डोहांत जलसमाधि मिळाली असे मला वाटू लागले, मन हलके झाले; आयुष्याच्या कांटेरी मार्गावर प्रथमताच फुलाचा सुगंध आला; हृदयाच्या सहाऱ्यांत हिरवळ उत्पन्न झाली.

जगांत एकटा म्हणून मी तळमळत होतो; माझी आंसवे पुसायला दुसरे कुणी नाही म्हणून मी हळहळत होतो, पण वेणुताईच्या मागून जातांना हृदयाच्या कोपऱ्यांतून कोणीतरी मला विचारू लागले 'तुझे कोणी नाही? नसेना! हृदयांतल्या प्रेमाच्या झऱ्याला वाट न मिळाल्यामुळे तो एकांतांत अश्वरूपाने वाहू लागतो, वेणुताईसारख्या किती दुर्दैवी भगिनी प्रेमाच्या तहानेने व्याकुळ होऊन डोहाला जवळ करीत असतील? तुला त्याचा भाऊ व्हावयाला काय हरकत आहे स्वार्थी मनुष्याखेरीज एकटे कुणीच नाही.' घरात पाऊल ऐकतांच मुले आईआई करीत वेणुताईला बिलगली थोरल्या मुलाने विचारले 'आई कोण ग हे?'

'बाळांनो, ते तुमचे मामा आहेत' 'आज तू कुठेग गेली होतीस?' मुलीने विचारले.

'कुठे? या मामांनाच विचारा कुठे ते.'

'मामा, आई कुठेहो गेली होती' माझ्याजवळ येऊन ती सुंदर फुले, त्या तेजस्वी तारका ती आनंदी पाखरे विचारू लागली.

मी त्यांना जवळ ओढले, त्याच्या पाठीवरून हात फिरवला व त्यांचे पटापट मुके घेतले. प्रत्येक मुक्याबरोबर मला नवा आनंद होत होता.

माझी भाऊबीज खाणावळीत न होता अस्पृश्य मानलेल्या वेणुताईच्या घरी झाली. तिच्या ओवाळणीत पाकीटांतले शंभर रुपये काढून मी घातले. तत्क्षणी तिच्या डोळ्यांतून अश्रुधारा वाहू लागल्या व त्यांनी माझ्या हृदयाची तहान शांत केली. याच वेळी फकीराच्या खड्या सुरांतील खालील ओळी माझ्या कानावर पडल्या.

'अल्ला अकबर अफाट दुनिया चिडियाकू न फिकीर'
अल्ला अकबर! भाईभाई अमीर और फकीर ॥'

+++

वैनतेय (९ नोव्हेंबर, १९२६)

बातमीदाराचा बाप

'काय बाळ, काय नवी बातमी?' बाप्पानी गुडगुडीच्या तोंडाकडील आपले तोंड बाळाच्या तोंडाकडे फिरवून विचारले. सदरेवर 'राजहंसा'चा नवा अंक घेऊन तो वाचण्यांत तल्लीन होऊन गेलेल्या बाळाला बाप्पाचा धूममिश्रित प्रश्न बहुधा ऐकूच गेला नसावा. जिथे जिथे धूर तिथे तिथे अग्नि हा नियम तर्कशास्त्राप्रमाणे बाप्पांच्या तोंडालाही लागू होता. त्यांच्या तोंडातून नेहमी धूर व रागाचे शब्द निघत असत. एका दृष्टीने ते बरोबरही होते. धुराचे लोट घनदाट मेघमंडळाप्रमाणे दिसत असल्यामुळे त्यात मधून मधून रागाची वीज चमकणे सृष्टिधर्माला अनुसरूनच होते. कोकणी भाषेच्या संशोधनाला त्यांचा फार उपग झाला असता; कारण त्या भाषेतील सर्व इरसाल शिव्या जणू काय त्यांनी त्यांची कारिकाच केली आहे अशा रीतीने ते एका दमांत देत असत. पण मांजरीचे दांत जसे तिच्या पिलाला लागत नाहीत त्याप्रमाणे बाप्पांची ही सरबत्ती बापुवर मात्र होत नसे. उभ्या सोनगांवात त्यांच्या तोंडाचा तोफखाना कुळकर्णी या नात्याने नेहमी सुटलेला असे; पण बाबूशी संबंध आला की फितूर झालेल्या गोलंदाजाप्रमाणे त्यांची जीभ एकदम माघार घेई. यावेळीही असेच झाले. दुसऱ्या कोणाकडून जर बाप्पांच्या प्रश्नाला उत्तर आले नसते तर त्याचे उट्टे त्यांनी त्याच्या श्रीमुखात भडकावून अगर निदान चार शिव्या हासडून तरी काढले असते. पण यावेळी वाचनांत गढून गेलेल्या बापूचे त्यांनी कौतुक केले. 'मामलेदारांच्या कचेरीत कुणाची बदलीबिदली झाली आहे कारे? अन् त्या दागिन्यांच्या खटल्याचा निकाल झाला आहे का पहा. माझी साक्ष होती त्या खटल्यांत.' बाबूला जागृती आणण्याकरता बाप्पांनी प्रश्नांची जोडगोळी सोडली; पण बाबूने हूं की चूं केले नाही. बाप्पा उठले व त्याच्या जवळ जाऊन त्याला गदगदा हालवून म्हणतात 'इतका रंगून कशात गेला आहेस बाळ? कुणा बाईला दोन तोंडाचे मूळ झाले की कुठे लढाईबिढाई सुरू झाली कुठे?'

'छे: तसे काही नाही बाप्पा; आजचा अग्रलेख चांगला आहे, तोच वाचीत होतो.'

'तुम्ही तरुणमंडळी गाजरपारखीच अहां. बातम्या सोडून अग्रलेख कसले वाचता? हं, काय म्हणतात तुमचे राजहंसवाले?'

'जुगारावर आहे आजचा अग्रलेख'

'या वर्तमानपत्रांना लष्करच्या भाकऱ्या भाजायला सांगितले कुणी? लागले जुगारावर लिहायला. एकदा हातांतून फासे जाऊ देत; मग पुन्हा जुगाराविरूद्ध हातांत लेखणी घेतली तर देवाची शपथ!'

'जुगाराचे तोटे थोडक्यांत पण मुद्देसूद दिले आहेत या अग्रलेखात. हे वाक्य पहा हं. 'निढळच्या घामाने पैसा मिळविण्याचे सोडून लल्लाट रेषेवर मनुष्य विसंबून राहू लागला की त्याला कपाळावर हात मारून घेत बसण्याची पाळी आज ना उद्या आलीच म्हणून समजावे.' तसेच हे पहा 'जुगाऱ्याच्या हातून कोणत पाप होणार नाही? जुगारी कफल्लक झाला की जिच्या पावित्र्यासाठी त्याने आपले प्राण द्यावेत त्या अर्धांगीवर तो खुशाल तुळशीपत्र ठेवतो. त्याला चोरीचा निषेध वाटत नाही; लोकनिंदेने वाईट वाटत नाही अगर धर्म व नीति याचा विचारही त्याच्या मनाला शिवत नाही. जुगाराच्या फांशाला ज्याने हात लावला त्याने आपली मान फांशात दिली हेच खरे. बरे, नशिबाने ज्यांना पैसे मिळतात ते तरी सुखी होतात कां? त्याचे नांवच नको. अधर्माची हंडी समाधानाच्या शिंक्याला कधीच चढत नाही. तो पैसा जुगारांतच कधी ना कधी जायचा. राहिलाच तर त्याच्या दिवट्या चिरंजीवांनी एकाद्या चटकचांदणीच्या पायी उधळून टाकायचा. जुगारांत हरणाराही मरतो व जिंकणाराही मरतो. पापाच्या पैशाच्या कपाळी खऱ्या सुखाचा लवलेश देखील नसतो.'

बाप्पा हे सर्व शांतपणे ऐकत होते. आपल्या मुलाच्या सफाईदार वाचण्याचेच त्यांना कौतुक वाटत असावे. बाबूचे वाचन संपताच ते म्हणतात 'अरे या झाल्या देवळांत पुराणिकांनी आजीबाईंना सांगण्याच्या गोष्टी. आजच्या काळांत जुगार खेळत नाही कोण? बरे जुगाराला धर्माचा आधार नाही असे म्हणशील तर प्रत्यक्ष धर्मराज त्याचे भोक्ते होते.'

'आणि म्हणूनच बायकोची विटंबना त्यांना उघड्या डोळ्यांनी पहावी लागली व आपल्या सोन्यासारख्या गावांसह बारा वर्षे वनवासांत काढावी लागली.'

'लल्लाटरेषा कुणाला पुसता आली आहे? वनवासाला कारण नशीब. जुगार नव्हे!

'लांबची उदाहरणे कशाला पाहिजेत? आपल्या गावांतच या जत्रांतल्या जुगाराच्या नादाने धुळीला मिळालेले किती लोक आहेत.'

'चालायचेच. गांव आहे तिथे म्हारवाडा आहेच. हल्लीचे युगच जुगाराचे आहे तुमच्या परीक्षा म्हणजे जुगारच; मुलगा नापास झाला की गेले चारदोनशे खड्ड्यात. न्याय म्हणजे जुगारच; फैसला विरूद्ध झाला की आला हजारपांचशेच्या गोत्यांत!

डॉक्टराचे औषध म्हणजेही जुगारच; रोगी दगावला की पाण्यासारखा खर्च केलेला पैसा पाण्यांतच जातो.'

'वा अशा दृष्टीने पाहिले तर संसार म्हणजेच जुगार आहे. हातातोंडाला आलेल्या मुलाचे बरेवाईट झाल म्हणजे आईबापानी खर्च केलेला सगळा पैसा पालथ्या घागरीवरील पाण्यासारखा फुकटच जायचा!'

बाबू हे सहजच बोलला पण एकुलता एक लाडका मुलगा असलेल्या बाप्पाच्या मनाला त्यामुळे चरका बसला. ते म्हणाले 'अस काही तरी वेडे विद्रे बोलू नये बाबू? आग लागो त्या जुगाराला न् त्या वर्तमान पत्राला!'

'पण बाप्पा यंदाच्या जत्रेमध्ये तुझी मात्र काही भाग घेऊ नका. या जुगारांत राजहंसाच्या संपादकांनी एक स्वयंसेवक मंडळ काढले आहे. हे स्वयंसेवक एके दिवशी प्रत्येक गावी जाऊन जुगार पकडणार आहेत. आता पूर्वीचे दिवस राहिलेले नाहीत, उगीच एखादे घोंगडे गळ्यात यायचे.'

मुलाशी वितंडवाद घालण्यांत अर्थ नाही असे पाहून बाप्पा म्हणाले ते तर खरच रे, सवयीमुळे आम्हाला जुगारांत काही वाटत नाही; पण सगळाच मनु बदलला आहे. जुगारांतल्या पांढऱ्या टिकल्यानी तोंड काळे व्हावयाचे अगर सोंगट्याऐवजी स्वत:लाच पौवारा करण्याचा प्रसंग यायचा!

बाबूला हे ऐकून बरे वाटले. जुगार, वेश्या इत्यादि बाबतीत जुन्या पिढीच्या व इंग्रजी शिकणाऱ्या नव्या पिढीच्या मतात जमिनअस्मानाचे अंतर पडणे स्वाभाविक असल्यामुळे बाप्पांनी जुगारांत भाग घेऊ नये अशी त्याची इच्छा होती पण स्वभावाला औषध कुठून मिळणार? आता बाप्पांनी येत्या जत्रेत जुगारापासून अलिप्त राहण्याचे जे वैराग्य दाखविले होते तेही स्मशान वैराग्यच ठरेल की काय अशी त्याला भीति वाटत होतीच. बाप्पानी त्यांच्यापेक्षा कितीतरी पावसाळे जास्ती पाहिले होते. त्याच्या तोंडापुरते त्यानी जुगारांत भाग न घेण्याचे त्यानी कबुल केले. पण जिभेच्या शेंड्यावरील शब्दाशी मनाचा काहीच संबंध नव्हता. 'उघड्यावर खेळले नाही. म्हणजे झाले आपल्या घरांत खेळायला कुणाच्या बापाची चोरी आहे?' असा युक्तिवाद त्याच्या मनांत घोळत होता.

'मग तू जत्रेला येणार की नाही?'

'उगीच दिवस फुकट जाणार यंदा काही शाळेची परीक्षा नाही,'

'युनिव्हर्सिटीची तर आहे. तुझी प्रसाद न् अंगेरा पाठवून द्या म्हणजे झाले. येऊनच काही मोह मिळणार नाही.

'तुला वाटेल तसे कर. परीक्षा हे झाले तरी दैवतच आहे. त्याची उपासना सोडून ग्रामदैवताचे जत्रेला यायला मी तरी तुला आग्रह करणार नाही.'

'ते काही नाही बाळूराव; गांवची जत्रा न् तुम्ही येणार नाही म्हणजे काय?

तुमच्या ओळखीदेखीने कुठे चोरटा जुगार असला तर त्याला देखील पायबंद घालता येईल.'

'येणे हे माझे कर्तव्य आहे खरे; पण परीक्षा अगदी गळ्याशी लागली आहे ना?'

'घालील लवकरच गळ्यांत माळ. तुमच्या सारख्याला कसला आला आहे हो परीक्षेचा बागुलबोवा?'

'चढवा तुम्ही हरभऱ्यांच्या झाडावर. पण तुम्ही पडला संपादक, मी आहे विद्यार्थी; संपादकाला फुलपाखरासारखे भटकता येईल; पण विद्यार्थी म्हणजे पिंजऱ्यातला पोपटच!'

'ज्याला त्याला आपण धंदा मोठा वाटतो म्हणतात ते काही खोटे नाही. पण संपादक हा एक आजन्म विद्यार्थी असतो हे तुम्ही. विसरलात. हा आजन्म विद्यार्थी जगाला धडे देत असतो. न् आम्हां विद्यार्थ्यांना ते घ्यावे लागतात हा फरक आहेना दोघांत?'

'मग खेडोपाडी सर्वात रक्तात भिनलेले हे जुगाराचे विष नाहीसे कसे होणार? 'राजहंसा'तून जोराची चळवळ करून जत्रांच्या जुगाराचा कायदा मी सरकारकडून करविला; तो कायदा लोकांनी पाळावा म्हणून स्वयंसेवकमंडळ स्थापन केले; आणि आयत्या वेळी तुमच्यासारखे लोकच हातपाय गाळू लागले तर सर्वच ग्रंथ आटोपला म्हणायचे. हे जुगारडे मोठे अट्टल असतात आमच्यासारख्या तिराइताच्या हातावर तेव्हांच तुरी देतील. पण तुमच्यासारखा माहितगार बरोबर असला म्हणजे हा सूर्य अन् हा जयद्रथ करून जुगाराचा बी मोज करता येईल.'

तसे असेल तर येतो मी तुमच्याबरोबर कालच वडिलांना पत्र पाठविले आहे की जत्रेला येत नाही म्हणून.'

'आज गेलात म्हणजे तुमची देवभक्ती पाहून त्यांना साश्चर्य आनंद वाटेल चला, आज स्वयंसेवक मंडळाचे सेनापती पाहू या जुगाराला कसे सळो की, पळो करून सोडता येते.'

सोनगांवची जत्रा आजूबाजूच्या पाचपंचवीस गावात प्रसिद्ध होती. सोनगांवाच्या पंचक्रोशीत असे एकही घर सांपडले नसते की ज्यांत या प्रसिद्ध जत्रेत घेतलेले एकही भाडे नाही. कनकेश्वराच्या देवळाभोवती एखाद्या दिग्विजयी बादशहाची छावणीच पडली आहे की काय असा जत्रेच्या दिवशी भास होई. या छावणीत डेरे व राहुट्या यांत बसलेले सरदार म्हणजे मेवामिठाई विकणारे हलवाई व भांडीकुंडी विकणारे दुकानदार हे होत. देवळाच्या अरुंद दारांतून आत जाताना मरणप्राय दुःख व त्यांतून धक्के खात बाहेर पडल्यावर पुनर्जन्माचा आनंद प्रत्येकाच्या अनुभवास येत असे. जत्रेला लोटलेला तो अफाट जनसमर्द म्हणजे एक लहान जगच वाटे.

त्यांत भाविक व भामटे, राव व रंक, थोर व पोर, यांची विलक्षण खिचडी पाहून मन भांडावून जात असे. चित्रविचित्र फुलांनी फुललेली एखादी बाग अगर विविध कमळांनी फुललेले एखादे सरोवर त्या भिन्न रंग, वेष व चेहरे यांनी फुलून गेलेल्या कनकेश्वराच्या आवारापुढे खरोखरच फिक्के भासले असते.

पूर्वी या जत्रेला पांचपंचवीस हजारांचा जुगार होत असे. घडघडा, फांटा, पाने, फांसा, या चतुरंग बळाने युक्त होऊन कलिपुरुष कनकेश्वराच्या जत्रेला येत असे व त्याच्या जाळ्यांत जावळ राखलेल्या मुलांपासून टक्कल पडलेल्या वृद्धापर्यंत सर्व सांपडत असत. आपापल्या ऐपतीप्रमाणे या जत्रेत ज्याने काही गमावले नाही त्याची गणना 'स वै मुक्तऽथवा पशु:' या कोटीतच लोक करीत. या जत्रेतल्या जुगारापायी एखादी आत्महत्या, दहावीस चोऱ्या व शेकडो अर्भके व अबला यांच्यावर डोळ्यांतल्या आसवांनी कोरडी भाकरी ओली करून खाण्याची पाळी, इत्यादि गोष्टी हटकून घडून येत असत. 'राजहंसा'च्या चळवळीने जुगाराचा कायदा झाल्यामुळे यंदाच्या जत्रेला हे गालबोट लागणार नव्हते. राजहंसाला जुगाऱ्यांच्या शिव्या व त्यांच्या बायकापोरांचा दुवा मिळू लागला होता.

संपादक, बाबुराव व इतर स्वयंसेवक अगदी वेळेवर देवळापाशी येऊन पोचले. कायद्याच्या भीतीमुळे राजरोस जुगार कुठेच नव्हता. पण आपली तलफ भागविण्यासाठी त्यांतल मुरब्बी चोरटा जुगार खेळत बसणार हे उघडच होते. या चोरट्या जुगाराचा नायनाट करण्यासाठी या मंडळींनी सर्व धर्मशाळा व मळे पालथे घातले. आसपासच्या घरांचाही चांगला कानोसा घेतला. या झडतीवर जातांना बाबूरावाच्या मनांत सारखे धाकधूक होत होते. 'या चोरट्या जुगारांत, आपले बाप्पा असतील काय?' हा प्रश्न त्याला सारखा भेडसावीत होता. पण त्यांच्या झडतीत त्यांना बहुतेक किरकोळ मंडळीच सांपडली. त्या सर्वांना तंबी देऊन मंडळाने त्या दिवशीची जत्रा बिनजुगारी केली. जत्रेत बाप्पा कुठेच न दिसल्यामुळे बाबूरावाचे मन अस्वस्थ झाले. एकवेळ पूर्वेचा सूर्य पश्चिमेला उगवेल; पण बाप्पा जत्रेला आल्याशिवाय राहणार नाहीत ही त्याची खात्री होती, 'बाप्पा आजारी तर नसतील ना?' अशी शंका त्या पितृभक्त मुलाच्या मनांत आली. इतर स्वयंसेवकांना आपल्या पाळतीच्या कामावर ठेवून संपादकासह तो आपल्या घराकडे वळला. पाहतो तो काळभैरवासारखा सोमग्या दारांतच उभा होता. बाबू आत जाऊ लागताच तो म्हणाला 'भितुर जावू नका' 'का रे बाबा?' 'चिटपाखरू देखील भितुर सोडू नको म्हणून बाप्पांची हुकूम आसा' बाबू कोड्यांत पडला. 'मला घरच्या मालकाला देखील तू सोडणार नाहीस?' 'तुमका सोडीन पन या गिरस्ताक-' बाबूचे मन एका भयंकर शंकेने व्याकूळ झाले. तो संपादकाकडे वळून म्हणाला 'क्षमा करा हं. हा काय गोंधळ आहे तो मी पाहून येतो.'

सोप्यावर येतांच माडीवरील खिदळण्याचा ध्वनी त्याच्या कानी पडला. फांसाकडे

जाणाऱ्या आरोपीच्या मनाने पाऊल न वाजविता तो निम्मा अधिक जिना चढून गेला व जिन्याच्या कठड्यांतून पाहतो तो काय- मध्ये एक समई जळत असून बाप्पा व इतर तीन चार मंडळी पैसे लावून पाने खेळत आहेत! त्याचे डोके भणाणून गेले. आपण घेरी येऊन जिन्यांतच पडतो की काय असे त्याला वाटले. कायदा मोडून गांवचे कुळकर्णीच जुगार खेळतात! खासान्याय. चावडीवर दरवडा! संपादकांना ही गोष्ट कोणत्या तोंडाने सांगू असे त्याला झाले. पण ते मरण जिन्यात उभे राहून थोडेच टळणार होते. तो हळूहळू खाली उतरला. दारांतून बाहेर पडताच तो सोमग्याला म्हणाला 'मी आलो होतो म्हणून बाप्पांना सांगू नको हं' 'कित्याक सांगताय मी; माकाच बोलून घेवचा लागतला' सोमग्या स्वत:शीच पुटपुटला. संपादकांनी बाबु बाहेर येताच त्याला विचारले. 'असा बंदोबस्त करून तुमचे वडील काय करताहेत?' बाबूने लाजेने खाली मान घातली. त्याच्या तोंडांतून बाहेर शब्द फुटेना. संपादकांना बाबूच्या पाठीवरून हात फिरविला व ते प्रेमळ स्वराने म्हणाले 'बाबुराव, असे काय करता? तुम्ही मला परके मानता का? सांगा ना काय झालं आहे ते. तुम्ही मला पाठच्या भावासारखे आहांत' गहिवरलेल्या स्वराने बाबू म्हणाला 'काय सांगू हो? माझे वडील आपल्या चौकडीला घेऊन जुगार खेळत आहेत' संपादकही ही बातमी ऐकून थंडच झाले. कायदेशीर उपाय करावा तर बाबुरावाच्या बापाला तुरुंगात ढकलावे लागणार. मनाचा पहिला गोंधळ ओसरताच उदास झालेल्या बाबुरावाला घेऊन ते देवळाकडे गेले व त्याला धर्मशाळेत एका बाजूला स्वस्थ निजावयाला सांगून एका स्वयंसेवकाकरवी 'मामलेदार आले आहेत' असा निरोप त्यांनी बाबुरावाच्या घरी पाठविला. 'शुन: कपाले लगुडप्रहार:' या निरोपाने बाप्पा व त्यांचे सोबती जुगार टाकून तसेच देवळाकडे आले. जुगाराचा कायदा पाळला जातो की नाही हे पहाण्यासाठीच मामलेदारासाहेबांची स्वारी आली असावी असा त्यांनी तर्क केला. देवळापाशी त्यांना मामलेदार कुठेच दिसले नाहीत: पण खादीच्या पोषाखांतले स्वयंसेवक पाहून त्यांना जुगार देवळाजवळ खेळण्याची मात्र झाली छाती नाही! मामलेदाराची वाट पहात बाप्पा देवळांत बसून राहिले व अशारीतीने त्यांच्यावरचा जुगारही बंद पडला.

राजहंसाच्या पुढील अंकात सोनगांवाला मुळीच जुगार झाला नाही अशी बातमी येईल व मामलेदार आपली पाठ थोपटतील अशी बाप्पांची कल्पना होती. पण एक हाती पडून त्यांतील मजकूर डोळ्यांखालून जातांच त्यांच्या तळपायाची आग मस्तकाला गेली. सोनगावचे बातमीपत्र या सदराखाली खालील मजकूर छापला होता.

'जत्रेला हजारो लोक आले असूनही जुगाराचे नांवदेखील ऐकू आले नाही, हे स्थानिक सद्गृहस्थ व स्वयसेवकमंडळ यांस भूषणावह आहे. पारधी पाठीला

लागला म्हणजे सावज मिळेल त्या जागेचा जसा आश्रय करते तसेच जुगाऱ्यांचे होते. पण स्वयंसेवकमंडळाने डोळ्यांत तेल घालून पाळत ठेवल्यामुळे कायद्याच्या डोळ्यांत धूळ घालण्याचा कुणाचाही प्रयत्न यशस्वी झाला नाही. दुःखाची गोष्ट एवढीच की गावचे कुळकर्णी बाप्पा सोनगांवकर यांच्या घरी मात्र त्यावेळी सभ्य जुगार चालू होता. कुळकर्ण्यांना ही गोष्ट कदाचित माहित नसेल; या सम्व जुगारांत कोण कोण माणसे होती हेही नक्की सांगायला येणार नाही; पण सांबाच्या पिंडीखाली विंचवाला दडू दिले तर तो पुजाऱ्यालाच चावणार म्हणून आम्ही सदरहू कुळकर्ण्यांना प्रेमपूर्वक सावधगिरीचा इशारा देत आहो.

बाप्पाच्या शेपटीवर पाय पडला. सोमन्याखेरीज त्याच्यावरचा जुगार कोणाही माणसाला फार काय कनकेश्वराला देखील माहित नाही ही त्यांची बालबाल खात्री! बातमीपत्रांस एवढ्या मोठ्या जत्रेला जुगार नव्हता असे छापून आले की मामलेदार या दक्षतेबद्दल आपली पाठ थोपटणार अशा मनोराज्यांत बाप्पा दंग होते पण थोपटणे लांब राहून धोपटणेच अंगाशी येते की काय जशी त्यांना भीति वाटू लागली. बातमीच्या उत्तरार्धावरून संपादकाला बित्तंबातमी असावी असे त्यांना वाटेना. गावांत आपल्या वाईटावर असलेल्या कुणीतरी ही बातमी संपादकाला दिली आहे व 'येन केन प्रकारेण' प्रसिद्ध होण्याच्या बुद्धिने त्याने तो छापली आहे असे त्यांच्या मनाने घेतले; त्यानी सोमग्याला बोलावून जत्रेदिवशी रात्री कुणी आपल्या घरांत आले होते का म्हणून विचारतो. त्याने 'कोण नाय' म्हणून सांगताच त्यांची खात्री झाली 'या राजहंसाचे पंख उपटून काढले नाहीत तर नावाचा बाप्पा कुळकर्णीच नव्हे. वाटेल तो छापतो वाटेल त्या नांवावर! आजपर्यंत पचून गेले पण आता बाप्पा कुळकर्ण्यांशी गाठ आहे म्हणावे स्वारीला. बातमी कुणी दिली म्हणून विचारले तर सांगणार आमच्या बातमीदाराने म्हणून. असा दंगा दाखवितो की हा बातमीदार न् संपादक नाक घाशीत गयांवया करतील व माफी मागतील.'

'बातमीदार नाही तर त्याचा बाप माफी मागेल; अशी माफी मिळविल्या शिवाय तोंड नाही दाखविणार पुन्हा सोनगांवात' अशी प्रतिज्ञा करून बाप्पांनी सोनगांव सोडले.

राजहंसाच्या कचेरीत जाऊन बाप्पांनी अकांडतांडव केले. 'खेडेगांवच्या लोकाची अब्रू म्हणजे परसातली भाजीच वाटते तुम्हांला. उचलली लेखणी व लावली कागदाला. जत्रेदिवशी माझ्या घरी लोक पैसे लावून खेळत होते. हे पुराव्याने सिद्ध करा नाहीतर लेखी माफी मागा. तुम्हांला चांगली अद्दल घडल्यावाचून तुमचे डोळे उघडायचे नाहीत. माफी मागा नाही तर मी आजच्या आज बेअब्रूची फिर्याद गुदरणार आहे. हं, दाखवा तुमच्याजवळ काय पुरावा असेल तो बाप्पाची वावटळ वाहत असताना संपादक पीताप्रमाणे अचल होते. शेवटी ते शांत स्वराने म्हणाले 'अहो

हमरीतुमरीवर येऊ नका. मी छापले आहे ते विचार केल्यावांचून छापले असेल का?'

'मला तुमचा तो वेदांत नको आहे. बाप दाखव नाही तर श्राद्ध कर अशा स्वभावाचा मी माणूस आहे. पुरावा दाखवा नाहीतर माफी मागा.' संपादकांच्या चेहऱ्यावर किंचित स्मित झळकले बाप्पाच्या आगीत तेल पडून ते म्हणतात हंसून साजरा करता आहां वाटते. प्रसंग पण अशी सारवासारव मी नाही चालू देणार. नाहीना दाखवीत पुरावा. हा चाललो मी मामलेदारसाहेबांकडे.' 'तुम्ही कशाला तसदी घेता मामलेदारांच्याकडे जायची? मीच त्यांना घेऊन येतो. असे म्हणून संपादक पोषाख चढवून घराबाहेर पडले. आपल्याला गुंगारा देण्याची संपादकांची ही युक्ति तर नाही ना असा विचार करीत बाप्पानी तेथील एक पुस्तक घेऊन चाळावयाला सुरुवात केली. त्यानी पहिलेच वाक्य वाचले ते असे होते 'मनुष्याला परमेश्वर दिसत नसला तरी परमेश्वराला मनुष्य दिसत असतो; कोणतेही कृत्य करतांना माणसाने हे विसरू नये.' कपाळावरून हात फिरवून बाप्पा पुढे वाचू लागले 'मनुष्याच्या पाठीला डोळे नसल्यामुळे त्याच्या हालचालीवर नजर ठेवणारी मंडळी त्याला कधीच दिसत नाही.' बाप्पांच्या अंगावर कांटा उभा राहिला. 'त्या दिवशी रात्री खरोखरीच आपणाला कुणी पाहिले असेल काय?' त्यानी ते पुस्तक टाकून दुसरे उचलले. तो जुगारावर लिहिल एक का बरीच होती प्रस्तावनेत ग्रंथकर्त्यांनी 'जुगार हा इहलोकीच नरक आहे.' असे लिहिले होते. संपादकांच्या शैलीतील सर्व पुस्तकांनी देखील आपल्या विरूद्ध कट केला आहे. असे बाप्पांना वाटू लागले.

मामलेदार व त्यांच्या मागाहून 'थोड्या वेळाने संपादक आले. बाप्पांनी विनयपूर्वक आपले म्हणणे मामलेदारांना सांगितले. 'माझ्यापाशी पुरावा आहे. संपादक म्हणाले 'पुरावा कसला कपाळाचा? माझ्या कुणीतरी हितशत्रूने चार विषारी ओळी खरडून पाठविल्या असतील. 'तुमचा हितशत्रू नाही हितचिंतकच आहे तो रामराव दशरथाचा हितशत्रू नसेल तरच माझा या बातमीदाराला तुम्हाला हितशत्रू म्हणता येईल 'म्हणजे?' बाप्पा आश्चर्याने आं करून म्हणाले संपादक खोलीबाहेर गेले व क्षणार्धात बाबुरावाला घेऊन आंत आले 'काय हा तुमचा बातमीदार बाप्पा किंचाळले 'बाप्पा क्षमा करा' बाबू स्फूंदत बाप्पाचे पाय धरून म्हणाला 'बघ माझ्याने खोटं बोलवत नाही. जत्रेदिवशी मी घरी गेलो तेव्हा दारांत सोमड्या गडी निजला होता. व माडीवर मंडळी पैसे लावून खेळत होती.'

बाप्पांचे पाय बाबुच्या अश्रूंनी ओलेचिर झाले पण पण घसा इतका सुकून गेला की त्यांच्या तोंडातून शब्दच उमटेना शेवटी मामलेदार म्हणाले 'कुळकर्णी, पुरावा तर भरपूर मिळाला. संपादकांनी तुमची माफी मागण्यापेक्षा तुम्हीच संपादकाची माफी मागितली पाहिजे.

सोनगावांत येतांच बातमीदाराच्या बापाने माफी मागितली कां?' या प्रश्नाला 'हो तर; मागितली ना असा जबाब बाप्पानी आवंढा गिळून गंभीरपणाने दिला. पुढल्या जत्रेला मात्र त्यांच्या जुगार बसला नाहीत. 'बातमीदाराच्या बापावर बाप्पांनी उपकार केले त्याच्यावर माफी मागण्याची पाळी येणार नाही, या मित्रमंडळीच्या उद्गारांना बाप्पानीही हंसून अनुमोदन दिले.

✦✦✦

वैनतेय (५ व १२ एप्रिल, १९२७) दोन भागात प्रकाशित.

मराठ्यांची भाऊबीज

'कोतवालीवर दरोडा' 'अल्लाहो अकबर' 'काटो काटो' 'मरगठ्ठी कारटी' इत्यादि आरोळ्यांनी व त्या ऐकून धांवत येणाऱ्या तमासगिरांनी तो रस्ता भरून गेला होता. कुमार अभिमन्यूप्रमाणे शोभणारा एक मराठा बालवीर आपल्या छातीची ढाल करून एका गाईचे संरक्षण करीत होता. त्याचे मूठभर मराठे सवंगडी आपल्या चिमकुल्या तरवारीच्या पाण्याने त्या गाईला ओढून नेऊन ठार मारण्यासाठी टपलेल्या कसायांना कंठस्नान घालण्यासाठी सज्ज झाले होते. त्या गाईच्या रक्तासाठी आपले रक्त सांडल्यानेच आपल्या धर्माला लागलेला काळिमा पुसून जाणार अशी त्या मराठा बालवीरांची श्रद्धा होती. आदिलशाहीत विजापूरच्या राजरस्त्यावर भरदिवसा गाय मारणाऱ्या मुसलमानाचा हात धरणे म्हणजे सिंहाच्या गुहेत जाऊन त्याची आयाळ धरून याला फरफटत आणण्यासारखेच होते. पण गोवधाचे ते भीषण दृश्य पाहून चवताळलेली ती क्षत्रियबालके हा विचार करण्याच्या मन:स्थितीतच नव्हती. गाईच्या हंबरड्याने त्यांच्या हृदयाचे पाणी झाले होते व स्वत:च्या सुरक्षितपणाचे विचार त्यांत केव्हांच वाहून गेले होते. 'शिवबा, पुढे कसे?' मुसलमानांचा जमाव वाढत चाललेला पाहून त्याच्या जवळच्या संवगड्याने विचारले. वादळांतही अचल असणाऱ्या ध्रुवाप्रमाणे दिसणाऱ्या त्या गोरक्षक वीराने उत्तर दिले. 'पुढे विजय. गाईचे रक्षण करणाऱ्या हिंदूंना गोपाळ कृष्ण विजयी केल्यावाचून रहाणार नाही.' तुफानाच्या लाटांप्रमाणे मुसलमानांचा जमाव क्षुब्ध होऊन त्या गाईला व बालकांना वेढीत होता. लहानशा होड्यांप्रमाणे ती बालके त्या तुफानात सांपडली होती. त्या तुफानांत आपणाला जलसमाधि घ्यावी लागेल अशी भीति शिवाजीच्या संवगड्यांच्या मनात उद्भवू लागली होती. पण इतक्यात त्याने जवळच्या सोबत्याच्या कानात कांहीसे सांगितले. शिवाजी व त्याचे संवगडी गाईसह उजव्य ाबाजूला सरकू लागले. ते तिकडच्या बाजूने पोबारा करणार असे वाटून हातांत सुरा घेतलेले कसाई तिकडून वाट अडवू लागले. झाले डावीकडचा रस्ता मोकळा झाला व हां हां म्हणतां त्या पळवाटेतून शिवबाचे सोबती गाईसह डावीकडच्या गल्लीत निघून गेले. त्या

कसायाच्या रागाच्या आगीत तेल पडले. या काफीवर कारट्यांना जाळून पोळून टाकले पाहिजे. शिवबा व त्याचे उरलेले सोबती यांच्या भोवती त्यांनी एक कडेच केले. शिवबाला चक्रव्यूहांत सांपडलेल्या अभिमन्यूची आठवण झाली; पण तो तिळमात्र डगमगला नाही. त्या कसायांनी आपले सुरे वर उचलले. व ते त्वेषाने त्या बालकांवर ते चालविणार इतक्यांत एक बुरखा घातलेली स्त्री त्यांच्यापुढे उभी राहिली व त्यांचे उचललेले हात तिने खूण केल्यामुळे आपोआप गळून पडले. खुदा तुमच्यावर खैर करील भाईनो, नका या गोजिरवाण्या बालकावर हात टाकू नका. 'बेगमसाहेब, यानी आमच्या अल्लाचा अपमान केला आहे! यांनी आमची गाय पळवून नेली आहे.'

'माझ्यावर एवढी खैरात करा. गाईच्या किंमतीच्या दामदुप्पट मोहरा तुमच्या मोहरप्याच्या पदरात मी आताच टाकते.'

सूडाच्या भावनेने आंधळ्या झालेल्या त्या लोकांच्या डोळ्यांत त्या मोहरा भरल्या नसत्या; पण ती स्त्री विजापूरच्या दरबारांतील एका शूर व वजनदार सरदाराची आवडती पत्नी होती हे लक्षात घेऊन त्यांनी मोहरांना पेटीत कोंडून ठेवून त्यांच्यावरच आपला सूड उगविण्याचा निश्चय केला. त्या स्त्रीने खूण करून शिवाजीला आपल्या वाड्यांत तो समोरच होता. बोलावले. सदरेवर जाताच शिवबा म्हणाला 'मासाहेब, तुम्ही आज मला जिवदान दिलंत. तुमचे उपकार कधीही फिटणार नाहीत' 'बाळ, तुला उपकार मानायचेच असतील तर ते माझ्या चांदचे मान' असे म्हणून तिने दाराआड उभ्या असलेल्या आपल्या ८-९ वर्षांच्या मुलीस पुढे आणले. 'चांदने तुमचे भांडण पाहिले व तुला सोडवून आणण्याचा अगदी हट्ट धरला म्हणूनच जनरीतीविरूद्ध मी त्या गर्दीत आले. चांद झाले ना तुझ्या मनासारखे?' चिमुकली चांद काय बोलणार? रस्त्यांतले ते भांडण व काळ्याकुट आकाशांत चमकणाऱ्या वीजेप्रमाणे दिसणारी शिवबाची ती मूर्ती पाहून तिने आईची अगदी पाठ पुरवली व नोकराकडून ते काम होण्यासारखे नसल्यामुळे ती स्वत:च शिवबाला सोडविण्याकरिता गेली. वसंतापुढे पिकलेली पाने व प्रेमापुढे लौकिक बंधने गळून जायचीच.

शिवबाने चांदकडे पाहिले. ती लाजेने चूर झाली होती! खरोखरच ती वीजेची चंद्रकोर होती. शिवबा चांदच्या आईकडे वळून म्हणाला 'मासाहेब, आज इतक्या चवताळलेल्या कसायाच्या हातून मी काही जिवंत सुटू शकलो नसतो. आपल्या कृपेनेच माला पुर्नजन्म झाला. आपणच मला जन्म दिल्यामुळे चांद आता माझी बहीण झाली आहे. तू मला अशीरीतीने भाऊबीजेसाठीच घरी बोलाविलंय? होय ना? तुझे काम तू केलेस; पण आज तुला घालण्यासारखी ओवाळणी माझ्यापाशी काहीच नाही. पण ओवाळणी देवदयेने मी मागेपुढे घालीन. मराठे भाऊबीजेचा दिवस कधीही

विसरत नाहीत.'

रात्रीचे नऊ वाजले होते तरी सूर्याजीच्या छावणीत नुकतेच उजाडले आहे की काय असे वाटत होते. विजयश्रीने माळ घातल्यामुळे शिवशाहीचा प्रत्येक शिपाई लग्नदिवसाला ब्रह्मानंद उपभोगीत होता. शीळ घालावी, लकेर अगर सोबत्याच्या पाठीवर थाप मारावी खावे, प्यावे व इतके करूनही उत्साहाची हौस पुरी न झाल्यामुळे इकडे तिकडे भटकावे असे प्रत्येकाला वाटत होते. ठिकठिकाणी बसलेल्या शिपायांच्या अड्यांत नुकत्याच झालेल्या लढाईच्या गोष्टी चालल्या होत्या. विजापूरच्या पातशाहीचे आता पेंगटच मोडले, हा सरदार मराठ्यांना जिंकण्याचा विडा उचलून आला होता; पण शेवटी विड्याऐवजी रक्तानेच त्याचे तोंड रंगले, अशा गोष्टी काही ठिकाणी ऐकू येत होत्या. सेनापति सूर्याजीराव यांनी त्या सरदाराची बायको व मुली यांना कैद ७४ करून आणलेले आहे ते महाराजांना कितपत आवडेल याचीही काही ठिकाणी चर्चा चालू होती. कांही त्या मुलीच्या सौंदर्याचे वर्णन करून सूर्याजीला मोह पडला असला तरी तो स्वाभाविक आहे असे म्हणत; दुसरे कोणी 'मीनाक्षीच्या गळा लागले मुनी तपोधनही' हा चरण गुणगुणून त्यांचीच साथ करीत; तिसऱ्या प्रकारची मंडळी मुसलमानांनी आतापर्यंत कितीतरी हिंदुस्त्रियांना बळजबरीने आपल्या जनानखात्यांत नेले आहे, मग एखाद्या हिंदूने मुसलमान चटकचांदणी आणली तर जशास तसेच झाले, अशाप्रकारच्या विचारसरणीचा अवलंब करीत. याचवेळी एक तेज:पुंज चेहऱ्याचा तरुण गोसावी प्रत्येक बंदराला लागून माल आंत घेणाऱ्या गलबताप्रमाणे या प्रत्येक अंड्यावर जाऊन तेथील शब्दान् शब्द हृदयांत सांठवून ठेवीत होता. 'गोसावी बुवा या ना जरा; चिलमीचे चार झुरके तर मारा'

सध्या महाराजांची स्वारी कुठे आहे? तुमचे मूळ गांव काय, वगैरे प्रश्नांना होता होईल तो थोडक्यांत उत्तरे देऊन तो गोसावी पुढे जात असे. एरव्ही तो शत्रूचा हेरबिर असेल असा कुणालाही संशय आला असता पण विजयाची निशा मद्याप्रमाणेच असल्यामुळे तिच्या अंमलाखाली सांपडलेल्या त्या शिपायांना ही कल्पनाही सुचली नाही.

गोसावी हळूहळू सूर्याजीच्या तंबूपुढे आला दारापुढे पहारा करीत असलेल्या शिपायाने हटकतांच आपणाला सेनापतीसाहेबांची गाठ घ्यावयाची आहे असे त्याने सांगितले. सेनापतीसाहेब तंबूत नव्हते. 'जय शंभो, जय भवानी,' असे उच्च स्वराने नामस्मरण करीत गोसावी तिथे दारांतच उभा राहिला त्याचे हे नामस्मरण ऐकून तंबूच्या आंतल्या भागांतून एक बुरखा घेतलेली स्त्री किंचित पुढे आली त्या गोसाव्याला पाहतांच तिच्या वठलेल्या आशावृक्षाला किंचित पालवी फुटली असावी असे दिसले. ती गहिवरलेल्या स्वराने म्हणाली 'साईजी, तुमच्या धर्मात बायकांना

छळावे व त्यांच्यावर जुलूम जबरदस्ती करावी असे सांगितले आहे का?'

गोसावी गंभीर स्वराने उत्तरला 'बेटा, कोणताच धर्म जुलूम करीत नाही धर्म वाढविण्याच्या इच्छेने माणसेच त्याचा नाश करणारी कृत्ये करीत असतात. मुसलमान पातशाहानी किती हिंदु बाटविले किती बायकांना अब्रुसाठी जीव द्यायला किती देवाच्या मूर्तीची विटंबना केली; पण माझी खात्री आहे की अल्लाच्या दरबारी या गोष्टी हलाल म्हणून खास रुजू होणार नाहीत.'

'मग तुमच्या धर्माचे हे सेनापति माझ्यामागे हात धुवून लागले आहेत त्यांच्या हातून या गरीब गाईची सुटका, साईजी, तुम्ही कराल का?'

गाईची सुटका हे शब्द ऐकतांच त्या गोसाव्याची मुद्रा एकदम बदलली. एखादी हृदयंगम जुनी गोष्ट त्याच्या डोळ्यांपुढून जात असावी. त्याची ती ध्यानमग्न मुद्रा पाहतांच त्या स्त्रीला धीर येऊन ती किंचित पुढे आली व त्याच्या पायावर लोटांगण घालणार इतक्यांत मागून कोणी कर्कश स्वराने ओरडले 'काय चालली आहेत त्या गोसावड्याबरोबर खलबते? घोडीगुलाबीने वागवितो त्या सवलतीचा हा फायदा वाटते?' ती स्त्री चरकून थरथर कांपत मागे सरली. गोसाव्याने क्रूद्ध दृष्टीने मागे पाहिले तो सूर्याजीच तंबूकडे येत होता.

'काय रे गोसावड्या' हे शब्द त्याच्या तोंडून निघतात न निघतात तोच त्याची नजर त्या गोसाव्याने पुढे केलेल्या मुद्रिकेकडे गेली. त्याचा चेहरा एकदम काळवंडला. घर फोडीत असतांना सांपडणाऱ्या चोराप्रमाणे त्याची स्थिती झाली. त्या गोसाव्याला वांकून मुजरा करून तो म्हणाला 'महाराज' महाराजांचा चेहरा रागाने लाल झाला होता. ते कठोर स्वराने म्हणाले 'सूर्याजी, मराठ्यांचे राज्य हे धर्माचे राज्य आहे हे तुमच्या सारखी कर्तीसवरती माणसे विसरू लागली तर त्याला बरकत येणार कशी? भवानी मातेच्या राज्यांत परस्त्री-मग ती हिंदु असो वा मुसलमान असो- त्या भवानी मातेप्रमाणेच मानली पाहिजे हा मराठ्यांचा बाणा विसरून तुम्ही इतके पागल कसे झालांत? गाई, स्त्रिया, व बालके यांच्या केसाला धक्का लावणारांचा शिरच्छेद करण्याचा हुकूम सोडल्याशिवाय मला आता गत्यंतरच नाही. सूर्याजी, तुम्हाला वाटत असेल की राजाचे सिंहासन मुत्सद्यांची डोकी व समशेरबहाद्दराचे हात यांच्यावर अवलंबून असते. पण या दोन्हीपेक्षाही प्रजेचे व पतिव्रतांचे हृदय हाच त्याचा खरा आधार असतो. या स्त्रीवर जुलूम करण्याचा तुमचा विचार होता; पण लढाईत तुमची बहीण शत्रूच्या हाती सापडली असती तर त्याने तिला कशी वागवावी असे तुम्ही म्हटले असते.

महाराज, माझ्या हातून चूक झाली. अपराधाबद्दल महाराज सांगतील ती शिक्षा भोगावयास मी तयार आहे' 'पहिली शिक्षा या स्त्रीपुढे धाकटा भाऊ म्हणून साष्टांग नमस्कार घालण्याची तुमची पापबुद्धि समूळ नाहीशी झाली अशी तिची खात्री होऊ

द्या. प्रत्येक परस्त्रीला मराठे पुरुष नेहमी भाऊबीजच साजरी करतात, हे कळून चुकले पाहिजे. त्यांच्या पुण्याईनेच परमेश्वर मराठी राज्यावर प्रसन्न होईल.'

सूर्याजीने त्या स्त्रीला साष्टांग नमस्कार घातला तिला ते कसेसेच वाटले. ती म्हणाली 'सूर्याजी उठा तुम्ही. भावाला हिणविण्यांत बहिणीला भूषण कोणते?' नंतर ती महाराजाकडे वळून म्हणाली 'महाराज, मुसलमानी पातशहाच्या दरबारांत आपल्यासारखी स्त्रीच्या शीलाची कदर कोणीच केली नसती. सबंध स्त्रीजातीची पुण्याई आपल्या कार्यात आपणाला यश मिळो म्हणून परमेश्वराची प्रार्थना करीत राहील.' 'बाई, केले ते प्रत्येक मराठ्याने केलेच पाहिजे. मराठ्याची तलवार आयाबहिणींच्या शीलसंरक्षणासाठीच भीमाशंकराने तीक्ष्ण केली आहे. बाई, तुमचा आशीर्वाद ऐकून माझी भाऊबीजेची ओवाळणी आज बहिणीच्या ताटांत पडली असे मला वाटले दहा वर्षापूर्वी विजापूरांत चांदने माझी भाऊबीज साजरी केली होती तिची ओवाळणी द्यायची राहिली होती. त्या स्त्रीने आपला बुरखा काढून महाराजांकडे वि याने पाहिले ती स्त्री चांदच होती. पूर्वीचा द्वितीयेचा चंद्र आज पौर्णिमेचा झाला होता तिची ओळख पटतांच महाराजांच्या चेहऱ्यावर समाधानाचे हास्य खेळू लागले.

चांद म्हणाली 'महाराज मराठ्याना आपला दसरा मोठा वाटत असेल; पण ज नात्यांच्या शत्रूंच्या स्त्रियांना त्यांची भाऊबीजच मोठी वाटत राहिल' 'आणि दुर्दैवाने दसऱ्याचे महात्म्य मलिन झाले तरी भाऊबीजेचे कधीही मलिन होणार नाही. भाऊबीज हाच मराठ्यांचा सर्वात मोठा सण आहे महाराजांनी अभिमानाने उद्‌गार काढले.

+++

वैनतेय (३ मे, १९२७)

प्रेम-लक्ष्मी

"देवाशपथ आज घरांत तांदळाचा गोटा नाही; शिमग्यापासूनचे माझे कामाचे पैसे राहिलेआहेत; कसेही करून आज थोडे तरी द्याच." मोलकरीण अगदी गयावया करून म्हणाली; पण तिच्या काकुळतीच्या बोलांनी पाझरण्याइतके हरभटांचे हृदय बर्फाचे होते थोडकेच! ते अगदी पाषाणाच्या-काळ्या फत्तराच्या-खाणींतून निघाले होते.

शेजारच्या शेतकऱ्याच्या घरी तोंडात टाकलेले पान चघळीत चघळीत हरभट उद्गारले, "तांदळाचा गोटा कुठून असणार? डोंगर असेल डोंगर! शिवाय तांदूळ सडून पाखडून ठेविले आणि गोटे कोंबड्यांना घातले, की गोटा आढळणार कुठून घरांत?"

हरभटांच्या विजयी मुद्रेवरून आपल्या या मार्मिक बोलण्याचा एखादा दावा जिंकल्याइतका किंवा व्याजाच्या जाळ्यांत एखादे वतनी पांखरू पकडल्याइतका त्यांना आनंद होत असावा असे दिसले.

"नाही, आज नाही म्हणू नका. उद्या जेवणकरी घालावयाचे आहेत, धाकटी पोर तापाने फणफणत आहे, डांगरदरकडे जावे तर फी हातांत पडल्यावांचून तो पाऊल उचलायचा नाही; अन् माझ्याजवळ तर विष खायलाही पैसा नाही!"

"विष खायला पैसा हवा कशाला? समोरच्या डोंगरीवर काजरे मनमुराद आहेत. होय की नाही हो नाना?" हा संवाद नाना ऐकत होते; पण त्यांचा चेहरा, डोळे, कान ही सर्व समाधिस्थ झाल्याप्रमाणे दिसत होती. गांवकऱ्यांच्या बैठकीत, देवळांतील पुराणांत अगर जत्रांत नाना खर्ड्याच्या लढाईच्या वेळच्या नानाफडणविसासारखे वागत: पण हरभटांच्या घराच्या चतु:सीमांत त्यांनी पाऊल घातले, की पनापतच्यालढाईतील नानासारखी त्यांची अवस्था होई नाना म्हणजे गांवातील प्रख्यात वेताळ! पण त्यांनाही गोगलगाय करणारा मांत्रिक हरभटाच्या रूपाने भेटला होता. या मांत्रिकाचा मंत्र खणखण आवाज करणारा रुपया होता; व त्याचा अंगेरा आजपर्यंत त्याने आकसाने धुळीला मिळविलेल्या गोरगरीबांच्या रूपाने जगजाहीर

झाला होता. अर्थात हरभटांच्या 'हो'ला 'हो' करण्याखेरीज बिचारे नाना काय करणार? आत्महत्त्या करण्याच्या हरभटांच्या मोफत इलाजाला त्यांनी जिभेऐवजी दातांनीच अनुमति दिली. पण हरभटांना पाठिंब्याची गरज होती कुठे? चक्रव्यूहांत शिरून द्रोणकर्णांना पराजित करणाऱ्या अभिमन्यूच्या तडफेने त्यांचे जिव्हास्त्र सुरू झाले. "मी थट्टेने म्हटले हं गंगा! नाहीतर खाशील काजरे आणि आणशील माझ्या गळ्यांत कांहीतरी लंचाड! नाहीतर फट म्हणता ब्रह्महत्त्या! तू खाशील विष आणि विषाची परीक्षा पहाण्याचा प्रसंग येईल माझ्यावर!"

हरभटांच्या या चर्पटपंजरीला हंसावे की रडावे हेच नानांना कळेना. गंगाचे लक्ष घरी माशाप्रमाणे तडफडणाऱ्या आपल्या मुलीकडे होते. हरभटांच्या सुभाषिताकडे (?) तिचे लक्ष लागणार कुठून? ती पुन्हा डोळ्यांत आसवे आणून म्हणाली, "दादा, मी काही उसने पैसे मागत नाही. माझे कामाचे झाले आहेत तेच द्या. माणूस मरमर काम करते ते काही भुकेने तडफडण्यासाठी नाही!"

गंगाच्या या शब्दांनी हरभटांचा नूर एकदम बदलला. गाईचा वाघ झाला. आतापर्यंतच्या कीर्तनाला कृष्णावताराचा रंग होता; त्याचे एकदम नारसिंह अवतारांत रूपांतर झाले. "बस्स! बस्स!" हरभट तावदावरून कर्कश आवाजाने म्हणाले, "तेरे उप्पर मेरे पाव! काय लबाड अन् छट झाली आहेत माणसे ही! म्हणे मरमर काम करतो! मरमर काम करता करतांच इतके दिवस जगलीस वाटते? हिशेबाने माझेच पैसे फिरत असतील तुझ्याकडे! पण म्हटले जाईना, आण्यापैचा कसला हिशेब करायचा? पण तुम्ही माणसे पडला चांभाराचे देव; उठता लाता आणि बसता बुक्की पाहिजे तुम्हांला! बघ, बघ तुझा हिशेब आज कार्तिक शुद्ध अष्टमी! शिमग्यापासून सहा महिने झाले सहा महिन्यांचे सहा रुपये. मागच्या पाडपाला ३०० चुडते तुला दिली. पैशाला एक याप्रमाणे त्यांचे झाले पांच रुपये-

"आण्याला पांच ठरली होती ना हो तात्या?"

"आण्याला पांच! मातीमोलच झाला होता की नाही माझा माल! उद्या पैला पांच मागशील! इतकी ३०० चुडते नेलीस पण एक झाडणी टाकली असशील वळून घरांत तर शपथ! बेभान माणसे! पैशाला एक चुडत धर नाहीतर चुडते परत आणून दे आणि आपले पैसे घेऊन जा! कुणाला हवा हा वितंडवाद आणि कपाळकूट!"

गंगा चुडते परत कुठून आणून देणार! चुडतांच्या झाडण्या होऊन त्यांचे तांदूळ झाल्याला व ते खाऊन संपविल्याला कितीतरी दिवस झाले होते. हरभटजींचा दर निमूटपणे मान्य करण्याखेरीज तिला गतिच नव्हती "मग तो उरलेला रुपया तरी द्या माझा-"

"वा:! मागचा व्याजाचा सव्वा रुपया तूंच द्यायचा आहेस माझा! खासा न्याय!

या कलियुगांत खरेपणाला मान आहे कुठे?''

हरभटजींचे अस्तित्व जगांत नसते तर कलियुगाला सत्ययुगाचे नाही तरी द्वापराचे स्वरूप आले असते, असा ओझरता विचार नानांच्या डोक्यांत येऊन गेला. पण त्याचा उच्चार होणे शक्य नव्हते. कारण त्याचा उच्चार करणे संस्थानांत राजकीय विषयावर अगर सिंहस्थांत गोदातीरी पुनर्विवाहावर व्याख्यान देण्याइतकेच मोठे दिव्य होते. हरभटजींच्या व्याजाच्या सव्वा रुपयाने तर गंगाचे तोंड बंदच केले! त्यांच्या हिशेबांतील मुत्सद्देगिरी लक्षांत येण्याइतके ज्ञान तिला नव्हते. त्यांतून बायको माणूस! 'न स्त्री स्वातंत्र्यमर्हति' हे रोमरोमी बाणलेले! चार आणे आपल्याकडेच फिरतात हे दाखविण्याचे हरभटजींचे कौशल्य पाहून नाना मात्र थक्क झाले. पण असल्या फिरवाफिरवीनेच त्यांनी आपल्या आयुष्यांत फरक घडवून आणला होता. एरवी बाळपणी कोरान्न मागणाऱ्या हरभटाच्या दारांत आपल्या हजारांच्या गरजा भागविण्यासाठी मोठमोठे जमीनदार आले असते कसे? आठीत ज्याच्या हातांत उलटी अंबारी होती त्याच्याच हातांत साठीत सुलट्या अंबारीत बसण्याइतके वैभव यावे कुठून? (बाकी गजांतलक्ष्मी हरभटांकडे चालून आली होती तरी दिसतांना मात्र ती श्वानांत दिसे; कारण त्यांच्या दारात झुलणाऱ्या हत्तीऐवजी येणाऱ्या जाणाऱ्यावर भुंकणारा एक गांवठी कुत्रा मात्र असे.) भटजींच्या सव्वा रुपयाच्या सरस्वतीने गंगाच्या डोळ्यांतून गंगायमुना वाहू लागल्या. पण असे कितीतरी त्रिवेणीसंगम हरभटजींनी पाहिले होते. जड पावलांनी व त्यापेक्षांही जड अंत:करणाने गंगा निघून गेली. गंगा आणण्याकरितां भगीरथाने जितके श्रम केले होते त्यापेक्षाही अधिक आपण गंगा घालविण्याकरिता केले अशा डौलाने हरितात्या नानांना म्हणतात, "अहो, खेकट्याला मेकटेच पाहिजे! पट्टीची चोर आहे बया ही! पोरे चिमुरडी; पण आईपेक्षांही तरबेज! या हातलासेपणाला असाच चुरचुरीत डाग दिला पाहिजे.'' नाना कांहीच बोलले नाहीत, पण वरील तर्कशास्त्र हरभटांइतके त्यांना समजत नसावे. गोरगरीब शूद्र पोटासाठी मूठभर पीठ नाही तर पसाभर मीठ चोरत असतील; पण त्याचा मोबदला पांढरपेशांनी हिशेबाच्या खोटेपणाने द्यावयाचा काय? एकाने गाय मारली म्हणून दुसऱ्याने वांसरू मारणे कितीसे योग्य होईल?

इतक्यांत पोस्टमन आला व त्याने हरभटजींच्या नावे येणारे वर्तमानपत्र (हे एक जगांतील आठवे आश्चर्यच होय!) त्यांच्यापुढे टाकले. हरभट त्या वर्तमानपत्राचे वाचक होते; पण 'भिन्नरुचिर्हि लोक:' या न्यायाने अग्रलेख, स्फुट सूचना वगैरे त्यांना मुळीच आवडत नसत. हिंदुस्थानांत जसा ताजमहाल तसा वर्तमानपत्रांतील नोटिसी, लिलांवाच्या जाहिराती वगैरे भाग त्यांना वाटे. क्वचित तोंडपालट म्हणून ते वर्तमानसारही वाचीत. पण 'भावी स्वराज्य', 'रॉयल कमिशन', 'कौन्सिलांतले ठराव' इत्यादि मंडळींना ते अस्पृश्य लेखीत. सदरहू वर्तमानपत्र मात्र ते स्वत:च

प्रेम-लक्ष्मी । ६९

मागवीत असत असे नाही. जवळच्याच गांवी त्यांचा एक ऋणको होता. त्याचा मुलगा मुंबईत ते घेऊन प्रथम स्वत: वाची, नंतर त्याची मित्रमंडळी (वर्तमानपत्र अगर मासिक यांच्या ग्राहकाचे मित्रमंडळ लहान असणे शक्यच नाही!) त्याचे अवलोकन करी. पुढे तो ते बापाकडे पाठवी व सहकुटुंब सहपरिवार त्याचे वाचन झाल्यानंतर हरभटजीकडे ते रवाना होत असे. अर्थात यामुळे हरभटजींना ताजा अंक मिळत नसे; पण त्याची ते मुळीच फिकीर करीत नसत.

एवंगुणविशिष्ट असा तो अंक नानांनी हाती घेतला व फोडला. "काय नाना काही ताजी बातमी?" (व्हिक्टोरिया राणीच्या देहावसनाच्या वर्षी तिच्या राज्यारोहणाची बातमीही हरभटजींना ताजीच असणे शक्य होते!)

नानांनी वर्तमानसारावर नजर टाकिली. "ओहो! तात्या (हरभटजींचे टोपण नांव तात्या होते; कारण एका कविवर्यांनी म्हटलेच आहे की, 'तात्यांत तात्या हरिपंततात्या...) तुमचा पुतण्या बी.ए. झाला बी.ए.!"

"होय; बी.ए. झाला. ऐका काय लिहिले आहे ते!" नानांनी आरोहअवरोहासह वाचण्यास सुरवात केली. "अभिनंदन-दारिद्र्याच्या खडकांतून प्रगटणारे विद्यानदीचे पात्र प्रेक्षणीय व पावन असते. रा. मधुकर सदाशिव गोखले हे येथील आगरकर कॉलेजमधून यंदा बी.ए. झाले असून मराठी व संस्कृत या विषयांत त्यांना बक्षिसे मिळाली आहेत. 'कांचन' या टोपण नांवाने त्यांच्या कविता प्रसिद्ध होत असतात. त्यांच्या कवित्वाचा व परीक्षेतील यशाचा गौरव करण्याकरिता आगरकर कॉलेजात ता. १४ नोव्हेंबर रोजी सभा भरणार असून त्यांचे सहाध्यायी त्यांना कांही मूल्यवान काव्यग्रंथ व सोन्याचे घड्याळ नजर करणार आहेत. आम्ही रा. मधुकररावांचे या यशाबद्दल अभिनंदन करतो व त्यांचे बुद्धिवैभव देश, समाज व वाङ्मय यांच्या उन्नतीला उपकारक होवो असे इच्छितो."

"काय वर्तमानपत्रे पराचा पारवा करतात पहा!" हरभट टीका करिते झाले. "हा कालचा शेंबडा पोर; माझ्या पाठच्या भावाचा सर्वांत लहान मुलगा! आणि तो म्हणे चांगल्या कविता करतो. अहो, माझी साठी उलटली तरी मी अजून एक देखील कविता केली नाही! (वयोवृद्धत्वावर काव्यस्फूर्ति अवलंबून आहे असे तात्यांचे मत असावे. मग शेखसादीपेक्षां निजामुल्मुक श्रेष्ठ कवि असलाच पाहिजे! काव्याचे यश पांढऱ्या केंसावर अवलंबून नसते असे कोणत्या कायद्याच्या कलमांत सांगितले होते म्हणून ते तात्यांना माहीत असावे!)

नानांनीही दुजोरा दिला, "खरेच; मोरोपंतानंतर कवि होणेच नाही! सारी यमके त्याने अडवून टाकिली आहेत. कविता करायला यमके शिल्लक कुठे आहेत या कवींच्या जवळ? अहाहा! काय ती मोरोपंतांची प्रासादिक वाणी! 'वंशी नादनटी तिला कटितटी ठेवोनि पोटीपटी' नुसती टीटी!" (नानांनी पोपो झ्यांझ्यां हे शेतकऱ्याचे

सूर ऐकले नसावेत!)

"असतील झाले जात्यावरली गाणी, पण हा मध्या बी. ए. झाला नाही? (विचार करून) बस्स! ठरला बेत नाना! या मध्याला आणून संसार टाकायचा त्याच्या अंगावर आणि बसायचे हरिहरि म्हणत!"

पंतांचे हे वानप्रस्थाश्रमाचे उद्‌गार ऐकून राघोबाची आनंदीबाई नामदेवाची जनाबाई कशी झाली हेच नानांना कळेना! कोर्टातल्या युद्धाचा 'हरहर' ज्यांच्या तोंडात गर्जत रहायचा तेच 'हरिहरि'ची भाषा एकदम कसे बोलू लागले! परंतु आश्चर्य आंतल्या आंत दाबून नाना म्हणतात, "पण तो येईल का तुम्ही बोलावलेत तर."

"तो नाही त्याचा बाप येईल!"

"तसे नाही, बाप वारला तेव्हा त्याने पत्र पाठविले होते, कॉलेजमध्ये गेला तेव्हा मदतीबद्दल याचना केली होती-"

"पण मी त्याला वाटाण्याच्या अक्षता लावल्या होत्या हेच तू सांगणार की नाही? अरे, तो काळ निराळा हा काळ निराळा. शिवाजीने शाहिस्तेखानाची बोटे कापली म्हणून तो औरंगजेबाकडे दिल्लीला गेलाच की नाही?" मराठी चवथ्या यत्तेतील इतिहास न विसरल्याचा अभिमान तात्यांच्या चेहऱ्यावर चमकत होता. "अरे, दाम करी काम! सोन्याच्या ढेपीला चिकटून बसणार नाही असा दोन पायांचा मुंगळा या जगांत विरळा! मी हे जे थेंबे थेंबे पैशाचे तळे सांचविले आहे ते झिडकारण्याइतका मनुष्यरुपी मासा लाखांत एखादा!"

तात्या अगदी वक्तृत्वाच्या भरांत आले होते. त्यांतून बी.ए. झालेल्या मध्याला दत्तक घेऊन पैशाच्या तळ्याचे सरोर करण्याची कल्पना पहिल्यांदाच त्यांच्या डोक्यांत आल्यामुळे तिचा कैफ त्यांना चढल्यासरखा दिसत होता. मध्या दोन वर्षांनी थ्थँ.. होणार, आणि संपत्ति व कीर्ति यांचा एक मोठा प्रवाह चालू ओघाला येऊन मिळणार, हेच मनोराज्य यावेळी त्यांच्या डोक्यांत घोळत होते. मध्याचे लग्न झाले नसेल- नाही-नसायचेच. भिक्षांदेही करून विद्या करणाऱ्याच्या हातांत आपल्या मुलीला देणार कोण? मग काय दुधांत साखर! मध्याच्या लग्नाचा हुंडा चर दोन हजार मिळेल. इतरांना मुलाचे सुख मिळायला वर्षान् वर्षे दुःख भोगावे लागते. दुखणीबाणी डोळ्यांत तेल घालून काढायची, शिक्षण-पोषण पाण्यासारखा पैसा खर्च करून करायचे, तेव्हा आलेला विद्वान अविवाहित मुलगा आपणांला मिळणार ह्याच अर्थाचे विचार त्यांच्या डोक्यांत चालले होते. पेरल्यावांचून पीक, तिकिटावांचून प्रवासाचे सुख, आपणांला मिळत असल्याचा भास त्यांना होऊ लागला. तात्यांच्या या आनंदाच्या नगाऱ्यापुढे कुठे मुलगा पांग फेडणार! पण आपले नशीब पडले शिकंदर! आयता हातातोंडाला आलेला विद्वान अविवाहित मुलगा आपणांला मिळणार ह्याच अर्थाचे विचार त्यांच्या डोक्यांत चालले होते. पेरल्यावांचून पीक, तिकिटावांचून

प्रवासाचे सुख, आपणाला मिळत असल्याचा भास त्यांना होऊ लागला. तात्यांच्या या आनंदाच्या नगाऱ्यापुढे नानांची शंकाकुशंकांची टिमकी ऐकू जाणे शक्यच नव्हते. त्यांनी मान खाली घातली व वर्तमानसार ते यथेच्छ भुरकू लागले. क्षणांत मोठा सुस्कारा सोडून ते म्हणतात, "कलियुग बरे, तात्या कलियुग!"

तात्या मधुकररूपी रामाला गृहराज्याभिषेक करण्याच्या विचारांत होते. (या रामाला वनवास मात्र त्यांनी आधीच घडविला होता.) ते दचकून म्हणतात, "काय बाबा?"

"अहो, यांत पुनर्विवाहाचे अभिनंदन केले आहे अभिनंदन!"

"पुनर्विवाह! पाट!" विश्वरूपदर्शन झालेल्या अर्जुनासारखा चेहरा करून तात्या उद्‌गारले.

"होय! पाट! म्होतूर! ×××चे लग्न!" वैतागून नाना किंचाळले. दुसऱ्या बाजीरावाच्या राजकारणाने नाना फडणविसाना खेद झाला नसेल इतका या पुनर्विवाहाने नानांना झाल्यासारखा दिसला.

"मग किरिस्ताव आणि हिंदु यांत अंतर ते काय रे नाना? पेशवाई असती तर हत्तीच्या पायाशीच लग्न लागले असते असल्या कर्मचांडाळांचे. अरे, नवरा मेला की दहा दिवसांत केशवपन केले पाहिजे असा शास्त्रार्थ आहे. न् हे बाटगे सुधारक मुंडावळ्या बांधतात त्या मुलाला! इंग्रजांचे आमच्यावर राज्य फुकट नाही आले बाबा!" तात्यांच्या धर्मनिष्ठेलाही पूर आला.

"खरे तात्या, कुठे ते आमच्या बापजाद्यांनी वाहविलेले रक्ताचे पाट न् कुठे ह्या सुधारकांचे विधवांचे पाट! छी: छी:! देवा, बाबा निजला आहेस कांरे!"

नानांच्या प्रश्नाला देवाकडून कांही उत्तर आले नाही; पण तात्या म्हणतात, "अरे, हे वेडेचार पुण्यामुंबईसारख्या शहरांत खपतात, कसले रे सुधारक? 'बालिश बहु बायकांत बडबडती' पुरुषार्थ दाखववायाचा असला तर येथे येऊन करा म्हणावे पुनर्विवाह!"

"तात्या, तुमच्याआमच्या लहानपणी चहा कुठे होता? पण आतां देवाच्या नैवेद्याचे देखील त्याच्यावांचून अडते. तसाच हा पाटाचा प्रकार!"

"अरे, चहाची गोष्ट निराळी न् या कपाळफुटक्यांच्या लग्नाची निराळी! अरे, जात घालूं जात! आहेस कुठे! नाही तीन तेरा केले असल्या धर्मलंडांचे तर नांव बदलून ठेव माझे!"

"तात्या तुम्ही न् मी दोघेही पिकली पाने! आमच्या हयातीत कांही ही लढाई येथे व्हायची नाही, पण ही धर्मग्लानि पाहिली, की राहवत नाही म्हणून बोलायचे इतकेच."

"खरेच. तर या मध्याला आगरकर कॉलेजच्या पत्त्यावर पत्र पाठविले म्हणजे

पोचेल नाही?''

''न पोचायला काय झाले! आज झाली १० नोवेंबर! घटिकायंत्रार्पणाचा (हा शब्द बोलतांना नानांना स्वत:ची पाठ थोपटून घ्यावी असे वाटले.) समारंभ तर १४ नोवेंबरला आहे, तिथपर्यंत तुमचा पुतण्या कॉलेजातच असणार!''

''मग शुभस्य शीघ्रं हे बरे; लिहितोच मी पत्र तर.'' असे म्हणून तात्या शिराची आई, पैशापासरी मिळणारे हत्तीछाप ताव (गजांतलक्ष्मी दर्शविणारे), स्वदेशी टिपकागद ऊर्फ वाळू इत्यादि लेखन-साहित्य आणावयाला उठले. इतक्यांत नाना चांचरत म्हणाले, ''ता-ता-त्या मी-मी-''

नानांचा रोख तात्यांच्या लक्षांत आला असावा; पण वेड घेऊन पेडगांवला जाण्याचे त्यांना बाळकडूच होते. ते न कळल्यावर घालून म्हणतात, ''काय रे नाना?''

पण नानांची स्थिति पुण्याच्या व्यासपीठावर प्रथमत:च आलेल्या वक्त्याप्रमाणे झाली होती. ते म्हणतात, ''ते-ते-हे.'' दर्शक सर्वनामापलीकडे नानांचे भाषणरूपी व्याकरण जाईना.

तात्यांना मनांतून गुदगुल्या होत होत्या. पैशामुळे लाचार झालेल्या माणसांची तिरपीट पाहून त्यांच्या डोळ्यांचे पारणे फिटे! ते म्हणतात, ''असा लाजतोस काय रे नाना? नीट सांग काय ते.''

फोड तात्यांनी फोडावा ही नानांची इच्छा; पण तात्या नानांच्या बारशाला जेवलेले व बाराव्याला जेवण्याची हिंमत बाळगणारे! नाइलाजाने नानाच बोलू लागले. ''मी जामीन राहिलो आहे त्या गण्यासाठी; तो तर बेपत्ता झाला आहे न् त्याच्या पैशाची मुदत भरत आली. तेव्हां-''

''तेव्हा काय? जामिनाकडून मी पैसे चोपून घेणार? तो गण्या झाला परागंदा!''

''पण मी तुमच्याच सांगण्यावरून त्याला जामीन राहिलो होतो-'' नाना मोठ्या धाडसाने म्हणाले.

''असशील; मी विहिरीत उडी टाक म्हणून सांगितले तर थोडीच टाकशील! असेल काही लभ्यांश म्हणून जामीन राहिलास. मी काय करूं? माझे पैसे वसूल झालेच पाहिजेत.''

''पण तात्या; या तीन मुलींच्या लग्नांनी मी झळझळीत झालोच आहे; येऊनजाऊन एक जमिनीचा तुकडा राहिला आहे; दुवक्ता पोरांना पेज तरी देईल. पण तुम्ही मेहेरबानी-''

''अरे, यांत मेहेरबानी कसली? कायदा आंधळा असतो. त्यांतून इतक्या दिवसांची गोष्ट निराळी होती. आता ही इस्टेट मध्याची झाली. मी ते पैसे वसूल केले नाहीत तर त्याला बुडविल्यासारखे होईल. जा तू आता. मग बघता येईल.''

खिन्न अंत:करणाने नानांनी घरचा रस्ता सुधारला. तात्यांनी एक लांबलचक खलिता लिहून त्या दिवशीच पोस्टांत टाकला. शिवाय तारेने १०० रुपये मधुकराच्या नावाने रवाना झाले. तो मनी-ऑर्डरचा फार्म हातांत येताच पोस्टमास्तर देखील चमकला. कारण त्याच्या उभ्या आयुष्यांत हरभटांनी १ रुपयाची साधी मनीऑर्डरदेखील कधी कुणाला केली नव्हती. आणि आज १०० रुपये तारेने जात होते. हे गौडबंगाल त्याला मुळीच कळेना! कूपनांत खालील मजकूर होता. '१००रु. पाठविले आहेत; पत्रावरून खुलासा होईलच?

आगरकर कॉलेजांतील बी.ए.च्या वर्गाची खोली आज जणु काय सजीव होऊन, हंसत होती आणि नाचत होती. मधुकर म्हणजे सगळ्यांच्या गळ्यांतील ताईत. सौजन्यपूर्ण अभिमान, परोपकारप्रवण दारिद्र्य आणि रसिक परंतु विद्यानिष्ठ वृत्ति या त्रिगुणांच्या संगमामुळे मधुकर परमेश्वरी सृष्टि इतकाच प्रिय व रमणीय झाला होता. नव्या नाटकाच्या पहिल्या प्रयोगाच्या दिवशी तो हटकून थिएटरांतल्या पहिल्याच रांगेत ज्याप्रमाणे मिळायचा त्याप्रमाणे परीक्षेच्या निकालांत त्याचे नाव पहिल्या वर्गात सांपडायचेच! कॉलेजातील बक्षिससमारंभांत निरनिराळ्या विषयांतील प्राविण्याबद्दल तो जसा चमकत असे त्याप्रमाणे त्याच्या विविध कविताही अनेक मासिकांतून आपले मंजूळ सूर काढीत असत. ना शीड, ना तांडेल, ना अनुकूल वारा अशा परिस्थितीत एखाद्या गलबताने खवळलेल्या दर्याचा पार गांठावा अशांतले त्याचे विद्यार्जन होते. वडिलांना त्यांच्या वडील बंधूंनी (हरभटजींनी) घरांतून हांकून दिल्यामुळे लहानपणीच ते देशावर आले. तिथे थोडे फार अध्ययन करून त्यांनी एका संस्थानांत वकिली करायला सुरवात केली. त्यांच्या वकिलीचा जम साधारण बरा बसला होता; पण मधुकराच्या दुर्दैवाने त्याने मराठी शाळा व त्याच्या वडिलांनी इहलोक एकाच दिवशी सोडला. दुर्दैवही रक्ताची चटक लागलेल्या वाघाप्रमाणे पाठ घेत असते. किडूकमिडूक मोडून ५-६ वर्षे एकुलत्या एक मुलावर मायेची पांखर घालणारी त्याची माउली तो इंग्रजी ६वीत असतांनाच देवाच्या घरी गेली. इतक्या लहान वयांतला पोरकेपणा म्हणजे सूर्यचंद्रांवांचून जग अगर ड्रायव्हर व गार्ड यांच्याविना चाललेली आगगाडी होय. वडील वारले त्या वेळी बालमधुकराने आईच्या सांगण्यावरून हरिकाकांना एक पत्र पाठविले होते; पण 'सापाचे पोर' असे उद्‌गार काढण्यापलीकडे काकांनी त्यांची संभावना केली नाही. प्रवेशपरीक्षेपर्यंतचे शिक्षण म्हणजे नदीत पोहणे होते. आईच्या साहाय्याचा भोपळा बांधून मधुकराने ते लीलेने पार पाडले होते. पण प्रवेशपरीक्षा उतरतांच 'नदीमुखेनैव समुद्रमाविशत' अशी त्याची स्थिति झाली. उच्च शिक्षणाच्या समुद्रांत अवगाहन केल्याखेरीज खरी ज्ञानरत्ने लाभणार नाहीत हे त्याला माहीत होते. पण धनवंत विद्यार्थ्यांच्या होड्यांना जिथे टक्कर मारणे कठीण जाते तिथे आपल्यासारख्या फकीराचे कसे होणार अशी

त्याला चिंता पडली. अभिमानाची उचंबळणारी ऊर्मि आंतल्या आंत दाबून त्याने चुलत्याला पत्र लिहिले. पण हरिकाका पडले खंबीर!

'विकार हेतौ सति विक्रियन्ते।

येषां न चेतांसि त एव धीराः।'

अद्याप मूल होण्याची आशा वाटत होती. तेव्हा या पुतण्याला मदतीची सुई दिली, की तिच्यामागून हक्काचा दोरा येणारच या भीतीने त्यांनी उत्तरच धाडले नाही. मधुकरही कांही त्यांच्याच जीवावर जगणार नव्हता. त्याने पुणे गांठले वार धरले व प्रीव्हिएसमध्ये नांव दाखल केले. सहामाही परीक्षेत त्याचा पहिला नंबर आला. त्याच वेळी त्याच्या कॉलेजच्या प्रिन्सिपालसाहेबांचे एक सुधारक स्नेही होते; त्यांना आपल्या बालविधवा पुतणीला एक हुशार शिक्षक ठेवावयाचा होता. प्रिन्सिपॉलसाहेबांनी मधुकराची शिफारस केली. ती मंजूर झाली व मधुकर 'कुसुम'ला शिकविण्यासाठी तिच्याच घरी येऊन राहिला. अर्थात बी. ए. पर्यंतचे त्याचे शिक्षण निर्विघ्न झाले हे सांगावयाला नकोच. कुसुमचे ३-३॥ वर्षांत दुय्यम शिक्षण संपले होते व ती कर्व्यांच्या महिलाविद्यालयांत जाणार होती.

नववधूप्रमाणे नटविलेल्या त्या खोलीत मधुकर व त्याचे दोन तीन स्नेही बसले होते. थट्टामस्करीला अशा वेळी ऊत येतोच. एक म्हणाला, "काय मधुकर, परीक्षेचे पेढे तर आम्हांला मिळाले. आता लग्नाचे लाडू कधी घालणार?" दुसरे मल्लिनाथी करतात, "हे पहा मधुकरराव, बी.ए. पर्यंतच आपण इतकी बक्षिसे मिळविली की, ती घेता घेतां आपले हात अगदी दुखून गेले असतील. तेव्हा आतां एम.ए.च्या परीक्षेतील बक्षिसांकरिता तुम्हांला आणखी ताज्या दमाचे दोन हात पाहिजेतच पाहिजेत. आता उसन्यापेक्षां मालकीचे केव्हांही बरे. तेव्हा आपण चतुर्भुज होणेच योग्य!"

या कोटिक्रमाने सर्वांनाच हसू लोटले. पण मधुकर म्हणाला, "चतुर्भुज व्हावयाला काय रे उशीर? चांगलीशी चोरी केली की क्षणांत हात दामदुप्पट होतील!"

सदरहू स्नेहीही कांही कच्च्या गुरूचे चेले नव्हते. ते तत्काळ म्हणाले, "चोरी तर खरीच राव! सोन्यासारखी कांति, मोत्यासारखे दांत आणि हिऱ्यासारखे डोळे असलेल्या माणसाच्या हृदयाची चोरीच केली पाहिजे!" या उत्तराने सर्वंच हंसू लागले.

इतक्यांत तिसरा म्हणतो, "अहो, चोरी कधीच झाली आहे; फक्त शोधून काढायची राहिली आहे; एखादा गुप्त पोलीसच पाहिजे!"

दुसरे स्नेही म्हणतात, "चोर समोर असतांना चोरी पकडायला काय उशीर? हा सूर्य आणि-"

पहिले ओरडले, "हा जयद्रथ!"

इतक्यांत कुसुम वर्गात आली. या चौकडीच्या संभाषणाचा रोख तिला मुळीच माहीत नव्हता. पण 'हा जयद्रथ' हे शब्द उच्चारले जातांच तिछे वर्गात येणे सर्वांनाच विलक्षण योगायोगानेच वाटले. कुसुम म्हणाली, "बाकीची मंडळी कुठे आहेत? चार वाजायला आले."

"बाकीचे गेले आहेत प्रिन्सिपालसाहेबांना बोलावायला. अक्षतीलाच म्हणानात. पण अक्षतीला नवरदेवाला जाऊ द्यावयाचे नाही म्हणून मधुकराला आम्ही धरून ठेवला आहे इथेच!" मल्लिनाथांनी उत्तर दिले.

इतक्यांत तारागणांच्या मध्ये चालणाऱ्या चंद्राप्रमाणे विद्यार्थ्यांनी वेष्टित असे प्रिन्सिपालसाहेब आले. त्यांचा साधा पोषाख व हंसरा चेहरा यांचा प्रेक्षकांच्या मनांवर एकदम अनुकूल परिणाम होत असे. सर्व स्वस्थानापन्न झाल्यानंतर प्रिन्सिपालसाहेबांनी थोडक्यांत पण चटकदार भाषण केले. ते म्हणाले, "महाराष्ट्राची भाग्यगंगा परत आणणाऱ्या महात्म्यांपैकी अत्यंत करारी व स्वार्थत्यागी अशा आगरकरांच्या नांवाने हे कॉलेज सुरू झाले असून त्यांतून यंदांच प्रथमत: पदवीधर बाहेर पडले आहेत. त्यांपैकी शिष्यापेक्षा जे गुरूंचे स्नेहीच शोभू शकले असते अशा मधुकररावांविषयीचे प्रेम व्यक्त करण्याकरितां आपण जमलो आहो. मधुकररावांची विद्यार्थिदशा आगरकरांइतकी नसली तरी बरीच खडतर व कष्टतर झाली आहे. त्यांचे पुढील आयुष्यही आगरकरांइतकेच तेजस्वी व स्फूर्तिप्रद होवो असे मी इच्छितो. ते प्रतिभासंपन्न कवि आहेत. आपल्या वाणीच्या व लेखणीच्या बळावर समाजजीवन निर्मल करण्याचा त्यांनी प्रयत्न करावा व तो आम्ही पहावा यापेक्षा देव प्रसन्न झाला तरी आम्ही दुसरा कोणता वर मागणार?"

यानंतर अनेक उपवक्त्यांनी छोटी छोटी भाषणे केली. जत्रेच्या दिवशी देवापुढे गांवांतला प्रत्येक मनुष्य ज्याप्रमाणे कांहीना कांही उपायन आणून ठेवतो, त्याप्रमाणे भित्रेसभाधीट, अबोलके-वाचाळ, इंग्रजी-मराठी, अशा सर्व प्रकारच्या सहाध्यायांनी मधुकराचे मुक्तकंठ वर्णन केले. यानंतर पुस्तके व घड्याळ नजर करण्यांत आली. शेवटी कुसुमने दोन शब्द बोलावे अशी सूचना आली. कुसुम कोड्यांत पडली. बोलावे तर बोलण्याची संवय नाही, घरी तयारी केली नाही; न बोलावे तर मंडळीचा आग्रह व हृदयांतील प्रेम स्वस्थ बसूं देईना. शेवटी उभे राहून ती चार शब्द बोलली, "माझ्यासारख्या शिष्येने गुरूचे वर्णन करणे म्हणजे 'गुळाचाच नैवेद्य व गुळाचाच गणपति' असा प्रकार दिसेल. पण मधुकररावांच्या (कुसुमचा आवाज या ठिकाणी फारच अस्पष्ट झाला) सहवासाने साहरा वाळवंटांत अमृताचा झरा मला दाखविला आहे."

सर्वांचे आभार मानणे मधुकराला प्राप्तच होते. इतक्यांत बाहेर पोस्टाचा शिपाई

येऊन ओरडला 'मधुकर सदाशिव गोखले' सर्व बाहेर पाहू लागले. चौकशी करता मधुकराच्या नांवे १००रु. ची तारेची मनी-ऑर्डर आली होती. मधुकर-कुसुमपासून प्रिन्सिपालसाहेबांपर्यंत सर्वांनाच आश्चर्य वाटले. कारण मधुकराची गृहस्थिति सर्वांनाच ठाऊक होती. कॉलेजच्या उभ्या चार वर्षात त्याला एक पैचीही मदत बाहेरून आली नव्हती. मग हे १०० रुपये, रखरखीत आभाळांतून येणारी पर्जन्याची धार- कोठून आले? येणाऱ्या पैशाविषयी अनुत्सुक असा इसम शिपायानेही आजच पाहिला. मधुकराने सही केली, प्रिन्सिपालसाहेबांनी साक्ष ठोकली व दहा दहांच्या दहा नोटा मधुकराच्या हातांत पडल्या. एवढी रक्कम एकदम आजपर्यंत मधुकराच्या हातांत कधीच आली नव्हती, सहाध्यायांची जिज्ञासा तृप्त करण्याकरिता 'चुलत्यांकडून पैसे आले आहेत' असे बोलून मधुकर आपल्या भाषणाकडे वळला.

"गुरवर्य व प्रेमळ बंधुहो, आज आपण केलेले माझे कौडकौतुक पाहून माझ्या रम्य बाळपणाची मला आठवण होते. माझ्या गुणांपेक्षा आपले प्रेमळ हृदयच या गौरवाला कारणीभूत झाले आहे. मला नजर केलेल्या वस्तूंतील औचित्य व सूचकपणा यांचा संयोग एखाद्या सुंदर श्लेषाप्रमाणे मला दिसत आहे. मी क्षणदेखील व्यर्थ घालवू नये म्हणून सोनेरी हाताने इशारा देणारा हा गुरु (घड्याळाकडे बोट दाखवून) आपण मला दिला आहे. मनगटावर राहणारा हा गुरुच माझ्या हातून सत्कृत्ये घडवो. ग्रंथ नजर करण्यांतही परीक्षांबरोबरच पुस्तकांची ओळखही विसरू नये हाच हेतु असला पाहिजे. पदवीपत्र हातांत पडतांच पुस्तक ज्यांच्या हातांतून गळून पडते असे हरीचे लाल आमच्या अभागी समाजांत अनेक आढळतात. त्यांच्या संख्येत भर घालण्यापेक्षा अधिक महत्त्वाचा कांही तरी उद्योग मी करावा अशीच सूचना प्रतिभासुवर्णाचे हे अलंकार मला करीत आहेत. त्याप्रमाणे यथाशक्ति मातृभाषेची सेवा करण्यांत मी कसूर करणार नाही असे मी आपणांस आश्वासन देतो. आगरकरांचे चारित्र्य ध्रुवाप्रमाणे पुढे ठेवणारा मी काजवा आहे. गुरुवर्यांनी केलेली तुलना प्रेमपूर्ण असली तरी सत्यपूर्ण नाही. करारीपणा व निश्चय यांचा माझ्यामध्ये बराच अभाव आहे. तथापि वर्ष सहा महिने देशांत प्रवास करून माझ्या आयुष्याची दिशा ठरविण्याचा मी प्रयत्न करणार आहे. स्वार्थत्याग व समाजसेवा यांना परिपोषक अशाच क्षेत्रात मी उतरेन; मानमरातब व ऐषआराम यांच्या रंगीबेरंगी रंगांत गुंग होणार नाही एवढे मात्र मी सांगू शकेन. आपल्या पुराणांतील दशावतारांची प्रिय मातृभूमीला गरज आहे. दारिद्र्याच्या भाराने बुडणाऱ्या या देशाला तारणारे कूर्म- मंद पण निश्चयाचे लोक समाजांत पाहिजेत. 'बळी'चे जुलमी जोखड झुगारून देण्याकरिता संसार झुगारून देणारे बटुवामनही पाहिजेत. संसाराच्या समरांगणावर अर्जुनाप्रमाणे किंकर्तव्यमूढ होणाऱ्या प्राकृत लोकांना गीता उपदेशिणारे श्रीकृष्णही पाहिजेत. आमच्या समाजपुरुषाच्या देहाच्या नखशिखांत चिंधड्या उडालेल्या आहेत. आज

लग्न व उद्या वैधव्य असलेल्या बालिकांच्या पांढऱ्या फिक्कट कपाळांनी त्याचे कपाळ व्यापिले आहे. ज्ञानामृताच्या अभावी घसा कोरडा पडलेले हजारो अस्पृश्य त्याच्या कंठस्थानी दिसत आहेत. त्याच्या पाठीस लागलेल्या पोटात अर्धपोटी राहणारे, दुष्काळांत तडफडणारे लक्षावधि जीव जीवन कंठीत आहेत. त्याच्या हातापायांच्या काड्यांत आमचा शारीरिक ऱ्हास मूर्तिमंत दृग्गोचर होत आहे. या समाजपुरुषाच्या चरणी आपले प्राण वाहणे हेच आपले पवित्र कर्तव्य आहे. ते पार पाडण्याचे जगन्नियता सर्वांना सामर्थ्य देवो.''

टाळ्यांच्या गजरांत मधुकर खाली बसला. अल्प उपहार होऊन सभेचे विसर्जन झाले. उपाहारामध्ये मधुकराला आलेल्या पैशांविषयी तर्कवितर्क चालले होते.

मधुकर व कुसुम घराकडे जाऊ लागली. घड्याळ कुसुमच्या डाव्या हातात होते व उजव्या हातात काव्य, कथा, नाटके यांची पुस्तके होती. उरलेल्या शास्त्रीय पुस्तकांचा संभार मधुकराने घेतला होता. त्याचे स्नेही घरापर्यंत पुस्तके पोचवायला येणार होते; 'पण माझ्याबद्दल वाचणारही तुम्हीच की काय' असे म्हणून मधुकराने त्यांना परत लाविले.

कुसुम म्हणाली, ''काय म्हणतात काका तारेत?''

''काका तारेत तर चांगले बोलतात; पण ही तारच ठरायची त्यांची आज वर्षानुवर्ष गुप्त झालेले यांचे प्रेम राजापुरच्या गंगेप्रमाणे आजच कसे प्रगट झाले ते मला कळत नाही. 'तारेत लिहिले आहे की, सविस्तर खुलाशाचे पत्र पाठविले आहे' म्हणून!''

''अस्से!'' कुसुम म्हणाली. ''मग आम्हांला सोडून जाणार म्हणायचे?''

''सोडून?''

''होय. सोडूनच, मघाशीच नाही का तुम्ही सांगितलेत की, वर्षसहामहिने प्रवास करून मग काय ते नक्की ठरवणार म्हणून.''

''होय, पण मला जे कांही करावयाचे आहे ते येथेच राहून करतां येईल. तू येथे मी येथे! हो, पण तू सासरी गेलीस म्हणजे मात्र तू म्हणतेस तसे होईल.''

मधुकराचे शब्द थट्टेचे होते. कुसुमला शिक्षण देऊन तिचा पुनर्विवाह करण्याचा तिच्या चुलत्यांचा बेत सर्वांना माहीत होता. नऊ वर्षाची असतांना तिच्या बापाने एका म्हाताऱ्या सावकाराला अंतरपाटाआड धरून हिच्या डोक्यावर अक्षता टाकिल्या. दहाव्या वर्षी एके दिवशी माहेरी आईने तिचे कुंकू पुसले व मंगळसूत्र तोडले. कुसुमचे जीवित उमलण्याच्या आधीच सुकले. कुंकुमतिलकाचा बालसूर्य जागच्या जागीच मावळला. आशेच्या लता गुढीपाडव्या दिरशीच वठल्या. कुसुम-कोकिलेला ऐन वसंतात गाणे गुणगुणण्याची चोरी झाली. कारण समाजाच्या दृष्टीने ती विधवा झाली होती. कर्मधर्मसंयोगाने कुसुमच्या व्यसनी बापाने बायको वारल्यामुळे पुण्यात

पेन्शन घेऊन राहत असलेल्या आपल्या भावाकडे तिला पाठविली. ते होते पक्के सुधारक. त्यांनी तिला योग्य शिक्षण देऊन पुन्हा संसारांत घालण्याचे ठरविले होते. या गोष्टीला उद्देशूनच मधुकराचे वरील बोलणे होते.

कुसुमने तोंड फिरविले. एक विलक्षण करुणच्छटा तिच्या चेहऱ्यावर चमकून गेली. १५-१६ वर्षांच्या त्या बालिकेचे हृदय अद्याप कोरेच असावे असे मधुकराला व इतरांना वाटत होते; पण छे:! प्रीतिदेवतेने गेल्या चार वर्षांत दरवर्षी एक एक अक्षर लिहून यंदांच तिच्या प्रेमाविषयाचे नांव पूर्ण केले होते. हृदयाचे छायाचित्र घेता येत असते तर कुसुमच्या हृदयाकाशांत मधुकररूपी पूर्णचंद्र विहार करतांना आढळून आला असता. कुसुमच्या अंतरंगात रसिक मधुकराखेरीज आणकी कोण प्रवेश करू शकणार? क्षणांत कुसुमने आपले मन आवरले व ती म्हणाली,

"बरे दुसऱ्यावर घालता नाही? बघू, मी तुम्हांला सोडून सासरी जाते का तुम्ही मला सोडून काकांकडे जातां?"

"हरकत नाही, माझ्या काकांकडे आहे लक्ष्मी पण तुझ्या सासरी असणार प्रेम. प्रेम व लक्ष्मी यांच्या द्वंद्वयुद्धांत प्रेमाचेच बळ अधिक असते हं."

"होय, म्हणूनच म्हणते की, मी काही तुम्हांला सोडून जाणार नाही." कुसुम चटकन बोलून गेली. मधुकराच्या अंत:करणातील कुसुमविषयीचे विचार जाईजुईच्या फुलांसारखे होते. या एका वाक्याने त्यांची एकदम गुलाबाची फुले झाली. कुसुमच्या विनयमेघाखाली लपलेली चपला आज त्याला दिसली. दोघांनाही त्या रात्री 'तार, काका, १००रुपये, प्रेम, लक्ष्मी' यांचीच स्वप्ने पडत होती.

अभिनंदनाची सभा ता. १४ला होती; पण प्रिन्सिपालसाहेबांना युनिव्हर्सिटीच्या सभेला जावयाचे असल्यामुळे ती ११ला उरकून घेण्यात आली होती.

आज काकांचे पत्र येण्याचा दिवस. मधुकर आपल्या खोलीत चिंतामग्न होऊन बसला होता. साठ वर्षांनी फुललेल्या या सुंठीच्या पोटी काय काय निघेल याचा मधुकर दोन दिवस विचार करीत होता. पण काकांच्या कर्तबगारीपुढे कांचनकवींच्या कल्पनेनेही हात टेकले. आपल्याकडे पाठ केलेल्या काकांना ध्यानीमनी नसता About Turn ची बुद्धि कशी झाली हेच त्याला कळेना. मधुकर पुण्यासारख्या शहरांत वाढला होता म्हणून बरे; नाहीतर आपल्या वतीने काकांवर जादूटोण्याचा प्रयोग कोणीतरी केला आहे अशी त्याला खास शंका आली असती. आपल्या आजपर्यंतच्या एकमार्गी जीवनप्रवाहाला निराळेच वळण लागण्याचा योगायोग आला आहे असे त्याचे मन त्याला सांगू लागले. पुण्याऐवजी कोकणातले एखादे कुग्राम, वाङ्मयाच्या वादविवादाऐवजी हातभर जमिनीसाठी झगडणाऱ्या ग्रामकंटकांचा तमाशा, कांदाभाकरीच्या जागी सारभात आणि कुसुमची जागा भरून काढणारी एखादी 'माका-तुका' करणारी पोर; अशी क्रांति त्याच्या डोळ्यांपुढे नाचू लागली.

कॉलेजातून परत येतेवेळचे कुसुमचे शब्द त्याच्या कानांत पुनः पुन्हा घुमत होते. कुसुमवांचून मधुकर आणि मधुकरावांचून कुसुम दोघांचेही जीवन रूक्षच. गेल्या ३-४ वर्षांच्या निकट परिचयामुळे परस्परांचे एकमेकांवर गाढप्रेम आहे हे उभयतांनाही माहीत होते. पण ते समानशीलत्वाचे, विरहरहित सहवासाचे, व उभयतांच्या पोरकेपणाचे फळ आहे असे मधुकर परवांपर्यंत समजत होता. पण चंद्राप्रमाणे पर-प्रकाशित दिसणारे हे प्रेम सूर्याप्रमाणे स्वयंप्रकाशी आहे हे मधुकरला परवांदिवशी कळून चुकले. काकांनी जर मला कोकणांत बोलावले तर कुसुमची काय वाट? काका काय मला कुसुमबरोबर लग्न करून देतील? कोंकणांतल्या खेड्यांत आयुष्य कंठणारा ब्राह्मण पुनर्विवाहाला संमति देईल? छे:! कूपांतल्या मंडुकांना कोकिळेच्या दु:खाची कल्पना कसली असणार? धर्मसिंधूंत बुडून गेलेले लोक इतरांना काय तारणार? मग काय, काका की कुसुम? लक्ष्मी की प्रेम?

कशास काही ठावठिकाण नसतांनाच या विचारांनी त्याच्या डोक्यांत काहूर उसळून दिले. संसार-दु:खाने त्रासलेला मनुष्य ज्याप्रमाणे वेदांतग्रंथाचा आश्रय करतो त्याप्रमाणे मधुकराने लेखनवाचनाला हात घातला. आज तीनचार महिने तो परिश्रमपूर्वक एक लेख लिहीत होता. लेखरूपी गृह तयार झाले होते पण कुठे गिलावा काढणे, कुठे भोवती फुलझाडे लावणे इत्यादि गोष्टी व्हावयाच्या होत्या. त्याने लेख पुढे ओढला तोच कुसुम आंत आली.

“काय लिहिलेत आज ते. इतके कांही लपवायला नको. मी कांही माझ्या नांवावर नाही छापणार हं!”

“लपविणार काय त्यांत? ते मतिविकाराचे परीक्षण. प्रकाशनासाठी पाठविणार आहे लवकरच. तेव्हा म्हटले एकदा सफाईचा हात फिरवून ठेवावा.”

“कोल्हटकरांचे मतिविकार ना!”

“होय.”

“पण त्याचे प्रयोग कुठे होत नाहीत ते कां?”

“तान् प्रति नैष यत्न:” मधुकर हंसून म्हणाला; सदरहू नाटकर्त्याने जन्माला येण्याची घाईच केली म्हटली पाहिजे. ऐन मध्यरात्री कमलाने उमलावे, किंवा खडकाळ जमिनीवर धो धो पाऊस पडावा त्यांतलाच हा प्रकार आहे. आमच्या प्रेक्षकांना अललल डुर्र पाहिजे ते या नाटककारांत कुठे आहे? ‘अरसिकेषु कवित्वनिवेदनं शिरीस मा लिख मा लिख मा लिख’ हेच खरे...”

“मग तुम्ही लेखांत काय लिहिले आहे?”

“गुणदोष दाखवून वाङ्मयदृष्ट्या त्याचे उच्चस्थान मी सिद्ध केले आहे.”

“तुमचा तपासून झाला म्हणजे लेख मला वाचायला द्या हं; मला तुमचे लिहिणे किती आवडते म्हणून सांगू.”

"आपला तो बाब्या-" मधुकर हंसत हंसत म्हणाला. इतक्यांत कॉलेजच्या पत्त्यावर आलेले त्याचे पत्र घेऊन कॉलेज-शिपाई आला. शिपायाला पत्राबद्दल मधुकराने आधीच सांगून ठेविले होते. चहापुरते शिपायाच्या हातावर टाकून मृत्युपत्राइतके गंभीर वाटणारे पाकीट त्याने फोडले. पाहतो तो कागद अधिक लागतील या भीतीनेच की काय रमण्यांतील पंगतीप्रमाणे एकमेकांना भिडलेल्या ओळी व त्यांत मुंबईच्या खोलीत भरलेल्या माणसाप्रमाणे मोडी अक्षरे! मोडी विशेष वाचण्याच्या मधुकराला प्रसंग आला नव्हता. तो कुसुमकडे वळून म्हणाला, "श्री हेमाडपंतायनम:"

"म्हणजे" कुसुमने कुतूहलाने विचारले.

"आमच्या काकांनी बालबोधाऐवजी वृद्धबोध लिपी वापरली आहे; पण बी. ए.च्या वर्गांत कित्ते गिरवून घेत नाहीत हे त्यांना माहीत नाहीसे दिसते."

पण हा मोडी पत्राचा सिंहगड मधुकरला चढणे प्राप्तच होते. कुठे हात टेकीत, कुठे धापा टाकीत, तर कुठे कुठे अंदाजपंचेधागोदरसे करीत करीत त्याने शिखर गांठले. "आमचे काका म्हणजे धर्मराजच दिसताहेत."

"पण दिसते तसे अनेक वेळा नसते, नाही?" कुसुम म्हणाली.

"पण या पत्रांत साखर तर कशी पेरली आहे पहा!"

"हे वार्षिक ४, ५ हजारांचे उत्पन्न व लाखाच्या घरांतील सावकारी सर्व तुझीच आहेत. तुझ्या वाटेकडे डोळे लावून बसलो आहे. मी काय, अर्ध्या गोवऱ्या स्मशानांत गेलेला. आजवर तुझ्यासाठी त्रिखंड धुंडले पण शोध लागला नाही."

"म्हणजे, तुम्ही कुठे अमेरिकेत गेलां होतां वाटते शिक्षणाला?"

"काय करतील बापडे काका आमचे? त्यांच्या जुन्या माहितीप्रमाणे पृथ्वीत सारी तीन खंडे! तेवढी त्यांनी धुंडाळली!"

"मग काय तुम्ही आता इनामदार आणि सावकार झालांत! कुसुमची ओळख तरी राहीलना?"

"धनमदिरेचा कैफ दुरूनच चढतो असे तर नाहींना तुझे मत?"

"ते काही असेना; मला कविता करतां येत नाहीत म्हणून. नाहीतर शारदेच्या मैत्रिणी 'तू श्रीमंतीण खरी शोभशील' असे जसे म्हणतात तसेच मीही म्हटले असते."

"देवाला माझी काळजी म्हणून त्याने काव्यशक्ति तुला दिली नाही, पण चल आपण काकांकडे जाऊ?"

"कुठे, कोकणांत?" थट्टेच्या स्वराने कुसुम म्हणाली.

आजपर्यंत कुसुमचे काका हेच मधुकराचेही काका होते. पण या पत्राने मधुकराच्या वाढलेल्या काकांचा कुसुमने फायदा घेतला. मधुकर उत्तरला, "अग, हे शिराळशेटी काका! लग्नांत उसने दागिने आणून मुलीवर घालतात त्यांतलाच प्रकार! तुझे काका

हेच माझे खरे काका. नात्याने प्रेम जडत नाही तर प्रेमाने नाते जडते.''

दोघेही काकांच्या खोलीत गेली व मधुकराने हरिकाकांच्या पत्राची व त्यांनी पत्रदर्शनी कोंकणांत बोलावल्याची हकीगत सांगितली.

''मग काय, देवच पावला म्हणायचा; गजांतलक्ष्मी चालून येते आहे तुझ्याकडे!'' काका हास्य करून म्हणाले.

''मला वाटते यांत त्यांचा कांहीतरी डावपेच आहे. गनिमी काव्याने लढणारी ही जुनी माणसे!''

''छे:! उगीच दोरीचा साप करतो आहेस? डाव कसला न पेच कसला? त्यांतून पुण्याच्या तालमीत वाढलेला तू! त्यांचा पेच तेव्हाच उलटवशील?''

''डावपेच नाही तर मग काय, हे रिप व्हॅन विंकल सारखे निजले होते? माझ्या जन्मापासून कधी वास्तपूस नाही; पडत्या काळी पाठ पाठविलेल्या पत्रांना बोटभर उत्तर नाही-''

''आता तर हातभर आले की नाही? झाले! ते बोटभर उत्तर चक्रव्याढव्यजाने तुला मिळाले. मधुकर, तू मानतोस तितके जग साधेसुधे नाही. पर्वतावरून सरळ रेषेने समुद्राकडे जाणारी नदी या पृथ्वीच्या पाठीवर नाहीच नाही! किती वळणे आणि किती वळसे!''

''मग या कुत्र्याच्या शेपटीच्या नादाला लागण्यांत अर्थ काय?'' अर्धांगाने आजारी पडलेल्या वडिलांची आबाळ, अन्नासाठी वणवण फिरावे लागलेले दिवस, आईने सोसलेले हालकष्ट, सर्व मधुकराच्या डोळ्यांपुढे उभे राहिले व त्याने अर्धवट संतापानेच वरील प्रश्न केला.

''शांत हो. अरे, कुत्र्याचे शेपूट धरून जातां जातां एखादा पुरलेला मोहरांचा हांडा ते दाखवील! नाही कुणी म्हणावे? तू म्हणशील पैशाच्या लोभासाठी उच्च ध्येये सोडू की काय? पण यांत ध्येयाचा प्रश्नच नाही. अरे, आजपर्यंत पोरेबाळे होण्याची आशा होती; तोपर्यंत तुमचे नांव टाकले; पण आतां नांव पुढे चालवायला दुसरा कोणी नाही, म्हणून सहजच म्हाताऱ्याच्या सत्याग्रह सैल पडला.''

''मग त्यापेक्षा एखाद्या संस्थेला इस्टेट देऊन टाका म्हणून लिहिले तर-''

''तुला वेड तर नाही ना लागले मधुकर? सुधारकांना संध्या आणि या माणसांना संस्था क:पदार्थ वाटतात. अरे, कुटुंब आणि धनसंचय यापलीकडे यांची दृष्टि गेली आहे कुठे? सुरवंटाला गरुडाची भरारी मारायला सांगण्यांत हंशील कोणते? तू असले कांही लिहिलेस की, तुझी गणना वेड्यांत करून, म्हातारा दत्तक घेईल एखादा टोळभैरव म्हणजे झाले. राजमुगुटाच्या प्रत्येक रत्नामागे एक एक चिंताराक्षसी असते हे खरे असले तरी राजपद समंजस व सुशिक्षित मनुष्याकडेच पाहिजे. तीच स्थिति पैशाची. आज थोडे नमते घेऊन वागलास तर चार-पांच हजारांचे वार्षिक

उत्पन्न आणि लाखदीडलाखांची जिंदगी तुला सार्वजनिक कार्याला लावता येईल. अस्पृश्यांच्या शाळा, साखरेचे कारखाने, शेतकी, शिक्षणाचे वर्ग हे तुझे मनोरथ द्रव्यरूपी अश्वांच्या अभावी जागच्या जागीच पडून रहाण्याचा संभव आहे. तू आज गेला नाहीस तर एखादा अशिक्षित वारस आज युवराज होईल व उद्यां रंगढंगात जिंदगीची विल्हेवाट लावील. थोडे दिवस तुला थोडी माघार घ्यावी लागेल. पण ती तत्त्वांत नाही तर तत्त्वे आचरणांत आणण्यांत!'' ही रणनीति आहे. हा साठी उलटलेला म्हातारा कांही अमरपट्टा तर घेऊन नाही ना आला? हक्क व हक्कापेक्षांही तुझ्या ध्येयांना पोषक अशी परिस्थिति म्हणून काकांचे तोंड शंकराच्या देवळांत तुपांत पहायला तुला गेले पाहिजे.''

काकांच्या या लांबलचक बोलण्याचा मधुकरावर परिणाम झाला. लक्ष्मीची तिच्या उन्मादाबद्दल अगर चंचलपणाबद्दल कितीही निंदा केली तरी जगाचे पालनपोषण करणाऱ्या विष्णूची ती अर्धांगी आहे हे कुणालाच विसरतां येत नाही. पैसा म्हणजे विष खरे; पण विषाचा औषधाप्रमाणे उपयोग करून घेणारे कुशल वैद्य जगांत काय थोडे असतात? हिंदुस्थानांतील बुद्धिमंतांच्या अनेक उदात्त कल्पना त्यांतील अर्भकांप्रमाणे अकाली मृत्युमुखी पडतात याचे कारण दारिद्र्याशिवाय दुसरे कोणते आहे? अर्थात चालत आलेल्या या लक्ष्मीला लाथाडणे सुद्धा मूर्खपणाचे होणार होते. काकांचा सल्ला मधुकराला पटला व तो म्हणाला, ''तुम्ही म्हणतां तेच खरे आहे. आमची कोंकणांतली इस्टेट सार्थकी लागायची असेल तर मलाच तिकडे गेले पाहिजे. जनदृष्ट्या हा स्वार्थच आहे.''

''पण तुझे अंतःकरण ओळखणारा माझ्यासारखा मनुष्य तरी याची गणना स्वार्थत्यागांतच करील.''

''मग आज रात्रीच्याच गाडीने मी निघतो. तशी त्यांना तारही केली म्हणजे झाले.''

''होय, शिवाय-'' कुसुमकडे वळून काका म्हणाले, ''ही तुझी प्रियशिष्या''- (काकांचा शब्द कांही वावगा नव्हता; पण मधुकर व कुसुम यांच्या मनांत एकाच वेळी 'गृहिणी सचिवः सखी मिथः प्रियशिष्या ललिते कलाविधौ' हा चरण उभा राहिला.)

काकांच्या प्रस्तावनेबरोबर कुसुम खाली पाहू लागली. कोणता विषय निघणार हे तिने बरोबर ताडले. ''ही आमची शकुंतलाच म्हणेनास; अरे, कण्व म्हणतोच ना, 'अर्थो हि कन्या परकीय एव!' ही ठेव एकदां चुकती केली की, मग मी कुणाच्याही ऋणांत नाही.''

मधुकराने 'हूं' म्हटले; पण त्यांत उत्साह नव्हता.

''या करितां वर्तमानपत्रांत जाहिरात द्यावयाचे मी ठरविले आहे. अरे, म्हणायचे

पुनर्विवाह बाकी आहे खरे हे पहिलेच लग्न.''

''जाहिरात कशाला?'' मधुकर सूचक स्वरांत म्हणाला.

''अरे, आमची कुसुम आहे फुलासारखी. हे फूल नेहमी टवटवीत ठेवील अशाच देवाच्या चरणावर वाहिले पाहिजे.''

कुसुमच्या नील नयनाकाशांतून दोन तारका गळून पडल्या. मधुकराच्या मुखावर अभ्रे आली. पण आपल्या अलंकारिक बोलण्यांत गुंग असलेल्या काकांचे तिकडे लक्ष नव्हते. पांच एक मिनिटे मूकव्रत चालले; पण मधुकराने 'मी जातो तर बांधाबांध करायला' या शब्दांनी त्याचा भंग केला. मधुकर व कुसुम काकांच्या खोलीतून बाहेर आली. दोघांच्याही हृदयांत कालवाकालव चालली होती. पण काय व कसे बोलावे हे कुणालाच सुचेना. आपल्या खोलीत आल्याबरोबर मधुकराने आपले सोन्याचे घड्याळ घेतले व तो म्हणाला, ''कुसुम, ही माझी आठवण तुझ्यापाशी ठेव''

''कोकणांत आपण किती दिवस राहिलांत हे मला पंचांगावरून देखील समजेल. त्याला कांही घड्याळाची जरूरी नाही. आता क्षण न् क्षण सांगायला मात्र उपयोग होईल खरा.'' घड्याळ देणारा हात कधीकाळी आपला होईल का ह्या अंधुक कल्पनेने सद्गदित होऊन कुसुम म्हणाली.

''तसे नव्हे; आपल्या इतके दिवसांच्या परिचयाचे- नव्हे प्रेमाचे-एखादे चालतेबोलते चिन्ह-''

अंत:करण उद्विग्न झाले असतांनाही कुसुमची विनोदी वृत्ति तिला स्वस्थ बसू देईना. ''चालते बोलते खरे; कारण किल्ली दिली तर घड्याळ जागच्याजागीच चालूं लागते आणि त्याची ही टकटक तर अखंड सुरू असतेच.''

''बोलणे शोभवून न्यायला कांही तुला शिकवायला नको.''

''पण आठवण म्हणून घड्याळ देण्याइतके आपण काय महिनेच्या महिने तिकडेच राहणार आहां?''

''आजपर्यंत मधुकर स्वच्छंदी होता, पण काकांच्या पिंजऱ्यांत पडल्यावर पूर्वीच्या बागा व फुले त्याला विसरावीच लागतील!''

''आणि मी-'' एकदम हुंदका न आवरल्यामुळे कुसुम उद्गारली. मधुकराच्या डोळ्यांत अश्रु उभे राहिले... पण थट्टेचे सारवण घालण्याचा त्याने प्रयत्न केला. ''मी तुझ्या लग्नाला अवश्य येईल.''

''माझ्या लग्नाला माझी जितकी आवश्यकता आहे तितकीच तुमची आहे.'' असे शब्द कुसुमच्या जिभेवर आले होते; पण ते ओंठाशीच घुटमळले. ''मला लग्नच नको आहे; शिकून सवरून समाजसेवा केलेली काय वाईट?'' एवढेच उत्तर तिने दिले. पण तिच्या जिभेपेक्षां डोळेच हृदयाचे खरेखुरे इंगित प्रकट करीत होते. मधुकराविषयींच्या निर्मल प्रेमाचा सागर त्यांत उचंबळत होता.

पुढे काय बोलावे हेच त्याला कळेना. ''कांही झाले तरी मी लवकरच परत येईन, निदान तुला भेटून तरी जाईन.''

''खचित?''

''अगदी खचित. विद्येशपथ पाहिजे असेल तर तशी शपथ घेतो.''

''काकांची घ्या शपथ हवीतर; पहा हं, लवकर यायचे कबूल केले आहेत; मी अगदी दिवस मोजीत बसेन.''

''इतके अंकगणित शिकल्याचा मोठाच फायदा हा!''

त्या दिवशी रात्री बेळगांवकडे जाणाऱ्या आगगाडीच्या एका डब्यांत मधुकर कुसुमची स्वप्ने पाहत होता, व कुसुम पुण्यांतील आपल्या खोलीत मधुकराचा फोटो हातांत घेऊन हृदयाच्या वाराणशीतून नेत्रांच्या कावडींनी आणलेल्या गंगेचा त्याच्यावर अभिषेक करीत होती.

''कायरे मधुकर चाललास कुठे?'' हरिकाका आपला सोंवळ्याचा फाटका वाळका (पंचा) नेसत असतां म्हणाले.

''ती पलीकडच्या वाड्यांत शूद्रांची मुले आहेत, त्यांना तासभर शिकवायचे कबूल केले आहे, तिकडे जाऊन येतो.''

''म्हणतात ना, रिकामा न्हावी न् भिंतीला तुंबड्या लावी. ती शेजारची शूद्रांची मुले शिकली नाहीत तर तुझे काय पितर नरकांत पडतात? पण तुम्हा इंग्रजी शिकलेल्यांना लष्करच्या भाकरी भाजण्याची संवयच लागली आहे, तरी बरे, इंग्रज सरकार कांही लष्करांत नोकरी देत नाही. पण भाकऱ्या भाजून तरी लष्करांतील बबजींची पदवी तुम्ही मिळवितांच.'' हा गोळीबार ऐकतांच वाहणांत घातलेला पाय मधुकराने मागे काढला. 'सुसरबाई, तुझी पाठ मऊ' हे सूत्र हरिकाकांशी वागतांना तो नेहमी ध्यानांत ठेवी. त्यांच्या टोचून बोलण्याने त्यांच्या मनांत क्रोधाची फणा तत्काळ उभी राही; पण 'अडला हरि' या मंत्राचे स्मरण करून तो ती दिसू देत नसे. पण हरिकाका हे दैवत इतके उग्र होते की, केवढ्याही तपश्चर्येने ते प्रसन्न होणे शक्य नव्हते. त्यांना काय हवे नको ते पाहणे, दुपारी रात्री पाय चेपणे, आदराने प्रत्येक शब्द ऐकणे, यांत मधुकराने तिळमात्र अंतर पडू दिले नाही; पण हरितात्यांची काटकसर, बोटाची थुंकी त्या बोटावर करण्याचे कौशल्य, फत्तराला लाजविणारा निर्दयपणा इत्यादि गोष्टी मात्र त्याला काही केल्या साधेनात. एकदा नाना गप्पागोष्टीला येऊन बसले असतां तात्यांनी पान आणावयाला सांगितले. तात्यांनी एकवचन सांगितलेले मधुकराने ऐकले; पण एकच पान पुढे नेऊन ठेवणे त्याला कसेसेच वाटू लागल्यामुळे त्याने ५-१० पाने घरांतून आणिली. पुतण्याचा हा उधळेपणा पहातांच तात्यांच्या तळपायांची आग मस्तकाला गेली. भुकेकंगाल नानांनी ती सर्व पाने अर्थातच तोबऱ्यांत घातली. नाना निघून जातांच तात्या उसळून म्हणतात, ''अरे,

कुबेराची संपत्ति पुरणार नाही असल्या शहाणपणाने! विड्याची पाने म्हणजे कांही बी.ए.च्या पुस्तकांतील पाने नव्हेत, की कितीही उचलली आणि फस्त केली! त्याला मोल पडते बाबा मोल!''

मध्यंतरी तालुक्यांतील गांवी न्यायाधीशाच्या शिरस्तेदाराची जागा रिकामी होती. ती व आपली तिजोरी मधुकराकडून भरून काढावयाची युक्ति तात्यांना सुचली; मधुकराचा मनोमन विचार एखादे वर्तमानपत्र काढणे अगर शिक्षणसंस्था स्थापणे असा होता. पण गृहस्थाश्रमी हरिकाकांना तो संन्यासाइतकाच भयंकर वाटला असता, म्हणून आपण 'हायकोर्ट प्लीडर'चा अभ्यास करणार असल्याची लोणकढी थाप त्याने मारली. वकिलीच्या गाईपुढे शिरस्तेदाराच्या शेळीची काय मातब्बरी? असा पोक्त विचार करून हरिकाकांनीही आग्रह धरला नाही.

गेल्या एक महिन्यांत मधुकराला सासुरवासाची यथार्थ कल्पना आली. हवापाणी, चालीरीति, भाषा, मित्र सर्वच बाबी भिन्नपणाने त्याला भेवडावू लागल्या. त्यांतून कलमी झाडाची जोपासना करण्याइतके प्रेम हरिकाकांच्या अंत:करणांतच नव्हतेच, मग ते दिसणार कुठून? हरिकाकीची तर काकांवर ताण होती! व्यवहारदृष्ट्या त्या हरिकाकांच्या अर्धांगी असल्या तरी नवऱ्याचे दुर्गुण त्यांना दुप्पटीने मिळाले होते. या आगीत व फोफाट्यांत मधुकराची हृदयकलिका येऊन पडली होती. मधुकर जावयाचा थांबला असे पाहून हरिकाका म्हणतात. ''अरे, जग म्हणजे एक चक्रव्यूह आहे. अनुभवाने समजेल तुला काय ते! बरे, काय म्हणत होतो हो! तूं बघत आहेसच; माझे आता वय झाले आहे; एवढा हा घराचा गाडा ओढण्याचे त्राण नाही. दिवा तर घरांत लागला पाहिजे ना? शिवाय जाते घडी ती खरी! तेव्हा म्हटले, की तुझे एकदा दोनहातांचे चार हात झाले की आमचे हात गगनाला लागले. आजच ते सावंतवाडीचे इनामदार आले होते. मुलगी चांगली मोठी आहे. चांगले दहावे सरून वैशाखांत अकरावे लागले आहे. नाकीडोळी नीटस! पत्रिकेत भाग्योदय आहे! शिवाय तुम्हां इंग्रजीवाल्यांचे लक्ष शिकण्याकडे असते तेही तिचे थोडेबहुत झाले आहे. मराठी पहिले पुस्तक तिचे गतवर्षीच संपले आहे म्हणे! किती हुषार! शिवाय हुंडा कमीत कमी (तीन बोटे दाखवून) इतका! तेव्हा म्हटले, घ्यावे उरकून या महिन्यांत नाही तर माघांत.''

इतक्यांत नाना दुरून येतांना दिसले म्हणून तात्यांनी आपले बोलणे आंखडते घेतले.

नाना येतांच स्वराज्य गेल्याइतका दु:खाचा चेहरा करून म्हणतात, ''शिव! शिव! तात्या! काय हो हा भ्रष्टाचार! भाऊंच्या (मधुकराचे टोपण नांव) नांवावर आलेल्या या वर्तमानपत्रांत काय अनर्थ आहे पहा. हे कलियुग! हा!''

तात्यांनी उत्कंठेने पण साळसूदपणाने विचारले, ''काय बाबा?'' नाना गंभीरतेने

वाचू लागले.

"पुनर्विवाहेच्छु वर पाहिजे. मुलीचे वय १५ दुय्यम शिक्षण पूर्ण-पसंत झालेल्या वराला पांच हजार रुपये शिक्षणासाठी अगर समाजोपयोगी सत्कृत्यासाठी मिळतील. पत्रव्यवहार खालील पत्त्यावर करावा.

- काका C/o राजहंस कचेरी, पुणे."

जाहिरात ऐकतांच मधुकराच्या अंगावर रोमांच उभे राहिले. ही नुसती बोट बुडाल्याची अगर पांचशे लोक गारद झाल्याची रम्य युद्धकथा नव्हती. ही कुसुमविषयीचीच जाहिरात असे वाटून त्याचे हृदय पिळवटून निघाले.

तात्यांनी सूत उवाच केले, "बरा काका दिसतो आहे उपद्व्यापी. आपल्या पुतणीला सोंवळी करून तिच्याकडून सोमवार आणि नक्ते करून घ्यायची सोडून लागला तिचे लग्न लावायला! बाकी याच्या पांच हजारांच्या आमिषाने कुठला तरी मासा गळाला लागणार!"

नाना म्हणतात, "भाऊंच्या मित्रांपैकी कुणी खाली रेघा मारूनच पाठविला आहे हा अंक, यावरून पुण्यांत मोठी खळबळ उडाली असावी या जाहिरातीने! हो, भाऊ तुमचे एक पत्रही दिले होते पोस्टमनने. पाकीटावरील अक्षरावरून पत्र तर बायकोमनुष्याचे दिसते." गुप्त पोलिसाच्या अभिमानाने नानांनी पत्र पुढे केले.

'बायकोमनुष्याचे पत्र' हे शब्द ऐकतांच तात्यांनी कान टंवकारले; पण मधुकराला प्रसंगावधान होते. पत्र हाती घेतांच ते कुसुमचे हे त्याने ओळखले; पण तो एकदम म्हणतो, "ते माझ्या मामेबहिणीचे आहे, मी तिला इकडे आल्याचे कळविले होते."

तात्यांचे शंकानिरसन झाले. ते व नाना कुचबुजू लागले. मधुकराने किंचित बाजूला जाऊन पत्र फोडले. त्या पत्राच्या स्पर्शाने त्याला इतका आनंद झाला, की त्याची खिन्नता पार लयाला गेली? पत्रांत मजकूर फार नव्हता; पण विजेच्या चमकेप्रमाणे त्याने मधुकराचे डोळे दिपविले.

"सोबत पाठविलेला वर्तमानपत्राचा अंक पहावा. मी काय करूं! काका माझ्या हितासाठीच सारे करताहेत. पण माझ्या मनाला विरंगुळा नाही. तोंड दाबून बुक्यांचा मार झाला आहे. तुम्ही इकडे केव्हा येणार! मी अगदी वाटेकडे डोळे लावून बसले आहे."

मघांची जाहिरात म्हणजे कुसुमच्या पुनर्विवाहाची, ही मधुकरला आलेली शंका पत्राने खरी ठरविली. कुसुमसारख्या प्रेमळ जीवाला दुःखाचे उन्ह लागूं नये म्हणून काय करावे? परस्परांचे प्रेम असले तरी ते परिस्फुट झाले नाही. तिच्या काकांना तर त्याचा गंधही नाही. नाहीतर जाहिरातीचा द्राविडी प्राणायाम ते कशाला करते? काकांना कुसुमविषयी लिहावे तरी काय व कसे? बरे, कुसुमशी लग्न करायचे म्हणजे आधी हरिकाकांशी काडीमोड केली पाहिजे. मग या धनराशीतल्या एका पैवर, या

अफाट मळ्यांतील एका कणावरही माझी सत्ता उरणार नाही. एखादा चंगीभंगी इथे येईल आणि दिवसां अत्तराचे दिवे लावून जिंदगीला आग लावून देईल. मी माझे पोट कसेही भरीन; पण बऱ्यावाईट मार्गाने आमच्या घराण्यांत आलेल्या या संपत्तीच्या प्रवाहाचे पाट काढून गरीबांच्या घरी ते खेळवायला नकोत का? कुसुमशी लग्न करून मी स्वत: सुखी होईन; पण मी कर्तव्याला चुकलो असे नाही का होणार? इत्यादि विचारांनी त्याच्या डोक्यांत थैमान घातले व तो पडवीत येराझारा घालूं लागला. तात्या व नाना यांच्या कुजबुजण्याकडे त्याचे फारसे लक्ष नव्हते. पण मधून मधून 'जप्ती, पांचशे रुपये, दया करा, पोरांकडे पहा' इत्यादि नानांचे शब्द त्याच्या कानांत पडत होते. शेवटी ते संभाषण तारस्वरांत गेले. तात्या ओरडले, "हे पहा नाना, व्यवहारात दया माया कांही नाही. तुम्ही जामीन राहिलांत कशाला ×× खायला? तुमच्यापाशी नाहीत पैसे तर जाऊं दे जमीन! तिचा कशाला एवढा लोभ?"

"पण अजाण अर्भकाचे अन्न तोडता आहां!"

"छे:! तोडतो कसले जोडतो आहे; भीक मागायला पाठवा पोरांना- अहो 'ब्राह्मणाची मुख्य दीक्षा। मागीतली पाहिजे भिक्षा।।" हाँ! हाँ! करून तात्या म्हणतात.

नानांच्या नांगीवर पाय पडला, पण करणार काय? या वेळी उपाय चालेना. त्यांच्या गालांवरून अश्रूंचे ओघळ वाहू लागले, पण ब्रह्मानंदी(?) टाळी लागलेल्या तात्यांना त्याचे काय होय? ते देवपूजेला निघाले व जातां जातां म्हणतात, "आमच्या मधूसाठी मुलगी पहा एखादी नाना."

वधस्तंभाकडे जाणाऱ्या अपराध्याप्रमाणे नाना घरी जाऊ लागले. गावांतल्या नसत्या फंदात पडून, जामीन राहून जमिनीचा वडिलार्जित तुकडा त्यांनी हरिकाकांच्या घरांत लोटला होता. 'भीक मागायला पाठवा पोरांना' हे हरिकाकांचे उद्‌गार जखमेवर ओतलेल्या मिठाच्या पाण्याप्रमाणे त्यांना झोंबले होते. या हऱ्याचा- या चांडाळाचा सूड कसा घ्यावा असा ते विचार करू लागले. दोन पावले पुढे गेल्यावर परत येऊन ते म्हणतात, "भाऊ, तो वर्तमानपत्राचा अंक द्या पाहू थोडा. आज जरा बरे वाटत नाही; पडल्या पडल्या वाचीन म्हणतो."

अंक देऊन दोन सांत्वनपर शब्दही तो बोलणार होता; पण या बाबतीत शिरणे नानांना आवडणार नाही असे त्याला वाटले. शिवाय कोरडी सहानुभूति रोग्याची नुसती विचारपूस करण्यासारखी असते. औषधाच्या उपाययोजनेऐवजी विचारपूस काय कामाची म्हणून तो स्वस्थच बसला. नानांनी वर्तमानपत्र घेतले व ते जातां जातां म्हणतात "काय म्हणते तुमची बहीण, भाऊ?"

मधुकर वरकरणी हंसून म्हणाला, "एकदा भेटून जा म्हणते, आणखी काय?"

"आता लग्नालाच बोलवा म्हणजे झाले, तुमच्या."

लवकरच 'जामीन कोणा राहू नये' हा धडा अश्रु ढाळीत शिकण्याची नानांवर पाळी आली. सावकारीच्या बाबतीत तात्या रामशास्त्री प्रभुण्याइतके निस्पृह होते. (निदान पैसे वसूल करण्यापुरते तरी...) जातपात, गणगोत, आप्तइष्ट ही पैसा वसूल करण्याच्या वेळी त्यांच्या खिजगणतीतही नसत. नानांच्या बाबतीत ब्राह्मणत्व, चिल्यापिल्ल्यांचे लेंढार, उदरनिर्वाहाची पंचाईत, आजपर्यंतचा घरोबा इतके डोंगर आड आले असतांनाही तात्यांच्या जप्तीने नानांना गांठलेच. वडिलार्जित जमिनीच्या तुकड्यावर तुळशीपत्र ठेवल्याशिवाय नानांना गत्यंतरच नव्हते. तात्यांवर दांतओठ खात, 'ब्रह्मराक्षसासारख्या' पदव्या त्यांना मनांतल्या मनात अर्पण करीत नानांनी जमिनीचे पाणी तात्यांच्या हातांवर सोडिले. या वेळी नानांच्या चेहऱ्याकडे कुणी बारकाईने पाहिले असते तर 'याच हाताला आगीचा चटका बसवीन तरच नांवाचा नाना' अशी मूक प्रतिज्ञा तेथे त्याला आढळून आली असती.

इकडे मधुकराने कुसुमला तत्काळ उत्तर लिहिले. 'मी लवकरच तिकडे येईन; तूं मुळीच काळजी करूं नकोस' हाच त्याच्या पत्राचा भावार्थ होता. पण त्याची स्वत:ची स्थिति अचुक औषध माहीत नसतांना रोग्याला नुसता धीर देणाऱ्या वैद्यासारखी झाली होती. कुसुमची स्थिति आडकित्त्यांत सांपडल्यासारखी झाली होती. त्या आडकित्त्याचा एक हात खिळखिळा केल्यावांचून नुसते पत्रोपत्री सांत्वन काय कामाचे हे मधुकराला कळत होते. पण हरिकाकांच्या गुहेत आल्यामुळे सिंदबाद खलाशाप्रमाणे त्याची अवस्था झाली होती. हरिकाकांच्या पिंजऱ्यांत मधुकर सांपडला नसता तर तत्काळ धांवत जाऊन त्याने कुसुमचे दु:ख हलके केले असते. पण संपत्तीचा सद्व्यय करण्याच्या उदात्त हेतूने का होईना, तो ज्या जाळ्यांत येऊन पडला होता त्यांतून सुखाने कसे निसटावे हे त्याला सुचेना. हरिकाकांची तब्बेत संभाळणे म्हणजे एक अग्निदिव्यच होते. त्यांतूनही तो पार पडला असता; पण पुण्याला जाण्याची गोष्ट काढली की जुळवून आलेला सर्व व्यूह ढांसळणार हेही निश्चित होते. हरिकाकांच्या चक्रव्यूहात तो अभिमन्यूप्रमाणे निधड्या छातीने शिरला होता; पण बाहेर पडण्याचे ज्ञान त्याला नव्हते!

कुसुमला पत्र लिहिल्यानंतर त्याने पुण्याच्या 'काकां'नाही एक पत्र लिहिले. त्यांत 'कुसुमविषयीची जाहिरात पाहिली. या जन्माच्या नाजुक गांठी असल्यामुळे यांत धिसाडघाई उपयोगी नाही. १५-१६ वर्षांच्या सुशिक्षित मुलीच्या अंत:करणाकडे व आवडीनिवडीकडे दुर्लक्ष होणे इष्ट नाही. मी लवकरच तिकडे येत आहे. त्याच्या आधी नक्की कांही करू नये' वगैरे लिहिले होते. पण या पत्रांत लिहिलेले 'लवकर जाणे' कसे घडावे अगर घडवावे याच विचारांत तो पडला.

या सर्व गोष्टी घडून आल्यानंतर ५-६ दिवसांनी तात्या आपले फाटक्या फडक्यांत गुंडाळलेले कागद चाळीत बसले होते. पलीकडे मधुकर नुकतेच प्रसिद्ध

झालेले एक छोटे काव्य कायद्याच्या पुस्तकांत घालून वाचीत होता. दोघांचेही डोळे हातांतल्या कामावर होते; पण मन दुसऱ्याच गोष्टींत गुंतले होते. सावंतवाडीच्या इनामदारांची मुलगी वरदक्षिणा अवघी दोन हजार म्हणून तात्यांनी कालच नापसंत केली होती. 'एक सोडून छप्पन्न मुली मिळतील माझ्या पुतण्याला' असे वधूपक्षाला त्यांनी खरमरीत उत्तर दिले होते; पण हा सौदा मोडण्यांत आपण चूक केली की काय, ही चुटपुट त्यांना लागून राहिली होती. वराच्या बाजारांतील तेजीमंदीत शेअरमार्केटप्रमाणे जमीन अस्मानाचे अंतर सहसा पडत नाही; पण दोन हजारांवर लिलावाची रक्कम चढविणारा वधूचा बाप कोंकणांत मिळेल असेही तात्यांना वाटेना. उभ्या जन्मांत तात्यांनी एक कार्य केले होते व ते आपल्या मुलीचे. गोव्यांतल्या एक भुकेकंगाल भिक्षुकाचे स्थळ शोधून काढून ४० रुपये हुंडा व २० रुपये मानपान अशा थाटानं 'शर्तं'ची गांठ न घेताच तात्यांनी मुलगी उजविली होती. पण आज ते दोन हजारांनाही कबूल झाले नव्हते. इकडे मधुकर वस्तुत: कुसुमची काळजी करीत; पण तात्यांच्या दृष्टीने हायकोर्ट प्लीडरचा अभ्यास करीत व स्वत:च्या दृष्टीने काव्य वाचीत बसला होता.

"नमोनम: तात्या" नानांचे उद्गार ऐकू आले. जप्तीनंतर इतक्या लवकर नाना आपल्या घराची पायरी चढेल असे तात्यांना वाटले नव्हते. मधुकराला 'जामीन-जप्ती' प्रकरणाची कुणकुण कळली होती; पण त्याने 'मौन सर्वार्थ साधनम्' या सदुक्तीचा अवलंब केला होता.

"कसे काय, बरे चालले आहे ना?" तात्या प्रश्न करिते झाले.

"बरे चालले आहे आपल्यासारख्यांच्या कृपेने." शेवटचा शब्द नानांनी जरा खोचदार रीतीने उच्चारला... तात्या अडमुठे आणि कुत्सित; तेव्हां या खोचीला प्रतिखोच त्यांना मारता येईना. कपाळाचा घामबिम पुसून नाना म्हणतात, "भाऊंच्या लग्नाचे लाडू खाण्याकरिता आलो आहे मी तात्या!"

"म्हणजे?" इनामदारांना दिलेला नकार याला कळला नसावा अशा कल्पनेने तात्या म्हणाले.

"म्हणजे (मधुकराकडे बोट दाखवून) हे भाऊ आणि (हातरुमालांत गुंडाळलेला फोटो पुढे टाकून) या तुमच्या सूनबाई! भावी हो!! अहो, हा सूर्य आणि हा जयद्रथ!" खो खो हंसत नाना म्हणाले.

तात्यांच्या चेहऱ्यावर विजयी सेनापतीचा आनंद व मधुकराच्या तोंडावर पराजित बंदिवानाचे दु:ख दिसू लागले. आपल्या भिडस्त स्वभावाने येथपर्यंत मजल आली असे त्याला वाटले. अंतरपटाआड आपण असून लोक आपल्यावर अक्षता टाकीत आहेत आणि पलीकडच्या खोलीत कुसुम ढळढळा रडू आहे असे चित्र त्याला दिसू लागले. तात्यांनी सौंदर्याचा आजपर्यंत कधीच विचार केला नव्हता. कोणतेही

वधूरत्न 'रामनाम' आहे की नाही हे पहाणाऱ्या हनुमानाच्या डोळ्यांनी ते तपाशीत. (कलियुगांतील 'राम' म्हणजे हुंडाच होय.) पण आणे-पैच्या हिशेबांत आजन्म चूर असलेल्या त्यांच्या मनालाही आकर्षण करणारे सौंदर्य फोटोतील बालिकेत होते.

"मुलगी देखणी आहे नाही नाना?"

"देखणी! अहो, लाखांत मुलगी नाही मिळणार असली! शुक्राची चांदणी, चाफ्याची कळी, टुमदार हवेली, काय वाटेल ते म्हणा!" जाता जाता आपले काव्यवाचन प्रगट करून नाना म्हणाले- मधुकराला खिन्न मन:स्थितीत ही नानांच्या उपमांचे हंसू आले- 'जप्तीची उपमा अधिक पटेल' तो पुटपुटला.

फोटो ऋणकोच्या सहीप्रमाणे निरखून पहात तात्या म्हणाले, "पण मुलगी अमळ मोठीच दिसते नाही? पंधरा-सोळा वर्षांची असावी."

"इतकी कांही नाही. पुण्या-मुंबईच्या घोडनवऱ्या पाहिल्या नाहीत तुम्ही तात्या. त्यांच्यापुढे ही मुलगी म्हणजे कुक्कुबाळ आहे. परवांच मी कुठे वाचले, पंचेचाळीस वर्षांच्या एका मुलीला..."

"मुलीला- म्हातारीला म्हण नाना-"

"अहो, मुलीला वर पाहिजे म्हणून जाहिरात! कां आहे की नाही कलियुग?" ही बगलेतील थाप मारून तात्यांचे मुलीच्या वयाविषयी साशंक झालेले मन नानांनी निर्भय केले. मात्रेचा पहिला वळसा लागू पडलेला पाहून त्यांनी सांठ्यांतली हेमगर्भी बाहेर काढली. "वरदक्षिणा, मानपान मिळून चार हजार रुपये द्यायला तयार आहेत मुलीचे वडील."

आंकडा ऐकतांच तात्यांनी आनंदाने उडी मारिली असती; पण मधुकर व नाना यांच्या मुरवतीखातर त्यांनी आपला आनंद विशेष प्रगट केला नाही. ते स्मित करून म्हणाले, "बी. ए.ला चार हजार म्हणजे कांही अधिक नाही. पण लग्न कांही पैशाकडेच बघून करायचे नाही."

"होय. तेही खरेच. वरदक्षिणा घ्यायची आपली रूढि आहे म्हणून! एरवी चार हजार म्हणजे काय 'कोटश्चकीटायते.' पण जोडा लक्ष्मीनारायणासारखा शोभेल; भाऊ, पहा हा फोटो हो, ज्याचा कोट त्याच्याच अंगावर बेतलेला बरे."

मधुकराला खरोखरच आपल्या अंगावर बेतलेसे वाटले पण फोटो पाहिलेला तात्यांना आवडणार नाही हे ताडून तो जागेवरून हललाच नाही. "आमचा मधुकर कांही सुधारक नाही नाना! नाहीतर त्या दिवशीचे ते पुनर्विवाह करणारे!" तात्यांच्या या बोलण्याचे नानांना थोडे हंसू आले. पण त्यांनी ते आंतल्या आत दाबले. ते चपळपणाने उठले. (भद्रेश्वराच्या भूताने त्यांच्या अंगांत संचार केला असावा.) व मधुकराने डोळे झांकूनच घ्यायला पाहिजे होते; पण फोटो पाहण्यासाठी धावत जाण्याचा चवचालपणा जसा त्याने केला नाही, त्याप्रमाणे तो पुढे आला असतांना

आंधळ्याचे सोंगही त्याने आणले नाही. त्याने फोटोवर नजर टाकिली मात्र आणि त्याच्या अंगांत विजेचा स्पर्श झाल्यासारख्या लहरी खेळू लागल्या. कपाळावर लावलेला बारीक कुंकुमतिलक वगळल्यास तो फोटो कुसुमचा नव्हे असे तिला ओझरती पाहिलेला मनुष्य देखील म्हणू शकला नसता. मग उणीपुरी चार वर्षे तिच्या प्रेमळ सहवासांत ज्याने काढली त्या मधुकराला तिची ओळख तत्काळ पटली यांत नवल काय? त्याचे मन आश्चर्य, कुतूहल, आनंद इत्यादि विकारांनी भरून गेले. फोटो कुसुमचा खरा; पण कपाळावर कुंकू कसे आले? विधात्याची अक्षम्य चूक दुरुस्त करण्याचा चित्रकाराने तर प्रयत्न केला नसेलना? कुसुमचे लग्न झाले असेल म्हणावे तर मधुकराला आमंत्रण न येणे ही अशक्यांतली अशक्य गोष्ट. शिवाय भावी सून म्हणूनच नानांनी तिचा फोटो आणलेला. कुंकवाचे गौडबंगाल त्याला कळेना; पण हे लग्न परस्पर ठरले तर आजचा आपला कोंडमारा तरी कमी होईल असे त्याला वाटले. कुसुम व तात्यांची संपत्ति या दोन्हीपैकी पहिलीवर त्याचे प्रेम होते; पण समाजसेवेची उत्सुकता दुसरीकडे त्याला ओढत होती. योगायोगाने दिवसरात्रीइतक्या परस्परविरूद्ध अशा गोष्टी त्याला मिळण्याचा रंग दिसू लागला. "काय भाऊ, मुलगी पसंत आहे ना?" नानांनी हंसत हंसत प्रश्न केला. बडे लोक इतरांच्या नमस्काराचा जसा हंसून अगर मान किंचित लववून स्वीकार करतात तसाच मधुकराने या प्रश्नाचा केला. नाना फोटो घेऊन परत तात्यांच्याकडे गेले आणि म्हणाले, "पण वधूपक्षाची एक अट आहे."

चार हजारांत कांही कसर निघते की काय, या भीतीने तात्यांनी उत्सुकतेने विचारले, "ती काय?"

"लग्न पुण्यांतच झाले पाहिजे. ग्वालेर-इंदूरकडील त्यांचे आप्त-इष्ट यायचे, त्यांना कोंकण फार लांब पडेल."

आंधळा मागतो एक डोळा देव देतो दोन! गांवजेवणाचा खर्च वांचविण्यासाठी बाहेरगांवी लग्न करायचे तात्यांनी मनात ठरविलेच होते, व्याह्यांच्या या अटीला त्यांनी मोठ्या आनंदाने संमति दिली. "पण मधूबरोबर जावे लागेल तुला नाना! मी हा असा पंगू! (तात्या खर्चाला भीत असावेत) शिवाय म्हैस गाभण आहे. केव्हा वील याचा नेम नाही. घरकरीण तर काय घर सोडून जायचीच नाही!"

"गोदूताई तरी येईल की नाही?"

"छे: रे. त्यांची आली आहे वरसल भटपणाची. गांवात जावे लागत असेल रांधायला. शिवाय तिला एकटीला बोलावणार कशी? अरे, गोदूताई म्हणजे मालगाडीच इंजिन आहे. लटांबरच्या लटांबर येणार तिच्यामागून."

"मग-"

"मग काय, तूं सगळे कार्य कर म्हणजे झाले; तू नि मी काय दोन आहो?"

'जप्तीच्या वेळी एक होतो कां दोन होतो?' हा प्रश्न नानांच्या जिभेच्या टोकापर्यंत आला. मोठ्या कष्टाने आंवढ्यासकट तो त्यांनी गिळून टाकला.

"मग मुहूर्तच ठरवायचा तर! शुभस्य शीघ्रम!"

"माझी हरकत नाही; पण वर घरांतून बाहेर पडण्याच्या आधी दक्षिणा घरांत आली पाहिजे असे मात्र बजावून लिही." वरदक्षिणा समासाचा आपल्या मताने विग्रह करीत तात्या म्हणाले.

"हो हो, ते काय मला सांगायला पाहिजे? बरे, दुसरे एक काम होते."

"बोल काय ते; खर्चाला कांही चार आठ आणे पाहिजे असले तर घेऊन जा." तात्यांच्या उदारपणाचे नानांना कौतुक वाटले. ते म्हणाले, "छे: छे:! तसे नाही. त्या जामिनाची रक्कम भरली तर माझी जमीन-"

"अवश्य मिळेल; पण कुठे घबाड पाहिले आहेस वाटते; का मधूच्याच लग्नांत हात भिजवून घेणार आहेस?"

"छे:, छे:! चार हजारांवर एक पै नाही घेणार त्यांच्याकडून. गोव्यांतल्या लॉटरीचे एक तिकिट घेतले होते मागे; माझ्या नांवाने नंबर आला आहे म्हणून ऐकिले."

"केवढ्याचे रे बक्षिस आले आहे?"

"हजाराचे म्हणतात; पहावे खरे खोटे काय ठरते ते."

"याला म्हणतात नशीब; तुझी जमीन मी सोडीन; अगदी काळजी करू नकोस. कार्य मात्र चोख पार पाड!"

"अगदी घरचे समजून, बार असा उडवून देतो, की अगदी जन्मभर आठवण राहील." शेवटचे वाक्य मधुकराच्या कानाला कसेसेच लागले; पण इतक्यांत 'येतो भाऊ' म्हणून नाना त्याच्या पुढून निघूनही गेले.

तात्यांचा मासा चार हजारांच्या गळ्यांत नानांनी अडकविला. पण कुसुमसारखी बालविधवा तात्या सून म्हणून घरी नांदून घेतील काय? शूद्राला शिकविणे हे जिथे पाप, तिथे विधवेचे लग्न महापाप ठरलेच पाहिजे. मग नाना या फंदांत कां पडले? कुसुम बालविधवा आहे हे तिच्या काकांनी तर चोरून ठेविले नसेल ना? छे:! पण ही शंका घेणे म्हणजे गंगाजल मलिन मानणे होय. कुसुमच्या काकांइतका स्पष्टवक्ता व अंतर्बाह्य सारखा पुरुष जगांत मिळाला नसता. त्यांचे खावयाचे व दाखवावयाचे दांत नेहमी एकच असत. अशा विचारांच्या घोळांत मधुकर सांपडला, पण कितीही पाणी तोडले तरी त्याला बाहेर येता येईना. शेवटी कुसुमच्या काकांना त्याने पुढील हकीगत लिहिली-

"कुसुमशी माझा विवाह होणे म्हणजे मी जन्माचा सुखी होणे होय. पण आमच्या जुन्यापुराण्या काकांना बालविधवेचा पुनर्विवाह कितपत

आवडेल याचीच जबरदस्त शंका आहे. या बाबतींत मध्यस्थांकडून निकाल करून घ्यावा. माझा व आपला पूर्वपरिचय आहे हे मध्यस्थांना कळवूं नये. कारण कुसुमचा फोटो पाहिल्या वेळी मी पूर्वीची ओळख असल्याचे मुळीच चिन्ह दाखविले नाही. आपण जाणते आहांत. योग्य ते करणे.''

असा त्या पत्राचा शेवटचा भाग होता. लवकरच कुसुमच्या काकांकडून उत्तर आले.

''मुलगी बालविधवा असल्याचे मी चोरून ठेविले नाही. आपल्यासारखा जांवई अनायासे मिळत आहे व कुसुमचे प्रेम फलद्रूप होत आहे या कल्पनेनेच मी ही वाटाघाट सुरू केली. मध्यस्थांनी शंकराचार्यांची परवानगी आणून आपल्या चुलत्यांची समजूत घालण्याचे अभिवचन दिले म्हणून तर पुढले बोलणे सुरू झाले. आपण काळजी करू नये. सर्व गोष्टी निर्विघ्न होतील.''

फोटोच्या कुंकवाच्या गोष्टीचा मात्र मधुकराने उल्लेख केला नव्हता. अर्थाता ७४१त्याविषयी खुलासाही नव्हता. या पत्राने मधुकराचे अंशत: समाधान झाले; पण नानांच्या परोपकारी मध्यस्थीत कुठे तरी पाणी मुरते आहे असा त्याला पक्का संशय आला. पण झांकली मूठ उघडून उपयोग काय? कुसुमशी लग्न होण्याचा आलेला योग मात्र नाहीसा होईल. त्यापेक्षा 'जे जे होईल ते ते पहावे' असे ठरवून तो तसा वागूं लागला.

त्या दिवसापासून रात्रंदिवस नानांचे तात्यांच्या घरी हेलपाटे सुरू झाले. भाऊंच्या दोन हातांचे चार हात करण्याकरिता नानांनी केलेली पायपीट पाहून तात्या प्रसन्न झाले. हळुहळू नानांच्या सांगण्यावरून मधूचे दत्तविधान लग्नाआधी उरकून घेण्याचे ठरले. तात्या, 'दत्तविधान कशाला? याचेच आहे हे सगळे' असे म्हणत होते. पण नानांनी जरा ओढून धरल्यामुळे त्यांना नाही म्हणवेना. शिवाय मधूचे वडील व तात्या हे कधीच विभक्त झाले नसल्यामुळे अर्धी इस्टेट भांडूनदेखील मधूला मिळेल हे ते जाणून होते. मधूच्या वागणुकीत कोणतेही व्यंग आढळले नव्हते. तात्यांच्या इच्छेप्रमाणे तो वकील होणार होताच. या गोष्टी व मरणोत्तर पिंडपाणी मिळण्याची अपेक्षा यांचे वजन नानांच्या पारड्यांत पडून शक्य तितक्या कमी खर्चांत मधूचे दत्तविधान झाले. नानांनी ते तत्काळ रजिस्टर करविले. तात्यांना रजिस्टर व्हावेसे वाटत नव्हते व मधूला रजिस्टर करण्यांत महत्त्व दिसत नव्हते; पण नानांनी पिच्छा सोडला नाही. दत्तकपत्र करतांना मधूला कायद्याने शक्य तितके कमी मिळण्याची तजवीज करायला मात्र तात्या चुकले नाहीत. बायको व मुलगी यांना आपल्या पश्चात प्रत्येकी दहा दहा भारे भात, (सध्या मात्र नेसायला बांड, विषम ताप आला तरी कोयनेल, आजारीपणांत पेरू अगर बोरे इत्यादि अमोल फळे अशी व्यवस्था होती)

देवाच्या पूजेसाठी पांच भारे भात (देवापुढील विड्यावर पै, श्राद्धाच्या ब्राह्मणाला दीड आणा, एकादष्णीला तीन आणे हा चालू थाट होता), सर्व दागिने मुलाला इत्यादि कलमे दत्तकपत्रांत होती; पण हत्ती मिळाल्यानंतर शेपटासाठी भांडण्याइतका मधुकर सूक्ष्म अगर क्षुद्र दृष्टीचा नसल्यामुळे व आई अगर बहीण यांना यापेक्षांही अधिक देण्याची त्याची तयारी असल्यामुळे वाद उत्पन्नच झाला नाही.

दत्तविधानाची कच्ची हकीकत कुसुमच्या काकांकडे दोन मार्गांनी आली. मधुकराने कळविणे स्वाभाविक होते; पण नानांनीही भावी जांवयाचे वैभववर्णन पदरचे चार पैसे खर्चून त्यांना कळविण्यांत कसूर केली नाही.

दोन्ही पत्रे येतांच काका थट्टेने कुसुमला म्हणतात, "काय कुसुम, तुला सावकारीण म्हणायचे की इनामदारीण?"

कुसुमने थट्टेने उत्तर दिले, "का भिकारीण?" तिला मधुकराविषयी जितके प्रेम होते तितकाच त्याच्या चुलत्याविषयी तिरस्कार वाटे. हरिकाकांची गणना तिने 'कामापुरत्या मामां'त कधीच करून ठेविली होती.

नाना पुण्याला आले व वरदक्षिणा तात्यांच्या हातांत पडल्यावांचून कुसुमची माळ मधूच्या गळ्यांत पडणार नाही हा तात्यांचा निर्वाणीचा खलिता त्यांनी सादर केला. मधुकराच्या पत्रव्यवहारामुळे अविश्वासाचा प्रश्नच नव्हता. कुसुमसारख्या बालविधवेचा तात्यांना अपशकुन होऊ नये म्हणून त्यांच्या डोळ्यांवर बांधण्याकरिता पांच हजार रुपयांच्या नोटा त्यांनी नानांच्या स्वाधीन केल्या.

नानांनी मेलगाडीने पुणे सोडले व चवथे दिवशी हरभटजींच्या हातांत चार हजार टाकले.

"मग काय रे झाले तुझ्या लॉटरीचे, नाना?"

"व्हावयाचे काय? आपल्या कृपेने आले हजार रुपये; हे पांचशे आणले आहेत." नानांनी आणखी पांचशेचा भडिमार तात्यांवर केला. (या पांचशेचे नंबरही कुसुमच्या काकांच्या डायरीत सांपडले असते! कुसुमचे काका गोव्यांतील लॉटरीचे डायरेक्टर असतील! नाही कुणी म्हणावे?)

जमीनजुमला हे पैशाचे निराकार निर्गुण रूप; त्याचा तात्यांच्या मनावर फारसा परिणाम होत नसे. पण ४५००ची साकार सगुण लक्ष्मी पाहून त्यांची ब्रह्मानंदी टाळी लागली. ते तत्काळ माजघरांत गेले व नानांच्या जमिनीचा कागद त्यांनी आणला. नक्राने गिळलेले माणिक परत मिळाल्याचा आनंद नानांना झाला. "मी मुहूर्त ठरवूनच आलोच आहे; परवा दिवशी निघायचे; सडेच आहोत आम्ही."

"सडे तर काय हो! लग्न म्हणजे काय जत्रा की लढाया मारे तोबा उडवायचा! अहो 'वैदिक विवाहपद्धति' पहा! त्यांत लग्नसमारंभ किती साधा असावा म्हणून लिहिले आहे. प्रयोजनेन दारूसामान यांच्या खुळचट चाली कुणीतरी मोडल्याच

पाहिजेत की नाही?'' तात्या सुधारकांच्या तडफेने म्हणाले.

तिसरे दिवशी नाना व मधुकर पुण्याला जाण्याला निघाले. आगगाडीत नाना इकडच्या तिकडच्या गोष्टी केल्यावर म्हणतात, ''हो भाऊ, बरी आठवण झाली. मी तुम्हांला सांगायला विसरलो, बाकी तुम्ही शिकलेसवरलेले आहां; तुम्हांला कांही त्याचा इतका विधिनिषेध वाटायचा नाही!''

''काय ते?''

''आपण मुलीच्याच घरी उतरणार आहो; मुलगी तुमच्या दृष्टीस पडेलच. तिच्या आईची म्हणे मुले वांचत नव्हती. तेव्हा तिने देवीला केलान नवस की ही मुलगी जर वाचली तर लग्न होईपर्यंत हिचे कपाळ तुझ्यासाठी सुने ठेवीन! काय अडाणीपणाचे नवस असतात पहा! आणि देवही असल्या नवसांना हटकून पावतात! झाले; ही मुलगी जगली वांचली! तेव्हा तिच्या कपाळी कुंकू दिसले नाही म्हणून कांही विपरीत मनांत आणायला नको.''

नानांची नवसाची क्लृप्ति ऐकून मधुकराला हंसू आवरेना. पण त्यांना शंका येऊ नये म्हणून तो म्हणतो, ''अहो, चालयचेच; मूर्ति तितक्या प्रकृति. कपाळाचे कुंकू म्हणजे कांही चपटे नाक नव्हे की तिरवा डोळा नव्हे. मला काय काका न तुम्ही कराल ते प्रमाण. मी पामर, तुम्ही विश्वंभर!''

मधुकराच्या स्तुतीने नाना बहोत खूष झाले. पुण्याला पोचतांच कुसुमच्या काकांना त्यांनी एकांती नेले. ''म्हाताऱ्याची समजूत मी घातली आहे. त्याची तुम्ही काळजी करूं नका. पण या मधुकरपंतांना मात्र मी खरे कांही कळविले नाही. तुम्हीही अळीमिळी करा म्हणजे झाले.''

नानांना वाटत होते, जांवईबोवा व सासरे एकमेकांना अपरिचित आहेत. पण नानांनी जितके महिने मधुकराला पाहिले तितकी वर्षे कुसुमच्या काकांनी मधुकराच्या सहवासांत घालविली होती. पण बिचाऱ्या नानांना त्याचा पत्ताच नव्हता. काकांनी उत्तर दिले, ''जांवईबोवांची कसली हो भीति? ही नवी मंडळी पुरी सुधारक! पुनर्विवाहाची यांना कांही तितकी शिसारी असायची नाही. एकदा माळ पडली की 'बायको सूर्य न् नवरा पृथ्वी' असला प्रकार होतो या मंडळीचा.''

योग्य वेळी शुभमंगल सावधान झाले. मधुकराने 'धर्मेच अर्थेच कामेच नातिचरामि' अशी शपथ वाहून कुसुमचे पाणिग्रहण केले. सरिता सागराला मिळाली. कुसुमची मनोमय स्वप्ने चालती बोलती झाली, मधुकराच्या प्रेमळ प्रेमांकुराला अनुकूल अशी हृदयभूमि लाभली.

कुसुमच्या काकांना मधुकराने सर्व वृत्तान्त सांगितला. हरिकाकांची नानांनी समजूत घातली आहे किंवा नाही हे नक्की त्याला कळले नव्हते. पण पुण्याहून नेले पांच हजार व हरिकाकांच्या पदरांत घातले चार हजार; अर्थात नानांचा स्वार्थच

त्यांच्या या परोपरकाराच्या मुळाशी असावा असे त्याने अनुमान बांधिले. पण आपल्या जिवाचा ठेवा- कुसुम आपल्याला मिळाला या आनंदांत नानांनी मारलेल्या डल्ल्याकडे त्याने तादृश लक्ष दिले नाही.

दुसरे दिवशी मधुकर व कुसुम खोलीत बोलत बसली होती. ''घड्याळाचा हातगुण चांगला आहे की नाही?'' कुसुम म्हणाली.

''घड्याळाचा हातगुण कसला; जन्मापासून दोन हात ते दोनच! दोन हाताचे चार हात कसे करावे हे ते बापडे काय शिकविणार! तुझा हातगुण म्हण हवे तर!''

''आणि इकडचा नाही वाटते?''

''बरे, दोघांचाही. त्याशिवाय चार हातांची बेरीज होणार कुठून! तरी लग्न होण्याला चतुर्भुज होणे म्हणतात हे भाग्य; नाहीतर चतुष्पाद अगर दुतोंडी म्हणायचे- इतक्यांत बाजारांतून परत आलेले नाना खोलीत आले. एका दिवसांत 'कुसुम-मधुकरा'ची ही सलगी झालेली पाहून त्यांच्या कपाळाला आंठ्या पडल्या- 'आमच्या वेळी लग्न होऊन पांच वर्षे झाली तरी दहा बायकांत आपली बायको हटकून ओळखू अशी काही स्थिति नव्हती', असाही विचार त्यांच्या मनात आला. तथापि बळेच हंसून ते म्हणाले, ''राजा-राणीच्या एकांतांत गुलाम आला म्हणून राग नाहीना आला?''

मधुकर म्हणाला, ''गुलाम नाही; एक्क्याचा मान तुम्हांला आहे नाना.''

''बरे; आज रात्री निघायचे, नाही? तात्यांनी वेळ मुळीच काढू नको म्हणून बजाविले आहे. सुनमुख बघण्याची हौस कुणालाही झाली तरी असणारच.''

''माझी कांही ना काही; कांही स्नेह्यांना वगैरे भेटायचे राहिले; पण या लगीनघाईत ते साधणार कसे?''

काकांपासून दूर जाणार म्हणून रडत व प्रियपतीबरोबर सासरी जाणार म्हणून हंसत कुसुमने बांधाबांध केली. काकांनाही हा वियोग जाणवत नव्हता असे नाही. पण 'नदी खरी सागराची; जन्म देणाऱ्या पर्वताची नाही' हे ते ओळखीत होते. फुलाचे जीवनकार्य पूर्ण होण्याला ते लतेपासून तोडावेच लागते. मेघमाला नेहमी आकाशालाच बिलगून रहात नाही. प्राणाहून प्रिय अशी कविताकन्या रसिकांच्या पदरांत टाकल्यावांचून कवीची तृप्ति होत नाही. अर्थात कन्यालाभ झाला, की कन्यादान आलेच. ही जगाची रीतच आहे. त्यांतून 'देशे काले च पात्रे च' असे हे दान झाले म्हणजे पित्याला समाधान वाटते व कुसुमच्या काकांना ते लाधलेही होते. शूराला पाणीदार तरवार, विचारवंत दात्याला लक्ष्मी, कुशल गवयाला स्वर्गीय सतार त्याप्रमाणे मधुकराला कुसुम होती. देवाला नमस्कार करून कुसुम काकांच्या पाया पडण्याकरिता आली. तिने नानांना नमस्कार केला. 'अष्टपुत्रा सौभाग्यवती भव' हा मामुली आशीर्वाद त्यांनी दिला. काका म्हणाले, ''ही रूढ पोपटपंची मला नाही

आवडत बोवा.'' इतक्यांत कुसुमने त्यांना नमस्कार केला. ''वीरपत्नी वीरमाता भव'' काकांनी गंभीरपणाने आशीर्वाद दिला.

इंजिनने शीट दिली, गाडी चालूं लागली; प्लॅटफॉर्म सोडून दूर गेली; तरी कुसुम खिडकीतून टक लावून पाहत होती व काका प्लॅटफॉर्मवर उभे राहून जाणाऱ्या गाडीकडे अनिमिष नेत्रांनी बघत होते.

कुसुम-मधुकराचा विवाह नानांनी घडवून आणला खरा पण 'परोपकाराय सतां विभूतय:' अशा कोटीपैकी ते होते म्हणून मात्र ते या कामांत पडले असे नाही. आपल्या पोराबाळांच्या तोंडचा घांस तात्या निर्दयपणाने काढून घेणार या तिरीमिरीत मागे वर्णन केल्याप्रमाणे ते घरी गेले. जातांना कुसुमने मधुकराला पाठविलेला वर्तमानपत्राचा अंकही वाचण्याकरिता म्हणून त्यांनी मागून नेला होता. त्यांतील पुनर्विवाहाची जाहिरात पुन्हा वाचतांच त्यांच्या डोक्यांत एक कल्पना चमकली व तात्यांचा सूड घेण्याचे अमोघ अस्त्र लाभल्यामुळे त्यांना जरा हायसे वाटले. जाहिरातीत वराला पांच हजार रुपये मिळतील असे लिहिले होतेच. पांच हजार लांब राहिले पण चार हजारांनीही तात्यांच्या तोंडाला पाणी सुटेल हे नाना पक्के जाणून होते.

त्या पाण्यांतच तात्यांच्या मनोराज्यांना जलसमाधि द्यावयाचे त्यांनी ठरविले. शिवाय घ्यावयाचे पांच हजार व तात्यांना द्यावयाचे चार हजार, असला व्यापार करण्याचे त्यांनी ठरविल्यामुळे या लष्कराच्या भाकरी भाजण्यांत त्यांचे पोटही भरपूर भरणार होते. त्यांनी कुसुमच्या काकाला मुलाविषयी (मधुकराविषयी) सविस्तर हकीगत लिहून हरिकाकांच्या अफाट संपत्तीचा तोच मालक असल्याचे कळविले व कुसुमच्या फोटोची मागणी केली. नुसत्या संपत्तीच्या आमिषाला कुसुमचे काका इतके भुलले नसते; पण कुसुम मधुकराला मिळणे म्हणजे 'रत्नं रत्नेन संगच्छते' असे त्यांना वाटल्यामुळे नानांच्याकडे त्यांनी फोटो पाठविला व ''मुलगी बालविधवा आहे. जुन्या मताच्या हरिकाकांना हे लग्न कसे आवडेल?'' अशी पृच्छा केली. नानांनी सावंतवाडीच्या एका फोटोग्राफरकडे जाऊन फोटोतील भालप्रदेश अमावास्येसारखा दिसत होता त्याला एकदम पौर्णिमेचे स्वरूप दिले. नानांनी फोटोग्राफरच्या साहाय्याने पुराणांतील सावित्रीचीच कामगिरी बजाविली. इतक्या सोप्या उपायांनी बालविधवा कुसुमला कुमारिका बनवून व चार हजारांचे ब्रह्मास्त्र सज्ज करून नाना तात्यांच्या भेटीला आले. पैशाचे पाठबळ नसते तर 'कुसुम'ला तात्यांनी पसंतच केले नसते; कारण त्यांना ती मुलगीपेक्षा बाईच वाटली. पण चार हजारांनी डोळ्यांआड येऊन कुसुमची बाजू सांवरली म्हणून बरे. इकडे कुसुमच्या काकांना 'मी हरिकाकांची समजूत शंकराचार्यांकडून आज्ञापत्र आणून घालीत आहे' असेही कळविण्यास नानांनी कमी केले नाही. कुसुमच्या काकांनाही 'साखरेचे खाणार त्याला देव देणार'

असे वाटू लागल्यामुळे त्यांनी खोल पाण्यांत जाण्याचे सोडून दिले. मधुकराकडूनही नाना हे लग्न जुळवीत असल्याचे कळल्यामुळे त्यांनी कुसुमकरिता राखून ठेवलेली आपली आजन्मांतली पुंजी नानांच्या स्वाधीन केली. नानांनी एक हजार पोटोबाला अर्पण करून बाकी कुसुमच्या भावी श्वशुररूपी विठोबाला वाहिले. अटकळीप्रमाणे लग्न तर घडून आले. हरितात्यांना चुरचुरीत असा चरका कसा द्यावयाचा हा विचार नाना गांवी पोचेपर्यंत त्यांच्या डोक्यांत घोळत होता.

आनंद व भीति यांच्या मिश्रप्रवाहांत वाहत असतांना कुसुमने गृहप्रवेश केला. तिला पाहिल्याबरोबर हरिकाकांचा ग्रह कांही अनुकूल झाला नाही. 'केवढी ताडमाड बाई ही! दोन मुलांची तरी आई दिसते' ते पुटपुटले. सासूबाईंशी बोलतांना तर 'भ्रतार कानडी व बाईल मराठी' अशी कुसुमची अवस्था झाली. खेडवळ कोंकणी भाषा. सगळा जन्म देशावर-त्यांतल्या त्यांत प्रौढ वय पुण्यांत गेलेल्या बालिकेला पहिल्याच दिवशी उमजावी कशी? 'ओज, गजाल, चेडु, झील, खै, करटीतले लोणचे', इत्यादि शब्द व संप्रदाय पुणेरी माणसाला काय कळणार? पहिल्याच दिवशी कुसुमच्या हातांत पुस्तके पाहून सासूबाईच्या तळपायाची आग मस्तकाला गेली. पुस्तक म्हणजे परपुरुषाचे लेखन; त्यावर दृष्टि टाकणे साध्वीधर्माला शोभणार नाही असे त्यांचे तर्कशास्त्र असावे. पुस्तक टाकून कुसुम वाती करावयाला गेली. दुसऱ्या दिवशी गांवांतल्या साळकायाम्हाळकाया जमल्या. उमाबाईंनी ठराव मांडला, "ही का सून तुमची ताई? बाई बाई बाई! शर्थ झाली या लोकांची! कशा बेगमा ठेवतात यांना घरी. हिच्या वयाला मी चांगली लेंकुर वाळी होते!"

म्हाळसाकाकूंनी दुजोरा दिला- "कधीच न्हाऊं लागली असेल ही! लग्न नाही तर नाही पण फळशोभन तरी मिळेल म्हटले आम्हां गरिबांना पहायला! पण तुम्ही कसल्या वस्ताद! लग्नांतच फळशोभन उरकून घेतले असेल. म्हणतात ना, एका धोंड्यानं दोन आंबे!"

बटूमामीनी पुष्टीदाखल भाषण केले, "हा कसला बाई तोफेच्या गोळ्यासारखा बुचडा! चांगली कृष्णाच्या सुदर्शनासारखी वेणी घालावी! (कारण म्हटलेच आहे की, चक्र भ्रमति मस्तके) आणि हे अंगांत काय आहे? पोलका की टोणका! इश्श बाई! शुद्ध मडम आहे ही! तुमचे कसे बाळबोध वळण आणि त्यांत हे विंग्रजी कशाला?"

ताईंनी अध्यक्ष या नात्याने अनुमति दिली. खुनाच्या आरोपीप्रमाणे खाली मान घालून कुसुमने सर्व वाक्प्रहार सोसले. पण एवढ्यावर स्त्रीपार्लमेंट तिला सोडणार होते थोडकेच! कायदा व त्याची अंमलबजावणी यांत इतर सरकारसारखी अक्षम्य दिरंगाई बायकांच्या राज्यांत दिसायची नाही. तत्काळ कुसुमच्या अंबाड्यावर हल्ला चढला व तो मस्तकसिंहासनापासून भ्रष्ट झाला. पोलक्यावर वस्त्रहरणाचा प्रसंग

आला. घटका दोन घटका सर्वांनी मिळून कुसुमला बाळबोध वळणाच्या कुलीन स्त्रीचे (त्यांच्या मताप्रमाणे) रूप दिले. सर्वांना उद्यां जेवणाचे आमंत्रण ताईंनी दिले.

"काय उद्यांचसे काय आहे; येऊ केव्हांही." रामशास्त्र्यांच्या निस्पृहपणाने उमाकाकू म्हणाल्या.

"छे: छे:! गांवजेवण तर उद्यांच घालायचे ठरवले आहे. ब्राह्मणांचेच पान होईल शे-दीडशे."

"पहिलाच प्रसंग हा-" बटूमामी पुटपुटल्या.

"तेव्हा अंगबिंग धुवून सकाळीच या लौकर; बुंदीच्या लाडवांचा बेत आहे." ताई म्हणाल्या.

सर्वांनी मन:पूर्वक 'हो' म्हणून निरोप घेतला.

थोडासा एकांत सांपडतांच कुसुमच्या डोळ्यांतून गंगा-यमुना वाहूं लागल्या. आल्यापासून सासूबाई प्रेमाचा एक शब्ददेखील बोलल्या नव्हत्या. सारखी धुसफूस. ती तिथेच रडत बसली असती पण नारळाचे पाडम करण्याकरिता गेलेला मधुकर तितक्यांत परत आला. त्याला पाहतांच सूर्यकिरणांच्या दर्शनानेच काळोख झुगारून देणाऱ्या पृथ्वीप्रमाणे तिचे मुख टवटवीत झाले. नदीला तीरावरल्या झाडांशी आणि वाटेवरल्या डोंगरांशी करायचे काय? तिचे खरे लक्ष सागराकडेच पाहिजे अशी तिने आपल्या मनाची समजूत घातली. मधुकराची तिची दुरून दृष्टादृष्ट होतांच मघांशी भयाण वाटून खायला येऊ लागलेले घर आतां हंसू लागले. प्रेमासारखा दुसरा जादूगार जगांत कोण आहे? बिनतारी तारायंत्राने आपला संदेश पोचविला व कुसुम हंसत हंसत घरांत निघून गेली.

दुसरे दिवशी ११-११॥ वाजतां हरिकाकांचे घर ब्राह्मणांनी अगदी फुलून गेले होते. ब्रह्मचारी बटु, वृद्ध अग्निहोत्री, झाडून पंचक्रोशीतील सर्व ब्राह्मण आले होते. ठिकठिकाणी पाटावर बसून वेदोनारायणांची चर्चा चालली होती. "काय काळंभट, परवां त्या वास्तुशांतीला गेला होता तिथे काय लागले हाताला?"

"वाघाचा डोळा!" अजागळ काळंभट खिन्न मुद्रेने उत्तरले.

"मोठा चिक्कणमामा; मी म्हटले दोन डोळे तरी! असो. चोराच्या हातची लंगोटी. हो, पण तुमचा तो पुतण्या का कोण? मुंबईला आहे, म्हणे तो इराण्याच्या हॉटेलात चहा घेत असतो."

"इराण्याच्या? अहो, इराण हिंदुस्थानांत नाही" काळंभट 'जितम्' या मुद्रेने म्हणाले.

"अहो; इराण्याच्या म्हणजे पारश्याच्या; पण कांही झाले तरी भ्रष्टाचार! तुम्ही त्याला लिहा, म्हणावे प्रायश्चित्त घे; नाहीतर जात पडेल."

"भाविणीच्या दारांत कुत्र्याप्रमाणे पडले तरी जात पडत नाही अं." काळंभट

शेजारच्या म्हाळंभटांच्या कानांत म्हणाले. भाळंभटांनी ते ऐकिले; पण न ऐकिल्यासारखेच केले. त्यांच्या शेपटीवर पाय पडला खरा; पण काळंभटाचा खरपूस समाचार घ्यायला त्यांना तोंड होते कुठे? इतक्यांत म्हाळंभट एकदम जागे होऊन म्हणतात-

"काय हो बाळशास्त्री (अर्थात् बाळंभटच! वचने कि दरिद्रता!) हल्ली गांधी गांधी म्हणून जे बंड निघाले आहे ते काय आहे?"

इतका वेळ संभाषणांत भाग न घेतलेले धाकंभट पुढे सरसावले. "हा मेल्या! अरे, मुरकूट चावले म्हणजे गांधी नाही का उठत? मुलुखाचा अडाणी तूं."

दुसऱ्याला अडाणी म्हणणाऱ्या धाकंभटाचे वरील विद्वत्तापूर्ण उत्तर ऐकून मंडळीत एकच हंशा पिकला.

इतक्यांत काळंभट म्हणतात, "अहो, राहूं द्यात तुमचे गांधीन् खादी; ही पहा पाने वाढली. करा त्रिसुपर्णाला सुरवात!"

"पण नाना कुठे आले नाहीत अजून!" आंत बाहेर करीत असलेले तात्या म्हणाले.

"नानांना आजचे लाडू जुनेच आहेत, त्यांनी पुण्यालाच हात मारला आहे; त्यांना कसली आली आहे घाई जेवण्याची?" कुणीसे उत्तर दिले.

"छे: छे:! पण आज त्यांच्यावांचून पंगत बसायची नाही; या लग्नाचे श्रेय तर त्यांचे. मधू, अरे मधू-".

सोवळे नेसलेला मधुकर बाहेर आला.

"जा असाच नानांच्या घरी अन् त्यांना घेऊन ये. मंडळी अगदी खोळंबली आहेत म्हणून सांग."

मधुकर सोवळ्यानेच बोलवायला गेला. धाकट्या यजमानांना जातांना पाहून पक्वान्नांचा स्वाद घेण्यासाठी उत्सुक झालेली भिक्षुकांची जिव्हा त्यांच्या गुणवर्णनाकडे (गुण माहीत नसतांनाही) वळली!

म्हाळंभट- धाकटे यजमान कांही सुधारक नाहीत. पहा कसे सोवळे नसले आहेत ते.

बाळंभट दुजोरा देतात, "आणि डोकीवर बायकांसारखे केस आणि भांगही नाही."

काळंभटांनी सूर धरिला, "मिशाही अविच्छिन्नच आहेत. डोळ्यांवर इंग्रजी शिक्षणाची धुंदी-चष्मा-कांही आली नाही."

बापड्यांचा धर्म केस, मिशा व चष्मा या त्रिपुटीतच अडकून पडला होता, त्याला ते काय करणार?

इकडे कुसुम तूप वाढण्यासाठी म्हणून दारांत आली. तिला तात्या म्हणतात, "थांब जरा; नाना आले म्हणजे वाढूं लाग."

मधुकर जाऊन पोचताच नाना उठले पण सोवळे-भांडे न घेतांच निघाले. मधुकराला ते जरा चमत्कारिक वाटल्यामुळे तो म्हणतो, "सोवळे-भाडे विसरलांत वाटते?"

"छे:! माझी इच्छाच नाही जेवणावर." नाना घोगऱ्या आवाजाने म्हणाले व चालूं लागले.

नाना येत असलेले दिसतांच तात्यांनी सूनबाईला तूप वाढायला सांगितले. 'भृणहत्यां बालहत्यां वागेतेघ्नन्ति'चा घोष सुरू झाला. बाळंभटाच्या पानावर वाढून ती पुढे जातांच भटजी शेरा देतात, "राजसूय यज्ञांतली द्रौपदीच!"

नाना पडवीत आले पण त्यांचे मुकटाभांडे कुठे दिसेना. तात्या थट्टेच्या स्वराने म्हणतात, "काय नाना, सुधारक झालांत वाटते? ओवळ्यानेच जेवणार की काय?"

नानांचा चेहरा विलक्षण विकृत झाला. "मी सुधारक की तुम्ही?"

गवयाचे गोड गाणे सुरू असतांना हृदयद्रावक किंकाळी ऐकू यावी तशी मधुकराची स्थिति झाली. नाना दुतर्फी पाटावर बसलेल्या भिक्षुकांच्या रांगांच्या मध्यभागी येऊन उभे राहिले. कुसुमची पळी हातांतल्या हातांत राहिली- नाना कर्कश स्वराने ओरडले, "ब्रह्मवृंदहो, विधवेचा पुनर्विवाह करून तिला सून करून घेणाऱ्याच्या घरांत तुम्ही अन्न घेणार काय?"

तात्या वीज कोसळल्यासारखे त्वेषाने मुके झाले. मधुकर थिजला; कुसुम स्फुंदू लागली. परत माजघरांत जायचेही तिला भान राहिले नाही. दारांत बायकांची ही गर्दी झाली!

"काय विधवा? ही मुलगी विधवा आहे?" बाळंभट धर्ममार्तंडाचा आव आणून ओरडले.

"विधवा नाही; विधवा होती. आता तात्यांनी आपल्या मुलाचे तिच्याशी लग्न लावल्यामुळे ती सवाष्णच आहे."

"नाना-नान्या-नानिटल्या" रागाने थरथर कांपत तात्या ओरडले. त्यांना पुढे बोलवेना. 'पांढऱ्या पायाची हडळ!' माजघराच्या दारांतून शब्द आले. कुसुमच्या हातांतून तुपाचे भांडे गळून पडले. मधुकर पुढे आला, पण त्याचा चेहरा उतरला होता. 'अब्रह्मण्यम्' काळंभटादि धर्मावतार गर्जना करते झाले. 'या घरांत पाणी घेणार नाही पाणी आम्ही. तात्या, काय हा बाटगेपणा केलात?"

तात्या रागाने जळत होते; पण त्यांतल्या त्यांत मन सांवरून म्हणाले, "नान्या! पुरावा आहे तुझ्यापाशी? नाहीतर बेअब्रूबद्दल तुरुंगात डांबीन!"

"पांच हजारांच्या लोभाने अधर्माचरण करून मलाच गुरकावतां काय? पुरावा! हा मूर्तिमंत हजर आहे! या मुलीच्या पुनर्विवाहाची जाहिरात असलेले हे वर्तमानपत्र!

(नानांनी खांकेतून वर्तमानपत्र काढले) मुली, तू बालविधवा आहेस की नाही सांग.''

सर्वांनी आपले डोळे कुसुमकडे रोखले. कुसुमला दे माय धरणी ठाय होऊन गेले. पण मधुकर निश्चयाची मुद्रा करून बोलू लागला, ''ब्रह्मवृंदहो, काका! मी बालविधवेशी पुनर्विवाह केला आहे. नानांचा आरोप सर्वस्वी खरा आहे.''

''मध्या-'' तात्या किंचाळले. वीज कोसळली म्हणून पर्वत काही दुभंगत नाही. मधुकर शांत राहिला. धर्मरक्षणासाठी लाडवांचा लोभ सोडून ब्रह्मवृंद पानांवरून उठू लागला. मधमाशाचे पोळे दुखवून तात्यांच्या मागे लावल्याबद्दल नानांच्या चेहऱ्यावर अभिमान दिसू लागला.

''मध्या! हिला घरांतून हांकलून दे. मग बघतो या नान्याचा तमाशा!''

''ती माझी धर्मपत्नी आहे; मी तिला सोडणार नाही.''

''धर्मपत्नी! विधवा बायको! ××बायको! आग लाव तुझ्या धर्माला. तूं तिला टाक, मी उद्यां तुझे दुसरे लग्न करतो.''

कुसुमचा प्राण तिच्या डोळ्यांत येऊन उभा राहिला. तिने एकदाच वर पाहिले. मधुकराचे डोळे पाण्याने डबडबले होते.

''काका, कांही झाले तरी मी कुसुमला टाकणार नाही. लग्नांत धरलेला हात एकटा मृत्युच दूर करील!''

''मग या घरांतली फुटकी कवडीही तुला मिळणार नाही.''

''कुसुमवरून मी सर्व संपत्ति ओंवाळून टाकीन.''

''कां नाही फुटकी कवडी मिळणार?'' नानांनी आपले विजयी तोंड मध्ये घातले. ''ते दत्तक आहेत, अर्धी इस्टेट आज त्यांचीच आहे.''

''मांगा, तोंड काळे कर येथून!'' तात्या दांत ओंठ खात म्हणाले.

''तुमचे आधीच काळे झाले आहे, ही जप्ती बरे तात्या जप्ती! भीक मागायला पाठीव पोरे'' हातवारे करीत नाना म्हणाले.

मधुकराचे लक्ष नानांकडे नव्हतेच. तो कुसुमला म्हणाला,

''कुसुम, चल. हे घर आपले नव्हे-''

''अहो, तुमचेच आहे; कोर्टात दावा गुदरा की इथे याच्या नाकावर टिचून तुम्हांला राहता येईल.'' नाना आगीत तेल घालीत म्हणाले.

''अहो, हजार रुपये गिळंकृत करणारे मध्यस्थ! आपल्या सल्ल्याची मला जरूरी नाही. आपण तोंडाला कुलूप घालाल तर बरे. कुसुम, चल याच वस्त्रानिशी- आता परतायचे कारण नाही.''

पण या आकस्मिक प्रसंगाने कुसुम अगदी खचून गेली होती. तिला पाऊल उचलवेना. मधुकराने तिचा हात धरिला व पानांवर उठून उभ्या राहिलेल्या ब्राह्मणांनायय तो म्हणाला, ''ब्रह्मवृंदहो, आपणांला पानांवरून उठण्याचे कारण नाही; आपल्या

मताने मी व माझी बायको धर्मभ्रष्ट! ती आम्ही दोघेही इथून जात आहो. तुम्ही स्वस्थ चित्ताने जेवा. काकू, येतो हं.''

मधुकर व त्याच्या मागून कुसुम तात्या उभे होते तेथे आली. 'काका येतो हं' म्हणून मधुकराने नमस्कार केला. पाठोपाठ कुसुमने केला. तात्यांचा राग अनावर झाला होता. नानांवर तो त्यांना काढतांच येईना. पदवंदन करण्याकरता वांकलेल्या मुलावर व सुनेवर त्यांनी त्या झटक्यांत ताडकन लाथ मारिली.

''कुसुम, चल तूं! जाणत्यांची लाथ फुलासारखी असते.''

''भर उन्हांत सोवळे नेसलेला मधुकर व कुसुम अनवाणी घराबाहेर पडली. नानाही विजयी मुद्रेने पाठोपाठ निघून गेले.

लाडवांना लागणारे ग्रहण सुटलेले पाहून ब्रह्मवृंद पुन्हा अधिकारारूढ झाला. बुंदीचा लाडू तोंडांत कोंबता कोंबता बाळंभट म्हणतात, ''छचोर न् बाईलवेडा! द्यायची तिला हांकलून! याच्या लग्नाला काय तोटा होता?''

साराचे भुरके मारीत काळंभटांनी टेकू दिला.

''अहो कलियुग! आणखी काय-''

कुसुमने निम्म्या पानांना अन्नशुद्धि वाढली होती; तिला शिव्या देत देत त्याच पानांवर ब्राह्मण जेवले.

दुपारी दोन वाजतां जवळच्या वाड्यांतील एका शूद्राच्या पडवीत पत्रावळीवर कुसुम व मधुकर भात जेवीत होती. मिठाशिवाय तोंडी लावायला दुसरे काहीच नव्हते. मधुकर म्हणतो, ''बुंदीच्या लाडवांपेक्षा हे जेवण गोड आहे की नाही?'' कुसुम नुसती हंसली. तिचे मुख उन्हांत पाऊस पडत असतांना दिसणाऱ्या आकाशासारखे होते. दुसरे दिवशी तात्पुरती तयारी करून मधुकराने पत्नीसह काकांचे गांव व नांव सोडले.

हां हां म्हणता ही बातमी खेड्यापाड्यांत पसरली. एक म्हणे, 'मुलगा भरपंगतीत दारूची बाटली फोडू लागला म्हणून हे झाले'. दुसरा सांगे, 'म्हारीण आणली होती त्याने लग्न करून; बाप तरी काय रडणार?' सगळे रावणराज्यांतले तर्क! अंदरकी बात राम जाने!

✦✦✦

रत्नाकर (ऑगस्ट, १९२७)

नागपंचमी

"बाबा, अहो बाबा, उद्यां आम्हांला सुट्टी आहे सुट्टी" पाटीदप्तर कोनाड्यांत ठेवतां ठेवतां वसंत म्हणाला.

"कसली रे आहे गुलामा सुट्टी?" हिशेबाच्या वह्यांतून डोके वर काढून बाबांनी वसंताला विचारले. त्याचा आनंदी चेहरा पाहून मेघांच्या जाळ्यांतून बाहेर येतांच हंसणाऱ्या बालचंद्राची त्यांना आठवण झाली.

"उद्यां नागपंचमी आहे हे देखील नाही तुम्हांला माहीत? उद्यां नागोबा घरी येणार, न् मग आम्ही त्याची पूजा करणार!"

ही बालसुलभ श्रद्धा पाहून बाबांच्या डोळ्यांना पाणी आले. बाळपण! श्रद्धा, प्रेम, भक्ती इत्यादि महा नद्या ज्याला मिळतात, असा महासागरच तो! दगडाच्या ठिकाणी देव पाहाणारा आकाशांतल्या चांदोबाचा फिक्कट चेहरा पाहून प्रेमळपणाने 'तू का भागलास?' म्हणून त्याची चौकशी करणारा, सोने आणि माती यांना साधूप्रमाणे ७ समान लेखणारा, 'प्रेमाने प्रेम वाढते' या उदात्त तत्वाचे प्रत्यंतर पटवून देणारा तो दिव्य काल आठवून बाबा क्षणभर सद्गदित झाले. बाबा बोलत नाहीत, असे पाहून वसंत त्यांच्याजवळ आला व आपल्या कोमल बाहुपाशांत त्यांना वेढून म्हणाला "बाबा, तुम्ही माझ्यावर रागावतां होय?"

"छे: रे बाळ!" त्याच्या तोंडावरून प्रेमळ हात फिरवीत बाबा म्हणाले. "मग तुम्ही बोलत कां नाही? मी तुम्हांला एक गोष्ट सांगू? किती गंमतीची गोष्ट आहे हो ती! राम तुम्हांला माहीत आहे ना? मागं नव्हतो कां आपण देवळांत त्याच्या जन्माला गेलो न् सुंठवडा खाल्ला? त्या रामाला म्हणे तीन आया होत्या! 'एका माणसाला तीन आयाहो कशा असतील?' म्हणून किनई आमच्या वर्गातील एका मुलानं विचारलं. मी चटकन उठून सांगितलं, 'मला नाहीत का दोन आया?' पण बाबा माझी पहिली आई परत कधी हो येणार? पाडव्याला म्हणाला होता, की नागपंचमीला येणार म्हणून. खरंच आई आता येणार आहे कां हो? मग आईला किती जमती जमती दाखवीन: माझे रंगीत कांचेचे तुकडे न् दगडी पेन्सिली--"

“अरे पण तुझी गोष्ट राहिलीच ना?”

“त्या रामाला किनई त्याच्या एका आईनं चौदा वर्षं रानांत पाठवून दिलं. बाबा, माई मला देईल कां हो चौदा वर्षं रानांत पाठवून? मग मी राक्षस मारीन, मला मारुती भेटेल न् -”

“रामायणच सुरू केलंस तर-”

“पण बाबा, रामाचं न् मारुतीचं देऊळ निरनिराळं कांहो? न् रामाची सारखी वाट पहाणाऱ्या भरताचं देऊळ कांहो नाही आपल्या गावांत?”

“मोठा आलाय् भरताचा अवतार!” माई माजघरांतून सोप्यावर येतां येतां म्हणाल्या.

“आंत शिशिर सारखा रडतो आहे, त्याची आहे का कांही शुद्ध-बुद्ध! न् आपणही ‘कुक्कुबाळ’ होऊन गोष्टी कसल्या ऐकत बसलां आहां?”

वसंत बाबांच्या मांडीवरून दूर झाला. वाघापुढे शेळी जशी मान टाकते, त्याप्रमाणे ‘माई’च्या पुढे बाबा ‘गोगलगाय’ होत असत. गुडघ्याला बाशिंग बांधून दुसरे लग्न केले, की ती बायको हां हां म्हणतां डोक्यावर चढून बसावी, हे स्वाभाविकच आहे. आधी ‘एका म्यानांत दोन तरवारी’ राहणे कठीण; त्यामुळे लग्न झाल्यापासून माई वसंताच्या दुःखाने खंगत होत्या. पुढे माईंना काही दिवस गेल्याबरोबर तर वसंताची ‘शंभर’ वर्षे भरायचीच पाळी आली! शिशिर झाल्यापासून वसंताचा साडेसातीचा फेरा सुरू झाला. ‘नकटे व्हावे; पण धाकटे होऊ नये’ याच्या ऐवजी ‘थोटे व्हावे; पण मोठे होऊ नये’ ही म्हण वसंताच्या अनुभवाला येऊ लागली. शिशिराच्या कानांतील डुलांकरिता वसंताच्या भिकबाळीला त्याच्या कानाची कायमची रजा घ्यावी लागली. शिशिर किरकिरा होता; पण त्याच्या तोंडाला खळे न पडण्याचे कारण वसंताचा ‘पायगुण’ अस माईसाहेबांनी ठरविले!

हळूहळू वसंताची टोपी डोक्यावर स्थाईक झाली. त्याला नवी टोपी घेण्याचा बाबा बेत करू लागले की, माईनी त्याला काही ना काही अडथळा आणावाच. पृथ्वीच्या डोक्यावरील आकाशाचे आच्छादन लक्षावधी वर्षे ढगांनी मळले आहे व विजेने जळले आहे, तरी देव ते बदलत नाही; मग वसंताची टोपी बदलण्याची जरूर काय आहे? असा या बाबतीतील त्यांचा युक्तिवाद असावा. त्याचे सदरे प्रथम शुक्राचार्याप्रमाणे ‘एकाक्ष’ होऊन नंतर इंद्राप्रमाणे ‘सहस्राक्ष’ झाले तरी माई त्याची काळजी करीत नसत आणि त्यांनी काळजी तरी कां करावी? सावत्र मुलाला फाटक्या सदऱ्याच्या बळावर इंद्रपदावर चढविण्याइतके ‘औदार्य’ दाखविल्यानंतर त्या माउलीला त्याच्याबद्दल मुळीच काळजी वाटू नये, हे स्वाभाविकच होते; पण मंथनाने क्षुब्ध झालेल्या समुद्रांतून वर येणाऱ्या लक्ष्मीचे मुख जसे प्रसन्नच होते, त्याप्रमाणे वसंताचा चेहेराही नेहमी हंसराच असे. अमावास्येच्या रात्री तारकेचे तेज

जसे अधिकच खुलून दिसते, त्याप्रमाणे आयुष्याच्या या अवकाळांत त्याचे स्वभावसौंदर्य परक्याला अधिकच मोहक वाटे. त्याच्या हांसऱ्या गालांतून स्त्रवणाऱ्या अमृतासाठी परकी माणसे त्याचे मटामट मुके घेत असत; पण त्या अमृताने माईचा मत्सराग्नी विझण्याऐवजी अधिकच प्रज्वलित होई!

आतांचा प्रसंग तसाच होता. माईची पहिली सलामी ऐकतांच, 'साहेबां'चा शब्द कानी पडतांच तोंडाला कुलूप घालणाऱ्या कारकुनाप्रमाणे बाबांनी मौनव्रत धारण केले. पहिल्याच तोफेला शत्रू शरण आलेला पाहून माईनींही आपला तोफखाना पुढे सुरू ठेवला नाही. त्यांनाही यावेळी तहाची आवश्यकता असावी! "जा रे वश्या, शिशिराचा पाळणा हलवीत बैस जा" असे म्हणून त्यांनी वसंताला आंत पाठवून दिले, नंतर बाबांच्या जवळ येऊन त्या म्हणतात, "भारीच पोर चोकाळेल हो अशानं! आतां काय बोंडल्यानं दूध पितो आहे! चांगल्या दुधाच्या चरव्या झोंकील! असल्या आठ नऊ वर्षांच्या घोड्याला अंगाखांद्यावर धिंगाणा घालू दिला तर लोक गाढव म्हणतील आपल्याला!"

"अग पण पोरवय-"

"आपणच पोरापेक्षां पोर होता झालं. बरं ते जाऊं दे मेलं" असे म्हणून माईंनी पदराखालून एक सुंदर चांदीचा पेला बाहेर काढला.

"हा किनई माझ्या फार फार मनांत भरला आहे."

"मग मनांतच ठेवून द्यावी त्याची मूर्ती! ती विकत घ्यायला पैसे आहेत कुठं?"

"नसायला काय झाल?"

"पैसे काही झाडाला लागत नसतात!"

"पण प्रेमाला तरी लागतात ना?"

"प्रेम आणि पैसा यांची इतकी मैत्री असती, तर महादेवाच्या बायकोला 'लंकेची पार्वती' होऊन रहावंच लागलं नसतं!"

"मला किनई या घालून पाडून बोलण्याचा कंटाळा आहे अगदी. हौसेला मोल नसतं हे इकडं माहीत आहे ना?"

"म्हणून कांही हौसेनं घ्यावयाची वस्तू बाजारांत फुकट मिळत नाही. वसंताचे कपडे फाटले आहेत, ते आधी करायचे की चांदीचा पेला-"

"कपडे काय मेले आज नवे केले, तर उद्या फाटतील; पण पेला जन्मभर घरांत राहील!"

"मला नाही तो पेला आवडत-"

"उद्यां नागाला नैवेद्य दाखवावयाचा तो याच पेल्यांतून असा मी निश्चय केला आहे. नसला घ्यायचा तर घेऊ नये बापडा! मला विचारतो कोण या घरांत?" माईच्या 'गंगायमुना' सुरू झाल्या. एकट्या गंगेने जिथे भीष्माचार्यांच्या पित्याला वश

केले होते तिथे तिच्या तोडीला गोकुळांतील कृष्णलीला पाहिलेली यमुना आल्यावर मग या जोडगोळीपुढे बाबांचा टिकाव काय लागणार?

"मग घ्यायचा पेला; मग तर झालं?"

"कसला पेला? बघूं या तो पेला" असे म्हणत शिशिरला खांद्यावर खेळवीत असलेला वसंत याच वेळी बाहेर आला. माईंना पेला लपविणे अशक्य होऊन बसले. वसंत म्हणाला, "बाबा, माझा ना हा पेला?" माईंनी वसंताकडे अशा दृष्टीने पाहिले की, 'आपण पेला चोरला बिरला तर नाही ना?' अशी त्याची त्यालाच शंका वाटू लागली. विषय बदलण्याच्या विचाराने बाबा म्हणाले, "वसंत, मला तूं आज गोष्ट तेवढी सांगितलीस; पण आणखी आज काय काय झालं ते सांगितलं नाहीस?"

"आज किनई शाळेत एक कुडबुड्या जोशी आला होता. त्यानं किती किती मुलांचे हात पाहिले न् बरोबर गोष्टी सांगितल्या. त्या देसायांच्या बाबूने आज म्हणे घरी लाडू चोरून खाल्ला होता, तो देखील सांगितला त्याने!"

"मग तुला काय सांगितलन् त्यानं?" माईंनी उत्सुकतेने प्रश्न केला.

"तुझ्या कुलांत एकटाच मुलगा असणार! मी खूब सांगितलं की, घरी आमचा शिशिर आहे, न् तो मुठी वळतो, हात नाचवितो-"

"पुरे कर तुझं पुराण-" माई चडफडत म्हणाल्या.

रात्री स्वयंपाकघरांत वसंताने चांदीचा पेला दुरून पाहिला; पण जवळ जाऊन तो न्याहाळून पाहण्याची अगर त्याला हात लावण्याची त्याला छाती झाली नाही. बाबांच्या पानांत ताजी दशमी असतांना दुपारची शिळी भाकरी वसांत्या पानांत पडली होती; पण हूं की चूं न करता वसंताला ती खावी लागत होती. शेवटी अगदीच कंटाळून तो भीत भीत म्हणाला, "माई, मला तूप पाहिजे थोडं-"

"घरांत गाईंची खिल्लारंच पाळली असतील नाही तूप घालायला? हवी कशाला असली मिजास? बघितलं कां इकड. आपले चिरंजीव म्हणतात 'जेवीन तर तुपाशी, नाहीतर उपाशी!"

बाबा बापडे काय बोलणार? पहिली बायको 'मूकं करोति वाचालं' अशी असते; पण तिची मुले असतांना दुसरी घरांत आणली, की ती वाचाळालाही मूक करून सोडते. वसंताने तुपाऐवजी डोळ्यांतल्या पाण्यांबरोबर ती भाकरी खाल्ली.

रात्री निजतांना वसंत बाबांना म्हणाला, "बाबा, मला किनई त्या खोलीत एकटं निजण्याची भीती वाटते!" "अहारे भागुबाई!" माईंनी टोमणा मारला. "अगदी रानांत नेऊन टाकलय, नाही तुला?"

वसंत गयावया करून म्हणाला, "बाबा, माझ्या स्वप्नांत किनई एक काळाकभिन्न

बोवा येतो न् मला म्हणतो चल माझ्याबरोबर.''

''कसल्या वेड्या गोष्टी ऐकायच्या त्या मुलाच्या! असली स्वप्नं सगळ्यानांच पडतात.'' वसंताला भीत भीत आपल्या खोलीत जावे लागले. तो अंथरुणावर एकटाच पडून मुळुमुळू रडूं लागला. कुणीतरी यावे, आपल्या पाठीवरून हात फिरवावा, आपला मुका घ्यावा, आपले अश्रू पुसावे, असे त्याला फार वाटत होते; पण वावटळीवर उडत चाललेल्या सुकुमार कलिकेला लतिकेचा बाहुपाश अगर सर्वेश्वराचे चरण कसे मिळणार? गळा अगदी दाटून येऊन त्याने 'आइ!' म्हणून अस्फुट हांक मारली. क्षणभर त्याला आशाही वाटली; पण कुणीही 'ओ' दिली नाही अगर त्याला पोटाशी घट्ट धरले नाही. त्याच्या आईला परलोकात ही हांक ऐकू तरी गेली असेल काय? त्या बाळजीवाला तरी ती ऐकूं गेली असेल, असे वाटले. मनाच्या अशा कोंडमाऱ्यात वसंताचा डोळा लागणेच शक्य नव्हते. मधून मधून त्याला घरांत कुणीतरी जागे आहे असे वाटले. त्याने खोलीच्या दाराच्या फटींतून पाहिले, तो खरेच माई खिडकीपाशी उभ्या राहून बाहेरेच्या अंधाराकडे पाहत होत्या. ''काळ्या बागुलबोवाला बोलावून त्या माझ्या खोलीत तर सोडणार नाहीत ना?'' असा विचार वसंताच्या मनात आला व त्याच्या अंगाला दरदरून घाम सुटला. तशा स्थितीतही तो काळाबोवा दिसू नये म्हणून त्याने तोंडावरून गच्च पांघरूण घेतले व आईची आठवण करीत तो अंथरुणावर पडून राहिला.

पहाटे पहाटे वसंताचा डोळा लागला. त्यामुळे बाहेर फटफटीत उजाडले तरी तो अंथरुणांतच होता. संध्याकाळच्या सूर्यकिरणांत क्षणोक्षणी रंग व रूप बदलणाऱ्या मेघाप्रमाणे तो झोपेत पाहत असलेली स्वप्ने बदलत होती. आईच्या अश्रूंनी नाहून निघाल्यामुळे आनंदी झालेले त्याचे मन काळ्याबागुलबुवाची आठवण होतांच दुःखसागरात बुडून जाई. शेवटी शेवटी तर आपण शेषशाई नारायणाप्रमाणे निजलो असून आपल्या तोंडावर छाया करण्याकरतां एका नागाने आपली फडा उभारली आहे असे त्याला स्वप्न पडले. ''अग आईग, केवढा तरी नाग हा!'' असे उद्‌गार, अर्धवट जागा होत होत त्याने काढले न काढले तोच खोलीबाहेरून ''बाळ वसंत, नागपंचमी ना आज? ऊठ बरं लवकर'' असे शब्द त्याच्या कानांवर पडले. कडकडणाऱ्या विजेचा आवाज झुळझुळणाऱ्या निर्झरिणीप्रमाणे कसा झाला? हे वसंताला कळेना. तो झटकन उठून दार उघडून बाहेर आला. ''किती वेळ निजलास बरं बाळ'' असे म्हणून माईंनी त्याच्या तोंडावरून मायेने हात फिरविला. माईच्या हातांचा व वसंताच्या तोंडाचा संबंध 'श्रीमुखांत देणे व खाणे' या 'व्यवहारा' खेरीज कधीच आला नसल्यामुळे आपण हे सर्व स्वप्नांत तर पहात नाही ना? अशी शंका येऊन तो आपले डोळे चोळू लागला.

"बाळ वसंत, तुला हा चांदीचा पेला पाहिजे ना?" माई लाडकेपणाने विचारीत होत्या. आज सगळे जग तर बदलले नाही ना? असे वसंताला वाटू लागले. अग्नीतून अमृताच्या धारा गळू लागाव्यात, अगर वीष औषधासारखे ठरावे, तसा माईंच्या स्वभावाचा त्याला अनुभव येऊ लागला. त्याने काहीच उत्तर दिले नाही. माई त्याला जवळ ओढून म्हणाल्या, "इतकं काही लाजायला नको हं. तू माझाच ना?"

"तू माझाच ना?" या पंचाक्षरांनी वसंताचे बालहृदय विरघळले व त्याच्या डोळ्यांतून कृतज्ञ प्रेमाचे अश्रू वाहू लागले. ते पुसल्यासारखे करून माई म्हणाल्या, "हात वेड्या, असं रडावं कां सणादिवशी? मी हा चांदीचा पेला तुझ्याचसाठी घेतला आहे हो!"

"मग दुपारी मी जेवतांना पाणी प्यायला घेऊ तो?" वसंताने मोठा धीर करून विचारले.

"दुपारी कशाला मी आतांच देते. नागापुढं नैवेद्य ठेवते मी या पेल्यांतून न् देवळात जाऊन येते. तू ते नैवेद्याचं दूध पी न् शिशिराच्या पाळण्याला झोके देत बैस. 'तिकडून' बाहेर जाणं झालं आहे; परत येणं व्हायच्या आधीच मी देवळांतून परत येईन."

चांदीच्या पेल्यातून दूध प्यायला मिळणार, म्हणून वसंत आनंदित झाला. माईंनी मातीच्या रंगीत नागोबापुढे नैवेद्य नेऊन ठेवला. त्यावेळच्या त्यांच्या दृष्टीत 'ध' चा 'मा' करणाऱ्या आनंदीबाईंचे सर्व क्रौर्य अवतरले होते! तो मातीचा नागोबा सजीव असता तर ती विषारी दृष्टी पाहून तत्काळ तेथून पळून गेला असता!

"बाळ वसंत, शिशिर निजला आहे आंत. नैवेद्य घे न् त्याच्या पाळण्यापाशी बैस हं!"

चांदीचा पेला मिळणार म्हणून वसंताची स्वारी मोठ्या खुषीत होती. त्याने मानेने 'होय' म्हणतांच माई तेथून झटकल्या. दाराबाहेर जातांच त्या पुटपुटल्या, "मी परत घरी येईपर्यंत बेशुद्धच पडणार कारटं ते! कुठं तरी जिवाणू चावलं असावं, असं म्हटलं म्हणजे झालं. चांगलं दोन माणसांना मारील, इतकं जालीम वीष घालून ठेवलं आहे त्या नैवेद्यात. आल्याबरोबर तो पेला मात्र विसळून ठेवला पाहिजे. 'तिकडून'ही कांही आधी परत येणं होणार नाहीच म्हणा!"

माईंची पाठ फिरतांच वसंत शिशिराच्या पाळण्याला झोके देत बसला; थोड्या वेळाने तो देवघराकडे वळला. पाहतो तो नैवेद्याच्या पेल्यावर फडा उभारून एक पिवळा जर्द नाग उभा! त्याला पाहून वसंताची बोबडीच वळली. त्याला तेथून पळून जाण्याचे भानही राहिले नाही. क्षणाभरांत आपला नैवेद्य खाण्यासाठी नाग आला आहे असे त्याला वाटू लागले. ही कल्पना मनांत येताच त्याला विलक्षण आनंद झाला. 'नागपंचमीचा नैवेद्य' खायला स्वतः नागोबा आला आहे, हे माईला जाऊन सांगावं

व तिला घरी घेऊन यावं म्हणून तो त्याच पावली घराबाहेर पडला.

वसंताला जाऊन एक दोन मिनिटे झाली नाहीत, तोच बाबा हुश्श करीत बाहेरून आले. पाहतात तो घरांत कोणीच नाही! "काय म्हणावं या माणसांना? गेल्या असतील कुठं तरी शेजारघरी चकाट्या पिटायला. पुरुषांनी मरमर कामं करून भुकेनं तळमळत घरी यावं न् बायकांनी खुशाल गप्पाष्टकांत दंग होऊन जावं!" बाबांच्या या रागाच्या शब्दांनी माई घरांतून तर आल्या नाहीतच; उलट शिशिर मात्र जागा झाला. "वश्या, अरे वश्या," बाबा कातावून ओरडले; पण वश्या होता कुठे तिथे? तो खूब लांब असलेल्या देवळाची वाट चालत होता. 'वश्या'च्या नावाने मारलेल्या हांकांना शिशिराने मात्र रडून 'ओ' दिली. "झालं; लागलं हे पोर रडायला. पोटभर त्याला खायला घालून तरी कुठं ते जायचं होतं!" शिशिराला गप्प करण्याकरिता बाबा दूध शोधू लागले; तो त्यांना देवघरांत चांदीचा पेला दुधाने भरून ठेवलेला दिसला. देवघराच्या अंधूक उजेडात त्यांनी त्यांतले तीन चार चमचे दूध शिशिराला आणून घातले व पोटांत भूक लागल्यामुळे त्यांनी ते पेलाभर दूध घटाघट पिऊन टाकले!!

वसंताची, नागोबा नैवेद्य खात असल्याची गोष्ट खोटी वाटून माई लगबगीने घराकडे आल्या. पाहतात तो शिशिर प्राणांतिक आंचके देत आहे व बाबा अर्धवट बेशुद्ध स्थितीत हातपाय झाडीत आहेत!!!

+++

लोकमित्र (जुलै, १९२८)

भाऊबीज

"बाबा सोने घ्या सोने" कमलाकर व कमला दोघेही धांवत धांवत खोलीत येऊन म्हणाली. दसऱ्याचा सोन्याचा दिवस सोन्यासारख्या मुलांनी प्रेमाने आणलेले सोने पण ते घेण्याकरिता नीलकंठरावांचा हात पुढे झाला नाही. 'कित्ती कित्ती सोने आहे माझ्यापाशी बाबा! मी किनई माझ्या बाहुलीला आता त्याचे गोठ तोडे करणार आहे गोठ तोडे!" कमला लाडकेपणाने म्हणाली. नीलकंठरावांनी कांहीच उत्तर दिले नाही. 'बाबा, तुम्ही कां आला नाही सोने लुटायला? माझ्या वर्गातल्या किती तरी मुलांचे वडील आले होते. आज किती गर्दी होती म्हणता!' कमलाकर म्हणाला तरीही नीलकंठराव मुळीच बोलले नाहीत. त्यांनी दोन्ही मुलांना जवळ ओढले, त्यांचा मुका घेतला व त्यांना बाहेर जाऊन खेळत बसायला सांगितले.

मुलांनी सोने म्हणून आणून ठेवलेल्या हिरव्या पानांकडे नीलकंठरावांची दृष्टि गेली व त्यांच्या मनांत विचारांचे वादळ सुरू झाले.

'सोने इतके सुलभ असते तर मग काय तोटा होता सुखाला? लहान मुलांच्या जगांत पैसे झाडाला लागतात; पण आम्हां मोठ्या माणसांच्या जगांत निढळाच्या घामाचा समुद्र झाला तरी त्यांतून देखील लक्ष्मी उत्पन्न होत नाही. आज माणसे शिलंगण करून आली. हे सोने जसे खोटे तसे ते शिलंगणही खोटे! विष खायला पैसा जवळ नाही अशा स्थितीत सावकरांचे तगादे सुरू झाले म्हणजे दोरीच्या मदतीने आयुष्याची दोरी मनुष्य ज्या दिवशी तोडील त्याच दिवशी त्याचं शिलंगण!' हा शेवटचा विचार मनांत येतांच नीलकंठरावाची मुद्रा खग्रास ग्रहण लागलेल्या चंद्रासारखी भयाण व उदास दिसू लागली. 'प्रिय पत्नी, लाडकी मुले या सर्वांना सोडून आपणांला आत्महत्त्या करावी लागणार काय? आपल्यामागून मुलांचे व आवडत्या पत्नीचे कसे होईल?' पुढील कल्पनाचित्र त्यांच्या दारिद्र्याग्नीने रुक्ष बनून गेलेल्या मनाला देखील पाहवेना. त्यांच्या डोळ्यांतून अश्रुधारा वाहू लागल्या; पण अश्रुधारांनी दारिद्र्याग्नि कधी विझला आहे काय? त्यांनी तो उलट प्रज्वलितच होतो.

कुणाचीशी चाहूल ऐकताच त्यांच्या या तंद्रीचा भंग झाला. पाहतात तो समोर

जळवे सावकार उभे! 'बसा सावकार' असे म्हणून त्यांनी खुर्ची पुढे केली. सावकार स्थानापन्न झाले. नीलकंठरावांनी मुलांनी आणून दिलेले सोने उपचार म्हणून पुढे केले पण सावकार ते न घेतांच खेकसून म्हणाले 'असले सोने घेण्याकरता नाही मी आज आहो. मला खरे सोने पाहिजे खरे सोने. आजचा वायदा आहे ना लक्षांत?'

'लक्षांत सगळे आहे; पण हातांत कवडीदेखील नाही.'

'त्याला आम्ही काय करणार? कशाला पडलांत या लांकडी सामानाच्या फंदांत? एवढे बुदबुळाचे जोड तयार करतां; पण त्यांतला एकदेखील राजा प्रसन्न होत नाही ना तुमच्यावर? बाबा, हे ब्राह्मणाचे काम नव्हे. यापेक्षा कुठे कारकुनी करीत बसला असतास तर पगाराचे २०-२५ रुपये न् अवांतर ५-५० मिळून चैनीत राहिला नसतास कां?'

नीलकंठरावांपुढे दहा वर्षांपूर्वीचा काळ उभा राहिला. चित्रकलेची व हस्तकौशल्याची आवड असल्यामुळे मॅट्रिक होऊन नोकरी धरण्याचा मार्ग सोडून देऊन रंगीत सामानाची कला त्यांनी हस्तगत केली होती. दहा पावसाळे लोटले होते, पण त्यांच्या श्रमासारखे पीक एकदांही त्यांच्या पदरात पडले नव्हते. त्यांच्या बरोबरचे लोक कारकून होऊन स्वत:ची घरे बांधायला लागले होते; पण घराचे भाडे महिन्याच्या महिन्याला देण्याची शक्ति नसल्यामुळे आपल्याला बिनभाड्याचे घर कधीकाळी पहावे लागते की काय या काळजीत नीलकंठराव स्तब्ध बसलेले पाहून सावकार म्हणाले 'तुमच्या पैशाची फार दिवस वाट पाहिली बुवा. तुमची आंबे केळी घरांतच पडून आहेत त्याला आम्ही काय करणार? व्याज वेळच्या वेळी येत होते तोपर्यंत ठीक होते. पण आता व्याजहि थकू लागले. काय असेल नसेल ते फुंकून टाका आणि करा आमचे एकदा चुकते. सामान विकून रक्कम उभी राहण्यासारखी नसली तर माणसे विका. हरिश्चंद्राने नव्हते का विश्वामित्राचे ऋण असेच फेडले? कालच कथा ऐकली ती कीर्तनांत! हरिश्चंद्राला बापड्याला एकच मुलगा होता. तुम्हांला तर काय देवदयेने मुलाच्या जोडीला मुलगीही आहे एक. तितकीच किंमत जास्त येईल.' शेवटच्या राक्षसी विनोदाला शोभेल असे राक्षसी हास्य करून सावकार उठले आणि म्हणाले 'नीलकंठराव, आता शेवटची मुदत देतो हं. मुदतीचा ताप एकवीस दिवसाचा असतो. तितकाच आमच्या मुदतीचा व्याप! आज दसरा झाला; बरोबर भाऊबीजेदिवशी संध्याकाळी रक्कम माझ्या हातात पडली पाहिजे, नाहीतर तुमच्या हातात करटी आली तरी त्याची फिकीर मी करणार नाही. ध्यानांत ठेवा. जातो मी आता देवदर्शनाला. नम: शिवाय नम: शिवाय.'

सावकरांची मूर्ति दिसेनाशी होईपर्यंत नीलकंठराव तिच्याकडे पहात होते. ती दिसेनाशी होतांच त्यांनी धाडकन आराम खुर्चीवर अंग टाकले व हातावर कपाळ ठेवून ते उदास मनाने विचार करू लागले.

पण विचाराने दारिद्र्याचे दु:ख नाहीसे कसे होणार? विचार हा बोलून चालून पांगळा! कृतिरूपी अर्धांगीचे सहाय्य मिळाले नाही तर एकाच जागी फिरत राहून जमीन उकरणाऱ्या भोवऱ्याप्रमाणे तो मनाची माती करून सोडतो. रंगीत सामानाची कला हस्तगत करून घेण्याकरिता नीलकंठरावांनी जिवाचे रान केले होते. बुद्धिबळे, फळफळावळ वगैरे त्याचे सामान खरोखरच उत्कृष्ट होत होते. त्यांची तांबडी डाळिंबे खरीखुरी वाटल्यामुळे जरी पोपटांच्या झुंडी केव्हातरी त्यांच्या दुकानाकडे येण्याचा संभव असला तरी गिऱ्हाइकांच्या झुंडी मात्र कधीच येत नसत. 'जगाला आपली किंमत कळत नाही,' म्हणून त्यांची पत्नी गिरिजा त्यांचे समाधान करीत असे. पण लोकांच्या डोक्यावर आपल्या अपयशाचे खापर फोडले तरी आपले पोट रिकामेच रहाते हे नीलकंठराव ओळखून होते. जगाला निढळाच्या घामाची काडीइतकीदेखील किंमत नाही कां? लांकडाला आपल्या हाताच्या स्पर्शाने सजीव करणाऱ्या कारागिरापेक्षा पांढऱ्यावर काळे करीत बसणाऱ्या कारकुनांना जगाने मान द्यावा ना? एक ना दोन अनेक प्रश्न त्यांच्या डोक्यात या वेळी थैमान घालीत होते.

'चहा देऊ कां करून?'

गिरिजेचे हे स्नेहपूर्ण शब्द जर त्यांच्या कानावर पडले नसते तर त्यांच्या हृदयसागरांतील क्षुब्धता किती वाढली असती हे सांगवत नाही. रुक्ष हास्य करून ते म्हणाले 'तिसऱ्यांदा चहा घेण्याइतकी आपली स्थिति कुठे आहे? दोन वेळांची पाळी एक वेळावर आली नाही म्हणजे मिळविले.'

"असं काय बरं जेव्हा तेव्हा जीवाला लावून घेत बसायचं हे दिवस असेच कां राहणार आहेत? चार दिवस गरीबाचे न् चार दिवस श्रीमंतीचे असं चालायचंच जगांत."

"वाण्याच्या दुकानावर जर हा वेदांत देऊन माल मिळाला असता तर-"

"जाऊ दे मेलं ते. मी आज एक अगदी आनंदाची बातमी सांगणार आहे. उद्या गिरिदादा येणार आहे. खरंच किती बाई वर्षे झाली दादाला भेटून? कुसुमाककर होण्याचा आधी काय तो आला होता. तो आता एजंट झाला आहे म्हणे बाई कसला!"

"पोलिटिकल एजंटच असेल!" चिडक्या स्वरांत नीलकंठराव म्हणाले.

"नसेना पोलिटिकल. नुसता एजंटच असूं दे. कितीहि कापल तरी आपलं ते आपलं. यंदा काय ती माझी खरी भाऊबीज. मी त्याला भाऊबीजेपर्यंत ठेवून घेणार"

भाऊबीज हा शब्द ऐकताच सावकाराच्या शेवटच्या मुदतीची नीलकंठरावांना आठवण झाली. ते उदास स्वराने म्हणाले "तुझी भाऊबीज पण माझी होळी-"

"असं काय बाई करकरीत तिनीसांजा अभद्र बोलावं घरांत! इडा पिडा टळो न्

अमंगल पळो.''

''बोललं नाही म्हणून व्हायचं ते टळतं कां? तुझा गिरिदादा भाऊबीजेला तुला ओवाळणी घालील. पण अपुर्वाइचे पक्वान्न म्हणून तू काय करून वाढणार? मनचे मांडे की कल्पनेच्या करंज्या?''

या शब्दांनी गिरिजेचा आनंद मावळला. वस्तुस्थितीच्या वणव्यांत तिच्या हृदयांत कल्पने फुलवलेली फुले जळून गेली.

'नीलकंठराव, तुमचा कांही बसावा तसा जम बसलेला दिसत नाही.' हंसत हंसत गिरिदादा म्हणाले.

'नशीब बसले आहे ना? मग जम कसा बसणार?'

'नशीब बसले असले तर त्याच्या हाताला धरून त्याला फरफर ओढीत नेता येईल. सात आठ वर्षांपूर्वी मी अगदी भणंग भिकारीच नव्हतो कां?'

'खरंच सांगू तुम्हांला गिरिदादा. माझा हा मार्ग चुकला असे मला वाटते. या बुद्धिबळांच्या राजांच्या पायी मी अगदी ठार बुडालो आहे.

'असं कसं म्हणतां राव! तुमची ही कला पाहून मी मी म्हणणारे थक्क होतील.'

'पण कला पाहून पोट भरत नाही त्याला काय करूं? आज दहा वर्षे या धंद्यात काढली. पण सुखाचा असा एक दिवस उगवला नाही! ते काही नाही. कमलापेक्षा कारल्याचीच किंमत जगाला जास्त वाटते.'

'कमलाला देखील किंमत आहे बरं. देवपूजा कांही कारल्यानी होत नाही. एखादा भाविक शिवभक्त गांठा म्हणजे तुमच्या कमलांना हां हां म्हणता किंमत येईल.'

'शिवभक्त गांठावयाच्या आधीच कैलास गांठावा लागेल असे वाटते.'

'असे निराश होऊ नका नीलकंठराव. आजच्या जगात नुसता गुण अंगात असून भागत नाही. तो चार लोकांच्या डोळ्यांत भरेल, कानांत घुमेल आणि जिभेवर नाचू लागेल असे करावे लागते.'

'पण हे करायचं कसं बोवा? गळ्यांत ढोल बांधून गांवभर जाहिराती वाटत तर फिरायचं नाही?'

'करायचं कसं? हे पहा असं-'

'स्वऽऽदेऽऽश, किंमत एक आणा. सचित्र स्वदेश, किंमत एक आणा.' रस्त्यावरून वर्तमानपत्रे विकत जाणाऱ्या मुलाचे शब्द त्या दोघांच्या कानावर पडले.

गिरिदादांनी त्या मुलाला बोलावून 'स्वदेश'च अंक घेतला. अंक उघडतां उघडतां ते म्हणाले 'तुमच्या गांवात वर्तमानपत्र आहे हे देखील तुम्ही बोललां नाहीत माझ्यापाशी?'

'बोलायचं काय त्यांत? गांव तिथं म्हारवडा ही जशी जुनी म्हण त्याप्रमाणे गांव तिथं वर्तमानपत्र ही नवी म्हण सर्वांना आता माहीत झाली आहेच.'

'या वर्तमानपत्रांत तुमच्या रंगीत सामानाची जाहिरात असेलच.'

'चांगला प्रश्न केलात! लोक म्हणतात दुष्काळाने मरतो तर राजा सांगतो, दूधभात खा! जाहिरातीत पैसा उधळण्याइतकी माझी मिळकत असल्यावर मग आणखी काय पाहिजे होते हो?'

'ही उधळपट्टी नव्हे नीलकंठराव. शेतकरी मृगाच्या आरंभी जमिनीत बी पेरतो. थोडे दिवस ते मातीत मिळून गेलेसे दिसते. म्हणून तुम्ही त्याला उधळपट्टी म्हणाल कां? जाहिरातीशिवाय परगांवी तुमच्या मालाची माहिती लोकांना व्हावी कशी? मालाच्या चांगुलपणाइतका त्याचा गाजावाजा होणेहि आवश्यक असते.'

'मग काय पोटाला चिमटा घेऊन जाहिरात द्यावी म्हणतां?'

'प्रसंगी तेही केलं पाहिजे. पण त्याला दुसरी हे युक्ति आहे-' गिरीदादा अंकावरून नजर फिरवितां फिरवितां म्हणाले. स्थानिक वृत्त वाचतां वाचतां त्यांची मुद्रा अधिकाधिक आनंदी होऊ लागली. पांच मिनिटे थांबून ते म्हणाले 'नीलकंठराव हा अंक एक आण्याचा दिसतो आहे खरा, पण त्याच्यावर तुम्ही शेकडो रुपयांची कमाई करू शकाल.'

गिरिदादा अगर आपण या दोघांपैकी एकाला वेड लागले असले पाहिजे असे नीलकंठरावांना वाटले. त्यांची आश्चर्यचकित मुद्रा पाहून गिरिदादा म्हणाले 'मी पेन्सिलीने खुणा केलेल्या या तीन बातम्या वाचा पाहू जरा.' नीलकंठराव वाचू लागले-

''आज सायंकाळी पुण्याचे गणिताचे प्रख्यात प्रोफेसर श्री. गणिते यांचे 'स्वदेशी' या विषयावर राममंदिरांत व्याख्यान होणार आहे. अध्यक्षस्थान 'स्वदेशा'चे संपादक स्वीकारतील!

''जत्रांतून हल्ली ठिकठिकाणी जुगाराचे अड्डे बसू लागले आहेत. देवदर्शनाच्या निमित्ताने जमणाऱ्या या महामेळ्यांचा यापेक्षा अधिक चांगला उपयोग करता येणार नाही काय? गोरगरीब देखील जत्रेदिवशी रुपया आठ आणे खर्च करतात; पण हे सर्व पैसे जुगारांत जात असल्यामुळे बहुतेकांना घरी हात हलवीत परत जावे लागते. एक मोठी जत्रा म्हणजे गरीबांच्या हजार पांचशे रुपयांची राखरांगोळी करण्याची जागाच म्हटली पाहिजे.

''येत्या बलिप्रतिपदेला पुणे येथे बुद्धिबळांचे सामने खेळपूर संस्थानच्या महाराजांच्या अध्यक्षतेखाली होणार आहेत. सामन्याकरता हिंदुस्थानच्या निरनिराळ्या भागांतून बुद्धिबळपटु खेळाडू येणार असून यशस्वी उमेदवाराला एक हजार रुपयांचे बक्षीस व सुवर्णपदक देण्यात येणार आहे.''

बातम्या वाचून नीलकंठराव गिरीदादांच्या तोंडाकडे पाहू लागले. गिरीदादा विचारात मग्न झाले होते. शेवटी नीळकंठरावांनीच शांततेचा भंग केला. ते म्हणाले 'या बातम्या वाचून काय उपयोग? युद्धाप्रमाणे सामन्याच्या बातम्या रम्य असतात खऱ्या पण मेजवानीची वर्णने वाचून पोट भरत नाही हे तितकंच खरं आहे.'

'या तीन बातम्या कदाचित जन्मभर तुमचा योगक्षेम चांगल्या रीतीने चालवू शकतील.'

नीलकंठराव आश्चर्याने डोळे फाडून गिरीदादांकडे पाहू लागले. गिरीदादा म्हणाले 'असे चकित होऊ नका. व्यापारांत यश मिळवावयाचे म्हणजे मिळेल त्या संधीचा उपयोग करून घेण्यास अगदी टपून बसले पाहिजे. ती एक कलाच आहे. मी तिचा लक्षपूर्वक अभ्यास केला म्हणूनच माझ्या धंद्यांत आज मी इतका वर चढू शकलो. वरील बातम्यामध्ये तुमच्या व्यापारासाठी तीन उत्तमोत्तम संधी मला दिसत आहेत.'

नीलकंठरावांनी कोरडे कोरडे हास्य केले.

'तुम्हाला एकाएकी हे पटणार नाही. पण तुम्ही मला एक अधिकार द्याल तर या संधीपासून कसा फायदा मिळविता येईल याची तुम्हाला खात्रीच पटवून देईन.'

'कसला अधिकार?'

'तुमच्या दुकानातील तयार मालांपैकी वाटेल तो माल वाटेल त्याला मी देऊन टाकीन. तुम्ही हूं की चूं देखील करता कामा नये.'

गिरीदादा हे वेडाच्या लहरीत तर बोलत नाहीना असा नीलकंठरावांना संशय आला. ते हसून म्हणाले 'दुकान फुंकूनच टाकायचे तर लिलाव करू या. रुपयाचे चार आणे तरी वसूल होतील. वाटेल त्याला माल देण्यापासून फायदा काय?'

'तो नंतर कळेल! माझ्यावर तुमचा विश्वास आहे ना? मग देऊन टाका मला कुल मुखत्यारी! भाऊबीजेला सारे सतरा अठरा दिवस राहिले. ह्या अठरा दिवसात तुमच्या दुकानाचा मालक मी! काय? ठरले ना?'

नीलकंठरावांनी होकारार्थी मान हलविली.

गिरीजा- ''असली कसलीरे दादा तुझी थट्टा.''

गिरीदादांनी 'स्वदेशच्या' संपादकाला दुपारी कारखाना पाहण्याकरता बोलावून आणले. पाहता पाहता देशी धंद्याच्या गोष्टी त्यांच्यापाशी काढल्या. देशी धंद्याला उत्तेजन दिले पाहिजे हे तत्व संपादकांच्या तोंडूनच त्यांनी वदविले. सवाष्ण जायला निघाली म्हणजे तिला जसे कुंकू लावतात त्याप्रमाणे संपादक जायला निघाले तेव्हा त्यांना एक बुद्धिबळाचा जोड, निरनिराळी सुंदर फळे वगैरे वस्तु अभिप्रायार्थ दिल्या.

शेवटी 'स्वदेशात' जाहिरात देण्याची गोष्ट गिरीदादांनी काढली व ती सवलतीने घेण्याचे संपादकांनी कबूल केले.

संध्याकाळी गिरीदादा व नीलकंठराव प्रो. गणिते यांच्या व्याख्यानाला गेले. व्याख्यान चांगले झाले. 'स्वदेशी हाच आजच्या हिंदुस्थानचा देव आहे, स्वदेशी हाच आजच्या हिंदुस्थानचा धर्म आहे. तुमचे देशबांधव उपाशी मरू नयेत अशी इच्छा असेल तर तुम्ही स्वदेशीच वस्तू वापरल्या पाहिजेत. स्वदेशी कपडा मिळत असतांना परदेशी कपडा अंगाला आगीप्रमाणे दाहक वाटला पाहिजे. हिंदु व मुसलमान, ब्राह्मण व महार, स्त्री व पुरुष गरीब व श्रीमंत या सर्व हिंदवासीयांचा आजच्या घटकेला एक धर्म आहे व तो स्वदेशी हाच होय.' असे सांगून व्याख्यात्यांचे आपले भाषण संपविले.

अभारप्रदर्शनाच्या वेळी गिरीदादा अध्यक्षांच्या जवळ गेले व त्यांच्या परवानगीने गोड शब्दात त्यांनी व्याख्यात्यांचे आभार मानून त्यांना बुद्धिबळाचा एक सुंदर जोड स्वदेशी कारागिरी म्हणून त्यांनी नजर केला. सर्वांनाच त्यांच्या या समयसूचकतेचे मोठे कौतुक वाटले.

दुसरे दिवशी प्रोफेसर साहेब नीलकंठरावांचे दुकान पाहण्याकरता आले. बोलण्याच्या ओघात त्यांचे एक स्नेहीच बुद्धिबळाच्या सामान्यांचे चिटणीस असल्याचे कळले. सदरहू चिटणीसांना देण्याकरता लगेच गिरीदादांनी बुद्धिबळे व दुसऱ्या निवडक वस्तू दिल्या आणि मालाविषी अनुकूल मत झाल्यास शिफारसपत्र लवकर पाठवून देण्याविषयी प्रोफेसरांना व त्यांच्याद्वारे त्यांच्या चिटणीस मित्रांना विनंति केली.

प्रोफेसर निघून गेल्यानंतर नीलकंठरावांनी गिरीदादांना विचारले 'त्यांना बुद्धिबळाची आवड असेल हे तुम्ही कसे ओळखलेत?'

'हात्तिच्या! त्यांत काय आहे एवढे? गणिती लोकातच बुद्धिबळाची आवड जास्ती असते. ज्यांच्या व्याख्यानाचा विषय 'स्वदेशी' त्यांना स्वदेशी खेळ आवडत नाहीत असे होणेच शक्य नाही असेही वाटले आपले मला.'

घरातली हलाखीची स्थिती पाहून गिरीदादा कांही तरी मदत करील अशी गिरीजेला आशा उत्पन्न झाली होती. पण कारखाने बघायला लोक आणायचे व त्यांना दक्षिणा म्हणून जिन्नस द्यायचे हे व्रत पाहून तिला मनातून त्याचा राग येऊ लागला. प्रोफेसरसाहेब दुकान पाहून गेल्यानंतर दुसरे का तिसरेच दिवशी कुठेशी मोठी जत्रा होती. जत्रेत दुकाने घालून बसणाऱ्या कांही लोकांना घेऊनच गिरिदादा आले व लहान मुलांमुलींची खेळणी, कुंकवाचे करंडे वगैरे तयार माल त्यांनी त्यांना देऊन टाकला. 'पैसे आगाऊ घेतले आहेस ना?' गिरीजेने विचारले. गिरीदादांनी 'उं हूं' केले. भाऊबीजेपर्यंत आपला दादा आपल्यास भिकेला लावणार असे आता

गिरीजेला वाटू पललागले.

चार दिवसांनी नीलकंठरावांच्या कारागिरीचे मुके साक्षीदार असे अनेक निवडक जिन्नस एका पेटाऱ्यांत गिरीदादा भरू लागले.

'दादा, काय करतो आहेस ते?' गिरिजेने विचारले.

'खेळपूरच्या संस्थानिकांना दिवाळीची भेट पाठवितो आहे.'

'हलवायाच्या घरावर तुळशीपत्र' असे फणकाऱ्याने पुटपुटत ती निघून गेली. बुद्धिबळाच्या सामन्यांच्या चिटणीसांचे आलेले शिफारसपत्र जोडून गिरीदादांनी महाराजांना एक पत्र पाठविले व सामानही रवाना केले.

'स्वदेशां', नीलकंठरावांच्या रंगीत सामानाची चित्तवेधक जाहिरात पुढच्याच आठवड्यात झळकली. परगावाहून दिवाळीसाठी आलेली पाहुणे मंडळी जाहिरात वाचून दुकान पहावयाला आली. मालाची थोडीशी विक्री होऊ लागली. गिरिदादा एक-दोन दिवसाआड जत्रेला हटकून जात असत. मुंबईहून आणलेले पैसे आपला दादा जत्रातल्या जुगारात तर उडवीत नाही ना, असाहि गिरिजेला संशय आला. पण तिला त्याला स्पष्ट असे काहीच विचारता येईना. दोन तीन मोठमोठ्या जत्रांना गिरीदादा नीलकंठरावांनाही घेऊन गेले. त्यांनी लाकडाच्या सुंदर वस्तु कशा तयार केल्या जातात याचे या जत्रातून एक छोटेसे प्रदर्शनच मांडले असे म्हणायला हरकत नाही. कमलाकर व कमला यांना त्यांनी कांही गाणी शिकविली होती, व जत्रेत नीलकंठराव काम करू लागले की मुले गोड गळ्याने ती गाणी म्हणू लागत.

हां हां म्हणता भाऊबीज आली. गेल्या पंधरवड्यात नीलकंठरावांची कमाई थोडी वाढली होती खरी. पण नजर म्हणून, भेट म्हणून, जत्रातल्या दुकानदारांकडे उधार म्हणून, गिरीदादांनी जो माल दिला होता त्याच्या किंमतीच्या मानाने ती फारच अल्प होती. आज संध्याकाळी सावकार दारांत धरणे धरून बसणार म्हणून नीलकंठरावांच्या पोटात धस्स झाले. पण त्यातल्या त्यात गिरीदादांना दिलेल्या सर्वाधिकारांची मुदत उद्या संपणार म्हणून मनातल्या मनात त्यांना हायसेही वाटत होते.

संध्याकाळ झाली. सावकारांची स्वारी प्राप्त झाली. नीलकंठराव खाली मान घालून केविलवाणेपणाने त्यांच्याशी बोलू लागले. गिरीजेने गिरीदादांना ओवाळण्याकरिता आत बोलावले.

'माझ्यापाशी तुला ओवाळणी घालायला काहीच नाही.' गिरीदादा म्हणाले. आता मात्र दादाने सगळे पैसे जुगारात घालविले असल्याची गिरीजेची खात्री पटली.

'नुसती सुपारीच घाल तूं.' बहिणीने भावाला सांगितले.

गिरीदादा जागचे हालेनात. त्यांचे लक्ष आत देवघराकडे नसून बाहेर रस्त्याकडे होते. थोड्याच वेळात जत्रातील दुकानदार तेथे आले. गिरीदादांनी नीलकंठरावांच्याकडे बोट दाखविताच त्यांनी आपले हिशेबाचे कागद व आणलेल्या रकमा त्यांच्यापुढे

नेऊन ठेवल्या. नीलकंठरावांना वर मान करून सावकारांची समजूत घालण्याचा धीर आला. त्यांनी कृतज्ञतेच्या अश्रूंनी भरलेल्या डोळ्यांनी गिरीदादांच्याकडे पाहिले.

दुकानदारांची पाठ फिरली न फिरली तोच तारेचा शिपाई गिरीदादांची चौकशी करीत आला. गिरीदादांनी उत्कंठित वृत्तीने तार फोडली. तार वाचतांच तारवाल्याच्या अंगावर अधेली फेकून ते बहिणीला म्हणाले, 'चल, ओवाळ ताई आता मला. तुझी ओवाळणी तारेने आली.'

गिरीजेला या बोलण्याचा अर्थच कळेना. तिने मुकाट्याने गिरीदादांना ओवाळले. दादांनी ओवाळणीदाखल तारच तबकात टाकली.

'असली कसलीरे दादा तुझी थट्टा. सुपारी तरी घालायची होतीस.' गिरीजा रागाने म्हणाली.

'ओवाळणी म्हणजे थट्टा? ही नुसती तार नाही. ही हजाराची नोट आहे.' असे म्हणून गिरीदादांनी ती तार वाचून दाखविली.

'सामान उत्कृष्ट आहे. बुद्धिबळे फार आवडली. नीलकंठरावांनी आमच्या खास आश्रयाखाली दुकान चालवावे. त्यांना हजार रुपयांची देणगी सध्या मंजूर केली आहे. खेळपूरचे महाराज.'

सावकारांनी एकदा आश्चर्यचकित मुद्रेने नीलकंठरावांकडे पाहिले व 'पैशाची काही घाई नाही मला' असे सांगून ते चालते झाले.

'माझा दादा आहेच तसा' गिरीजा अभिमानाने म्हणाली. तिला पुढे बोलवेना.

'गिरीदादा, आज तुम्ही खरी भाऊबीज केलीत' नीलकंठराव सद्गदित कंठाने उद्गारले.

✦✦✦

किर्लोस्कर खबर (नोव्हेंबर, १९२९)

पुरुषांचे प्रेम

गंगाबाई पुराणाहून परत येत होत्या. या जगात त्यांना देव व नातू यांच्याखेरीज दुसरे कुणीच उरले नव्हते. संध्याकाळी घटकाभर देवळात जाऊन देवाचे नाव ऐकावे व आपल्या नातवाने जगात नाव काढावे म्हणून रात्रंदिवस धडपड करावी हा त्यांचा नित्य क्रम होता. तसे म्हटले तर त्यांची साठी उलटली होती. हरीहरी म्हणत बसण्याचे त्यांचे दिवस आले होते; पण आपल्या वंशवेलीवरल्या एकुलत्या एक फुलाचा सुगंध दूर पसरावा या तीव्र इच्छेने त्यांच्यामध्ये तारुण्याचा उत्साह निर्माण केला होता. त्या वाती करायला बसल्या की नातवाची मूर्ती त्यांच्या डोळ्यापुढे उभी राही. जन्माला आलेला प्रत्येक जीव रानातून आणलेल्या कापसासारखाच असतो. तो कापूस जसा निवडावा लागतो, त्यातल्या सरक्या जशा काढून टाकाव्या लागतात त्याप्रमाणे लहानपणी प्रत्येक जीवाच्या मनातील व बाहेरील वाईट गोष्टी हलक्या हाताने दूर कराव्या लागतात. निवडलेल्या कापसाच्या वाती करण्याकरिता जशी राख लागते त्याप्रमाणे वडील माणसांनी आपल्या सुखसोयींची आहुती देऊन त्यांच्या राखेनेच बालकांच्या अव्यवस्थित आयुष्यक्रमाला सरळ वळण लावावयाचे असते. नुसती वात झाली म्हणून तिचा प्रकाश थोडाच पडणार आहे! तिला तेलातुपात भिजवून निरांजनांत ठेवले पाहिजे. कापसाची वात करणे गरीबांच्या हातात आहे; पण तिला तेलतूप कुठून मिळणार? आज सकाळीच नाही का, विष्णु, शेजारच्या मामलेदारांच्या मुलासारखा मला कोट पाहिजे म्हणून हट्ट धरून बसला! लाडक्या मुलाने मागितला म्हणून आकाशातला चांदोबा त्याला कोणी देऊ शकेल का? आतापर्यंत होते नव्हते ते किडूक मिडूक विकून आपण विष्णूचे लाड पुरविले. शेताचे दाणे येताहेत म्हणून मध्यान्हीची भ्रांत तरी पडत नाही. देव्हाऱ्यातल्या रामाच्या चांदीच्या मूर्तीखेरीज आणि विष्णूच्या कानातील भिकबाळीखेरीज विकायला असे काही म्हटल्या काही उरले नाही. या दोन्ही वस्तु विकण्याच्या नुसत्या कल्पनेनेच गंगाबाईच्या अंगावर काटा उभा राहिला. ती रामाची मूर्ती त्यांच्या आईने मरणकाळी त्यांना दिली होती. आजपर्यंत याच मूर्तीपुढे बसून त्यांनी आपल्या

हृदयाचा भार हलका केला होता. कपाळावर आकाशीची कुऱ्हाड कोसळली तेव्हा, पोटच्या गोळ्यावर क्रूर काळाने झडप घातली तेव्हा, सारे जग राक्षसाप्रमाणे त्यांना खायला आल्यासारखे वाटू लागले. या राक्षसाच्या तडाक्यातून त्यांना या रामचंद्रानेच वाचविले होते. विष्णूची भिकबाळी विकणे ही गोष्टही तितकीच कठीण होती. आपल्या विष्णूच्या हातात इतराप्रमाणे सलकडी घालता येत नसली तरी जिवापलीकडे जपून ठेवलेली त्याची भिकबाळी काही केल्या विकायची नाही असा गंगाबाईंचा निश्चय होता. कधी काळी प्रसंग आलाच तर विष खाऊन प्राण देईन, पण ती भिकबाळी विकणार नाही असे त्यांनी अनेकदा आपल्या मनाला बजावले होते. गंगाबाईंनी रस्त्यावर चोहीकडे पाहिले, लोक हंसत खिदळत जात होते, मोटारी धांवत होत्या, फेरीवाले ओरडत होते; पण त्यांना हे सारे दृश्य स्वप्नवत वाटले. आपल्या सुखदु:खाशी या जगाचा काहीएक संबंध नाही हे ओळखून त्या आपल्या देवाविषयी व नातवाविषयी विचार करू लागल्या.

पण ज्या देवावर आपली एवढी श्रद्धा, त्या देवानेच आपल्याला अंतर दिले तर? नाही देणार कशावरून? सीतेला रामाने टाकून दिल्याची कथा त्या नुकतीच ऐकून आल्या होत्या. राम एवढा थोर, एवढा सच्छील, पण त्याने काडीचाही अपराध नसताना बायकोला टाकून दिले. स्वत:च्या बायकोला अन्यायाने वागविणारा हा देव जगातल्या बायाबापड्यांची काय पर्वा करणार? आपण त्याच्यावर सर्व भरिभार टाकून दिवस कंठीत आहो; पण एक दिवस या भवसागरात तो आपणालाही असाच टाकून देईल!

देवाची जर ही स्थिती, तर माणसाची गोष्टच बोलायला नको. ज्या नातवाला आपण जीव की प्राण करतो तोही रामाप्रमाणेच आपल्याला टाकून देणार नाही कशावरून? राम काय न् आपला नातू विष्णू काय! दोघेही पुरुषच! साखरेचे बोलणे आणि निखाऱ्याचे वागणे, याचे पुरुषांना बाळकडूच मिळालेले असते. तळ्यात शिरलेला हत्ती कमळाची कीव कुठून करणार? जगन्नाथाचा रथ रस्त्यावरील मुंगी चिरडली जाईल म्हणून थोडाच थांबणार आहे? पुरुषांची जात अशीच कठोर!

विजेची कळ दाबताच लखलखीत प्रकाश पडून सर्व गोष्टी जशा स्पष्ट दिसू लागतात तसे गंगाबाईंचे झाले. त्यांचे गत आयुष्य त्यांच्यापुढे स्पष्ट उभे राहिले.

पुरुषाच्या प्रेमाचा पहिला अनुभव म्हणजे बापाच्या प्रेमाचा! समजू लागले तेव्हापासून आपण 'बाबा,' 'बाबा,' म्हणून वडिलांकडे धावत जाऊ लागलो. एकदा बाबा कसलेसे कागद पहात बसले होते. आपण मागून जाऊन त्यांचे डोळे एकदम झाकले. आपल्याला वाटले की, बाबा डोळे सोडवून घेऊन आपला मुका घेतील; पण त्यांनी फाडकन थोबाडीत मारली आणि 'जा कारटे येथून. कामबीम काही कळते की नाही तुला?' असे म्हटले. तेव्हापासून आपण बाबांना भिऊ लागलो. त्यानंतर

एकदा दारावर चांगल्या साड्या आल्या होत्या. त्यातल्या हिरव्या साडीचा आपण भीत भीत हट्ट धरला. साडीची किंमत पाच का साडेपाच रुपये होती. 'पैसे काही झाडाला लागत नाहीत,' असे म्हणून बाबा आपले कागदपत्र पहात बसले. आपल्या डोळ्यात आलेली आसवे पुसणे तर लांबच राहिले, पण आपल्याकडे ढुंकून पहायलाही त्यांना परवडले नाही. साडीवाल्याची पाठ फिरली नाही तोच कसलीशी पट्टी गोळा करण्याकरिता एक मनुष्य आला. बाबांनी प्रथमत: का कू केले; पण 'वकीलसाहेबांनी पाच रुपये दिलेच पाहिजेत असे सांगितले आहे,' असे म्हणताच त्यांनी मुकाट्याने उठून पाच रुपये काढून त्याच्या हातावर ठेवले. कन्यादानाच्या वेळीही तसेच झाले. बाबांच्या डोळ्यात त्यावेळी पाणी चमकत होते; पण ते मी दूर जाणार म्हणून आले नसून पाहुणे, मंडपशोभा व आपले वैभव हा सर्व थाटमाट पाहून उत्पन्न झाले होते. आपली सासरी पाठवणी करतांना बाबांनी आपल्याला पोटाशी धरावे, निदान तोंडावरून हात फिरवावा, असे आपल्याला फार वाटले; पण ते जावयाशी बोलण्यातच दंग होऊन गेले होते. लग्न झाले तरी आपणाला माहेरचा अभिमान वाटे. नदीला जसे दोन तट, तसे मुलीला सासर व माहेर; पण बाबांच्यापाशी लग्नानंतर काही मागितले की ते लगेच म्हणत, 'जावयाच्या घराची भर करण्याइतका मी काही वेडा नाही.'

पुरुषाच्या प्रेमाचा दुसरा अनुभव भावाचा भावाने आपल्या घरी यावे, आपल्याशी सुखदु:खाच्या गोष्टी बोलाव्यात असे आपणाला किती तरी वाटे. पण भाऊबीजेवाचून भाऊ कधी आपल्या घरी आला नाही व पाच रुपयापलीकडे तबकात त्याने कधी ओवाळणीही टाकली नाही. वहिनीला शालू घेऊन देतांना आपली बहीण फाटके लुगडे नेसत आहे हा विचारही त्याच्या मनाला शिवला नाही. 'वहिनीला गौरीप्रमाणे सजविलीस तू,' असे म्हटले की, 'मी आहे भोळा शंकर, मला काय त्यातले कळते?' असे उत्तर देऊन तो स्वस्थ बसत असे.

पुरुषाच्या प्रेमाचा तिसरा अनुभव! जगातला खराखुरा अनुभव हाच! लुगडे विणणाराचा हात कितीही राठ असला तरी चालेल; ते वापरणाराचे अंग फुलासारखे असले म्हणजे झाले. तिकडली स्वारी इतरांच्या नवऱ्यापेक्षा कितीतरी चांगली. कधी मारहाण नाही, कधी शिव्या श्राप नाहीत. दागिना मागितला तर 'देऊ' म्हणून सांगितलेच, अमकेच लुगडे पाहिजे म्हटले तर तो हट्ट पुरविला. यापेक्षा प्रेम, प्रेम म्हणून काही अधिक असते का? असते खास. स्वारीचे आपल्यावर प्रेम होते; पण ते पुरुषाचे प्रेम होते. धाकट्या बहिणीच्या लग्नाला जाण्याकरिता आपण निघालो होतो; दारात टांगादेखील येऊन उभा राहिला होता. स्वारीचे कपाळ दुखत होते म्हणून खोलीत पडणे झाले होते. 'येते' म्हणून सांगायला गेले न् त्यावेळी चेहरा उदासवाणा दिसला. दारातला टांगा मी तसाच परतविला आणि लग्नाला जाण्याचा

बेत रद्द केला. आईने त्याबद्दल पुढे मला बोलबोलून घेतले; पण माझ्या राहण्याने तिकडे बरे वाटल्यामुळे मला त्या बोलण्याचे काहीच वाटले नाही.

असे प्रेम स्वारीने माझ्यावर का केले? पती हा सतीचा देव असतो म्हणून काय? खरे बोलायचे सोडून द्यायचे आहे? राम एवढा मोठा देव झाला तरी सीतेला टाकून देण्यांत त्याने मोठी चूक केली असेच आपल्याला वाटतं नाही का? स्वारीने आपल्यावर प्रेम केले; पण ते पुरुषाचे प्रेम होते. स्वारीच्या मित्राच्या नाटकाचा पहिला खेळ होता. आपल्या अंगांत सडकून ताप भरला होता. स्वारीने जवळ बसावे असे आपल्याला त्यावेळी वाटत होते. 'मी नाटकाला जाऊन येतो,' असे म्हणणे होताच अभिमानामुळे 'जाऊ नये गडे' हे शब्द काही आपल्या तोंडातून बाहेर पडले नाहीत. नाटकाहून आल्यानंतर एकदा अंगाला हात लावून ताप पहाणे झाले आणि जाग्रण निवळण्याकरिता स्वारी निजली. ती सारी रात्र आपण कुढत, रडत, चडफडत काढली. स्वारी नाटकाला गेली होती, पण आपले आयुष्य हेच तर एक नाटक नाही ना? असे विचार आपल्या मनात त्यावेळी घोळत होते. नाटकातले जग खोटे असूनही जसे खरे वाटते त्याप्रमाणे संसारही खोटा असून खरा वाटतो. या संसारांतले प्रेम-पुरुषाचे प्रेम- आणि नाटकी प्रेम यात तिळाचा देखील फरक नाही.

पुरुषाच्या प्रेमाचा चवथा अनुभव मुलाचा- पतीपेक्षाही या बाबतीत बायकांना अधिक आशा असते. स्त्रीची पतीशी जन्माची गाठ पडलेली असते, पण मुलगा व ती जन्मापासून एकजीवच असतात. पती हा स्त्रीचा अलंकार असतो, पण पुत्र तिचा प्राण असतो. आपल्या मुलाने काही आपल्याला वाईट वागविले नाही. कचेरीतून संध्याकाळी परत आल्यावर तो 'आई' म्हणून हाक मारी, एखादे वेळी पांडवप्रताप वाचून दाखवी, बायकोला लुगडी आणली म्हणजे मी नको, नको, म्हणत असतांनाही मला चांगले ठळकसे लुगडे घेई. 'मला कशाला म्हातारीला ठळक लुगडे' असे मी म्हटले की 'आमच्या डोळ्यांची हौस नको का भागायला?' असे उत्तर देई. त्या उत्तराने उतावयातही आपल्याला कशा गुदगुल्या होत. हे प्रेम होते खास; पण हे प्रेम देखील पुरुषीच होते. एकादशीला विठोबाला जाण्याचा माझा नेम याचे पाहुणे आले म्हणजे मला मोडावा लागे. माझे कितीही सोवळे असले तरी त्याला वाईट वाटू नये म्हणून तो कुणालाही पंक्तीला घेऊन बसला तरी मी ब्रदेखील काढला नाही, त्याच्यासाठी परजातीच्या माणसांची उष्टी काढून आंघोळ करून मग दोन घास मी खात असे; पण मला विडीची घाण सोसवत नाही, हे माहीत असतांना त्याने मात्र विडी ओढण्याचे कधीही सोडले नाही. घरात बसून तो धुराचे भपकारे सोडू लागला म्हणजे मी त्याला सोप्यावर जायला सांगत असे. 'मी सोप्यावर जाण्यापेक्षा तूच नाक दाबून बसेनास. आयता प्राणायाम होईल. तुझ्या चांदीच्या रामाला प्राणायाम खास आवडेल,' असे तो त्यावर थट्टेचे उत्तर देई. त्याचे माझ्यावर प्रेम होते, पण ते

पुरुषाचे प्रेम होते.

पुरुषाच्या प्रेमाचा पाचवा अनुभव नातवाचा! गंगाबाईंचे मन दु:खाने व्याकूळ झाले. बाप, भाऊ, नवरा, मुलगा, सारे ज्या जातीचे त्याच जातीचा नातू-गुलाबाच्या झाडाला बकुळीचे फूल कुठून लागणार? नातवाची आपल्यावर माया असली तरी ती पुरुषाचीच! वडिलांनी आपले पालनपोषण करून आपले लग्न करून दिले, भावाने भाऊबीजेला ओवाळणी घातली, पतीने अन्न वस्त्र देऊन आपल्याला बरे वागविले, मुलाने 'आई, आई,' म्हणून आदर दाखविला, पण या प्रेमाच्या समुद्रात बुडून आपण अजून कोरड्याच आहोत. या सागरातले पाणी मृगजल आहे हाच आपल्याला अनुभव आला. आपला नातूही या नियमाला अपवाद कोठून होणार?

जड अंत:करणाने गंगाबाई मागील दाराने आंत आल्या. पाय धुवून त्या देवघराकडे वळणार तोच देवघरांत कोणी बोलत असल्यासारखे त्यांना वाटले, किंचित वांकून कान देऊन त्या ऐकू लागल्या.

'आजीला वाईट वाटेल रे,' हा आवाज विष्णूचा होता.

'भित्री भागुबाई कुठली! अरे वाटले तर वाटले,' दुसरा मनुष्य म्हणाला.

'तसे नव्हे रे! तिचा किनई या रामाच्या चांदीच्या मूर्तीवर फार जीव आहे. तिला कधी हात लावायचा नाही असे तिने मला बजावले आहे,' विष्णु म्हणत होता.

'हात नको लावू हवा तर. फडके घाल वर आणि अलगद उचल म्हणजे झाले.'

'मामलेदारांच्या मुलासारखा कोट तर पाहिजे आणि एवढी मूर्ती उचलण्याचा धीर मात्र नाही. एवढे आजीवर प्रेम आहे तर ती कानातली भिकबाळीच दे ना!'

गंगाबाई उत्कंठेने विष्णूचे उत्तर ऐकू लागल्या. विष्णु भिकबाळी घ्यायला तयार होणार व त्याला तसे न करू देता देवाची मूर्ती विकून कोट शिवायचा असे त्यांनी मनाशी ठरविले.

'भिकबाळीपेक्षा मूर्तीच नेणे बरे,' विष्णूचे उत्तर आले.

'पुरुषाचे प्रेम बरे, पुरुषाचे प्रेम!' कुठून तरी गंगाबाईंना शब्द ऐकू आले.

'तू मूर्ति नेलीस तर तुझ्या आजीला काय वाटेल?' दुसरा मनुष्य विष्णूला म्हणाला.

'आजी झाली आहे पिकले पान. तिची मूर्ती ठेवून काय करायचे आहे? उद्या तिच्यामागे तरी विकूनच टाकायची की नाही? माझ्या भिकबाळीची गोष्ट तशी नाही.'

गंगाबाईंना पुढे काहीच ऐकू आले नाही. पण त्याचे कारण विष्णु व त्याचा मित्र हलक्या स्वरात बोलत होते, की हा संवाद ऐकून आपल्याला चक्कर येऊ लागली असे त्यांना वाटत होते, हे नक्की सांगता येणार नाही. डोळ्यातील आसवे पुशीत, लटलट कापणाऱ्या शरीराचा तोल जाऊ नये म्हणून भिंतीचा आधार घेत त्या देवघरात गेल्या. त्यांनी देव्हाऱ्याकडे पाहिले. त्यातली चांदीच्या रामाच्या मूर्तीची

जागा रिकामी होती.

त्यांना हुंदका आवरेना. त्या ओक्साबोक्शी रडू लागल्या. त्यांच्या डोळ्यातून टपटप पडणारी आसवे 'पुरुषाचे प्रेम! हे पहा पुरुषांचे प्रेम,' असे म्हणत होती.

❈❈❈

यशवंत (मार्च, १९२९).'

श्री काव्यदेवी प्रसन्न

"वन्स, अहो वन्सं, कुठे गेल्या बाई ह्या," स्वयंपाकघरांतून शब्द आले.

एखाद्या सुंदर स्वप्नांतून कुणी तरी हलवून जागे करावे त्याप्रमाणे दारात उभी असलेली सरस्वती या शब्दाने भानावर आली. नाखुषीने गादी सोडावी लागणाऱ्या राजाप्रमाणे तिने दारातील जागा सोडून स्वयंपाकघराकडे पाऊल वळविले.

तिचे पाऊल स्वयंपाकघरात पडताच वहिनींच्या किटलीतून चहा व तोंडातून थट्टा बाहेर पडू लागली, "चहा निवून गेला की हो वन्सं! अशी आलेच, म्हणून सांगून गेला होतात ना? म्हटले गजाननराव दारात दिसले की काय! मग काय! जाते म्हणून सांगायचेदेखील भान रहायचे नाही वन्सना! उतावळी नार न् मनाची मोटार असे कायसे म्हणतात की-"

"अग, तुझ्याबरोबर चहाही वाहून चालला तिकडे पहाशील की नाही?"

"चहा कितीही वहात गेला तरी दारापर्यंत काही त्याचा लोंढा जायचा नाही हं वन्सं; तिथे पोस्टमनने टाकलेले पत्र त्याच्या पुरात वाहून जायची मुळीच भीती नाही बरे!"

वहिनींच्या या बोलण्याने सरस्वतीला गुदगुल्याच झाल्या. नुकत्याच लग्न झालेल्या तरुणतरुणींची स्थिती दुसऱ्याच्या घरी पाहुणा म्हणून जाणाऱ्या भुकेलेल्या मनुष्यासारखी असते. लोक खादाड म्हणतील म्हणून वरकरणी नको नको म्हणावे लागते, पण कुणी आग्रह करून वाढले तर मनात आनंदच होत असतो. नवपरिणीत पतिपत्नीही परस्परांच्या गोष्टी करताना ओढून ताणून अशीच लाज आणीत असतात; पण तो विषय निघाला म्हणजे आपले आवडते गाणे फोनोवर लावल्याइतका त्यांना आनंद होतो. काहीतरी बोलायचे म्हणून सरस्वती म्हणाली,

"मी काही पोस्टमन आला की नाही हे पहायला गेले नव्हते हं वहिनी. दादा बाहेरून आला की नाही-"

"तर तर! पाच वाजल्याखेरीज येणे होत नाही हेदेखील पत्राच्या नादात विसरलात ना? हो बाई, प्रेम आंधळे असते असेच म्हणतात की. या आंधळ्या

प्रेमाला फक्त तिकडची पत्रे तेवढी दिसतात, नाही?''

आरोपीपेक्षा माफीचा साक्षीदार होण्यांत अधिक फायदा असतो असा पोक्त विचार करून सरस्वती म्हणाली,

''वहिनी, चार दिवस माझ्या जिवाची कशी तळमळ चालली आहे गं!''

''अगदी काव्यातल्या चक्रवाक पक्ष्यांच्या जोडप्याप्रमाणे ना! त्यांच्यामधले कमलपत्र दूर झाले म्हणजे ते सुखी होते न् तुम्ही मधे पत्र नाही म्हणून दु:खी आहा!''

''इश्श! काहीतरी बोलायचे म्हणून बोलतेस झाले.''

''मग रुक्मिणीने श्रीकृष्णाच्या उत्तराची वाट पाहिली नसेल इतक्या उत्कंठेने पत्राकडे डोळे का बरे लावले आहेत आमच्या भीमकबाळेने? त्या बिचाऱ्या रुक्मिणीचे लग्न तरी व्हायचे होते; तुम्हाला हो झुरायला काय झाले आहे?''

''खरे आहे बाई; जावे त्याच्या वंशा तेव्हा कळे!''

''तुमच्या वंशाला केव्हाच आले आहे. हो, विसरलेच पण मी. तुम्हीच आमचा वंश सोडून गजाननरावांचा धरला आहे ना आता? तुमच्या वंशाला यायचे म्हणजे एक मरून तरी तुमच्या पोटी आले पाहिजे!''

''थट्टेने झाले तरी असे वेडेवाकडे बोलू नये गं. वहिनी, तुला तिकडला स्वभाव माहीत नाही म्हणून तू अशी थट्टा करते आहेस-''

''माहीत नसायला काय झाले? नवऱ्याच्या मनाप्रमाणे त्याचा स्वभाव काही बायकोच्या मुठीत नसतो बरे वन्सं. फूल कुणीही डोक्यांत खोवले तरी ते कसले आहे हे वाटेच्या वाटसरूलादेखील सांगता येते. गजाननराव कवी आहेत हे त्यांच्या कॉलेजचे मासिकच सांगते; त्यांना गाण्याची किती आवड आहे हे किर्लोस्कर थिएटरातील त्यांच्या आवडत्या खुर्चीलासुद्धा ठाऊक आहे. आता पोषाख म्हणाल तर पुण्यातल्या साऱ्या शिंप्यांना न् परटांना राजा निवडायची संधी मिळाली तर ते गजाननरावांनाच निवडतील.''

''तुझे बोलणे म्हणजे काय सोन्याची सुरी. चांदण्याप्रमाणे मायेच्या मनाचे कधी चटके बसत नाहीत हं वहिनी.''

''शब्दावरून मनाची परीक्षा करूनदेखील चुकलात की वन्सं. पण भाताची परीक्षा शितापेक्षा घासानेच केलेली बरी. मी आपली गंमतीने बोलले हं हे. गोडबोल्यांची गुलाब न् मी शाळेत असतांना अशाच एकमेकीवर तुटून पडत असू. असे वाईट वाटून घेऊ नका बाई! मांजरीचे दांत कधी तिच्या पिलाला लागले आहेत का?''

सरस्वतीचे डोळे पाण्याने भरून आलेले पाहून वहिनींनी तिला जवळ ओढले व तिची हनुवटी लाडिकपणाने वर उचलली. श्रावण मासातल्या सरीप्रमाणे पाण्याने भरलेल्या तिच्या डोळ्यात हा हा म्हणता हास्याचे रविकिरण चमकू लागले. मावळत्या सूर्याने चुंबन घेतल्यामुळे समुद्रांच्या लाटांवर दिसणारी शोभा सरस्वतीच्या

चेहऱ्यावर दिसत होती. वहिनीचे हृदयही वात्सल्याने भरून आले होते. तसे म्हटले तर सरस्वतीपेक्षा त्यांनी दोन तीनच पावसाळे जास्ती पाहिले असतील; पण सरस्वतीचे कन्यादान त्यांनीच केले असल्यामुळे त्या तिला नणंदेपेक्षा पोटच्या पोरीप्रमाणेच वागवीत असत. घरात दुसरे कुणीच वडील माणूस नव्हते, तरी सरस्वतीला माहेर कधी, परके वाटले नाही याचे कारण वहिनींचा प्रेमळ स्वभाव हेच होते.

केवळ दृष्टीने व स्पर्शाने प्रेम व्यक्त करीत त्या नणंदाभावजया आणखी किती तरी वेळ बसल्या असत्या. पण 'तारा गजानन' ही उच्च स्वरातील अक्षरे कानांवर पडून त्यांच्या प्रेमसमाधीचा भंग झाला. देवाचे दर्शन होणार अशी खात्री झाल्यानंतर भक्त ज्या लगबगीने धावेल तेवढ्या घाईने सरस्वती पुढील दारी गेली. अरसिक पोस्टमन तिचे पत्र हजारातलेच एक मानून ते दारात टाकून निघून गेला होता. आपल्या पत्राची ही अवहेलना गजाननरावांना कळली असती तर त्यांनी त्या पोस्टमनचा खूनच- पण छे; कवी कधीही खून करीत नाहीत; मदनाच्या बाणांनी घायाळ झालेले लोक कुणाच्याही अंगाला हात लावीत नाहीत- खून नाही तर नाही, पण गजाननरावांनी त्या पोस्टमनवर विडंबन काव्य तरी खास रचले असते.

देवावरले फूल प्रसाद म्हणून भक्तीभावाने पदरात घेणाऱ्या मनुष्याप्रमाणे सरस्वतीने ते पत्र उचलले. श्रीमंत चुलत्याचे मोहोरबंद मृत्युपत्र फोडणाऱ्या पुतण्याच्या कातरतेने तिने ते पत्र उघडले. माजघराच्या दारात उभ्या असलेल्या वहिनी कौतुकाने हे सर्व पहात होत्या. पत्र वाचता वाचता सरस्वतीच्या डोळ्यांतून गंगायमुना वाहू लागलेल्या पाहून त्यांना आश्चर्य वाटले. पतीराजांनी पत्रांत शृंगाराऐवजी करुणेचा पूर का वाहवावा हे कोडे त्यांना मुळीच उलगडेना. ''बरे आहेत ना गजाननराव?'' त्यांनी मृदु स्वरात प्रश्न केला. जन्मठेपेची शिक्षा झालेल्या कैद्याच्या जड स्वरात सरस्वतीने उत्तर दिले, 'हं,' सरस्वती पुन्हा पत्र वाचू लागली. वहिनी आत जाणार होत्या, पण इतक्यात दारात टांगा थांबल्यासारखा वाटून त्या उभ्या राहिल्या. टांग्यांतून उतरलेले माणूस पहाताच त्या एकदम आश्चर्याने उद्गारल्या,

''अगबाई, गुलाब आली.''

भूत दृष्टीला पडावे तसा चेहरा करून सरस्वतीने विचारले,

''कोण? गुलाब गोडबोले?''

''कोण? गुलाब गोडबोले?'' सरस्वतीने कापऱ्या स्वरात विचारलेला प्रश्न वहिनींच्या कानात गुलाबचा चहा होऊन गेला तरी सारखा घुमत होता. बागुलबोवा कधीही पाहिला नसून लहान मूल त्याला ज्याप्रमाणे भिते त्याप्रमाणे गुलाबला पूर्वी कधी पाहिली नसूनही आपल्या वन्संना तिची भीती कां वाटावी हे कोडे वहिनींना उलगडेना. दारांत पत्र पडले तेव्हा 'तारा गजानन' हे पोस्टमनचे शब्दही त्यांच्या

कानांवर पडले होते. सरस्वतीला तारा नाव कुणी दिले? नवऱ्याचे पत्र आले की तेल घालून वात सारलेल्या नंदादीपाप्रमाणे पत्नीची मुद्रा उजळते हा त्यांचा नेहमीचा अनुभव; पण पत्र आल्यापासून सरस्वतीचा चेहरा काजळी धरलेल्या व तेल संपलेल्या गाभाऱ्यांतील दिव्याप्रमाणे दिसत होता. कुणी पाहुणा आला की त्याची उठबस करण्याकरता वसंतवायूच्या लहरीप्रमाणे घरातून नाचणारी सरस्वती आज ग्रीष्मांतील वाऱ्याच्या झुळुकीप्रमाणे तप्त व मंद झाली होती. चहा झाल्यावर गुलाबने 'प्रेमकलह' म्हणून एक विनोदी कविता म्हणून दाखविली. त्यातील थोडा भाग असा होता. नवरा बायकोवर रागावून निघून जायला उठतो. पण दारापाशी जाताच परतून तिच्यापाशी येऊन म्हणतो, ''माझी वाट सोड ना?''

पत्नी- मी नाही काही आपली वाट अडविली!

पती- पण पाय हृदयाच्या जाळ्यात अडकवून ठेवले आहेस ना?

पत्नी- जाळे घेऊनदेखील पाखरू कधी कधी उडते.

पती- उडू दिले तर! पाखराच्या कुशीत घातलेला कटाक्षबाण तरी काढून घ्यावा की नाही?

पत्नी- बाण काढून घेतल्यावर भळभळा रक्त वाहू लागेल की?

पती- ती जखम बंद करणारी कल्पवल्ली जवळ असतांना मी माघार घेईन असे तुला वाटते काय?

अशा प्रकारच्या उत्तरप्रत्युत्तरानंतर दोघांच्याही नेत्रांतून प्रेमाश्रु वाहू लागल्या व राग त्यात विझून जातो.

ही कविता ऐकताच वहिनी म्हणाल्या, ''बरीच चहाटळ झाली आहेस की ग तू गुलाब! आमच्या वेळी बाई काही असली निर्लज्ज गाणी नव्हतो आम्ही म्हणत.''

''हो हो, तुम्ही मोठ्या आजीबाईच पडलात की नाही?'' गुलाबाने टोमणा मारला. ''तू इंग्रजी पाचवीतच शाळेतल्या बाकाला रजा देऊन बोहल्याकडे धावलीस म्हणून काही सीतासावित्रीच्या काळातली होत नाहीस बरे छबू! नाव बदलण्याची घाई केली नसती तर आज कॉलेजात माझ्यापेक्षा तूच जास्ती नाव काढले असतेस.''

गुलाबचे गाणे व नंतरचा संवाद यांनीदेखील सरस्वतीच्या चेहऱ्यावर पसरलेला अमावास्येचा अंधार निवळला नाही हे वहिनीनी पाहिले. रात्री सगळे काम आटोपल्यावर त्या सरस्वतीच्या खोलीत गेल्या. प्रवासाच्या श्रमाने दमून गेलेली गुलाब संध्याकाळबरोबर पाकळ्या मिटणाऱ्या कमलाप्रमाणे निद्रेच्या पाशांत गुंग होऊन पडली होती. सरस्वती मात्र समुद्राच्या लाटांप्रमाणे एकसारखी अंथरुणावर चुळबुळ करीत होती. वहिनी तिच्या उशाशी जाऊन बसली व पहातात तो सारी उशी भिजून ओलीचिंब झाली आहे.

''वन्सं, बायकांचा पावसाळा सासरी असतो हेसुद्धा विसरलात ना?'' सरस्वतीने

काहीच उत्तर न देता उशाखालचे पत्र काढून तिच्या हातात दिले. आभाळ ढगांनी भरून यावे पण पावसाचा थेंबदेखील पडू नये असे झाले की मनस्वी उकाडा होतो. दुपारी पत्र आल्यापासून सरस्वतीच्या मनाची स्थिती अशीच झाली होती. आपले दु:ख सांगायच्या जिव्हाळ्याच्या जागा तिला दोनच होत्या. एक दादा व दुसरी वहिनी; पण अलीकडे अलीकडे आपली बायकी दु:खे दादापर्यंत नेण्याचा तिला धीर होत नसे. यमुनेने आपले हृद्‌गत गंगेला कळवायचे व तिने ते समुद्रापर्यंत पोचवायचे असाच अलीकडे दादाच्या बाबतीत तिचा क्रम झाला होता.

वहिनी दिव्यापाशी जाऊन पत्र वाचू लागल्या. काही तरी विचित्र मजकूर असल्याखेरीज वन्संनी नवऱ्याचे पत्र आपल्याला वाचायला दिले नाही असे त्यांना वाटत होतेच! पण पत्रातील वस्तुस्थितीने त्यांच्या कल्पनेवरही ताण केल्याचे त्यांना आढळून आले. सर्व पत्र खाली दिल्याप्रमाणे होते-

श्री काव्यदेवी प्रसन्न

पुणे,
खुन्या मुरलीधराजवळ
१९-१-२९

प्रिय तारे,

तुझे पत्र वेळेवर पोचले. इंग्रज सरकारचे पोस्टखाते मेघदूताचे काम इतके बरोबर बजावते की त्याच्यावर पोस्टदूत नांवाचे एखादे काव्य लिहावेसे मला वाटू लागले आहे. पुन: पुन्हा बजावले असतांना पत्राखाली तू सरस्वती अशीच सही करीत आहेस. गजाननाला बुद्‌धीदाता देव मानतात; पण बायकोचे काव्यमय नाव निवडण्याइतकीदेखील बुद्‌धी ज्या देवापाशी नाही तो इतरांना कसली कपाळाची बुद्‌धी देणार? त्या एकदंत देवाला 'सरस्वती' या नावापेक्षा अधिक गोड नाव सुचले नसले तरी माझे बत्तीस दांत शाबूत असल्यामुळे मी तुला ताराच म्हणणार! गृहप्रवेशाच्या वेळी बाबांनी सरस्वती हे नांव सांगितले नसते तर ताम्हनातल्या तांदळात ताराच उदय पावली असती! ओल्ड फॉक्सेसना ककूच्या मधुर स्वराची कल्पना कुठून येणार? कळेल ना या वाक्याचा अर्थ? इंग्रजी विसरता उपयोगी नाही हं. ती हल्ली राजभाषा आहे बरे राजभाषा.

यापुढे तू तारा आहेस, सरस्वती नाहीस हे विसरू नकोस. तुझे गावंढळ, काव्यहीन नांव अजिबात सोडून दे! कॉलेजातल्या मुलींची नावे कशी छान छान असतात; गुलाब गोडबोले, प्रमिला पाटकर, अमला अभ्यंकर. नावात काव्य आहे, अनुप्रास आहे, माधुर्य आहे. नाही तर तुझे नाव! तसाच तुझा पोषाख! नाताळच्या सुटीत शंभर वेळा तुला वाकडा भांग काढायला सांगितले; पण आईला आवडणार नाही या सबबीवर तू ते टाळलेस. मे महिन्यापर्यंत तू माहेरीच रहाणार आहेस. तेव्हा

केसातला हा जुन्या चालीचा बरोबर मध्यावरून जाणारा गाडीरस्ता बंद करून बाजूने जाणारा फुटपाथ तयार करून ठेव. तसेच कुंकवाचे. कशाला हवे पौर्णिमेच्या चंद्राएवढे कुंकू! ते एखाद्या तारकेप्रमाणे कसे नाजूक असावे. सध्या देशाला दारिद्र्य आले आहे. गांधीदेखील साधेपणाने वागण्याचा उपदेश करीत आहेत. तेव्हा कुंकवाची काटकसर करणे हे प्रत्येक आर्यस्त्रीचे कर्तव्य आहे. त्याचप्रमाणे कॉलेजांतल्या मुलीचे हंसणे, बोलणे, तिरप्या डोळ्यांनी पहाणे, यातली एकदेखील गोष्ट तुला येत नाही. त्या गोडबोल्यांच्या गुलाबने परवा एकदा माझ्याकडे हसून असे पाहिले म्हणतेस! तीन दिवस काही सुचत नव्हते मला. नाही तर तुझे हसणे! तुझ्या स्वत:च्या ओठांना तरी त्याचा पत्ता लागत असेल की नाही कुणाला ठाऊक! कवीप्रमाणे तिलाही फुले फार आवडतात. दररोज तऱ्हतऱ्हेची फुले घालून ती कॉलेजात येते न् तू मात्र फणसासारखी बिन फुलाने रहातेस. या सर्व सुधारणा केल्या तर ठीक आहे. नाही तर हे सर्व काव्यगुण अंगी असलेल्या दुसऱ्या एखाद्या मुलीशी लग्न करण्याचा मी निश्चय केला आहे.

तुला वाटत असेल की एक बायको जिवंत असताना यांना कोण मुलगी देणार आहे? पण माझी गोष्ट अशा तशापैकी नाही. कॉलेजच्या मासिकात माझ्या कविता प्रसिद्ध होऊ लागल्यापासून साऱ्या पोरींचे लक्ष माझ्याकडे लागले आहे. आमच्या वर्गांतली ती गुलाब गोडबोले तर सदा न् कदा माझ्याकडे पहात असते. आमचे उत्पन्न व माझे काव्य या लगामांनी खेचून आणता येणार नाही अशी पोरगीच जगात मिळणार नाही. तुझ्यासारख्या गावंढळ बायकोशी संसार केला तर माझे नुकते कुठे उमलू लागलेले काव्य पार होरपळून जाईल. महाराष्ट्रसाहित्याचे एवढे मोठे नुकसान न होऊ देणे हे माझे परमपवित्र कर्तव्य आहे. भटजीसारख्या रहाणाऱ्या जन्मदात्या बापाला बाप म्हणण्याचीसुद्धा मला लाज वाटते. बाबा गतवर्षी पुण्याला आले होते, तेव्हा त्यांना 'लांबचे नातेवाईक' करून मी वेळ मारून नेली होती. बापाला बाप न म्हणणारा मनुष्य बायकोला बायको म्हणत आपला जन्म फुकट घालवणार नाही हे लक्षात ठेव! आता अधिक लिहीत नाही; कारण 'गुलाब' म्हणून एक खंडकाव्य मी हल्ली लिहीत आहे. ते लिहायला बसायची वेळ झाली. 'मे' पर्यंत कवीला शोभेल अशी बायको हो, नाही तर पुढल्या 'जानेवारीत' माझ्यावर व गुलाबवर अक्षता टाकण्याइतके मन घट्ट कर. तुझ्यासारख्या पठाणाबरोबर संसार करण्याची माझी छाती नाही. मला गुलाबसारखी काव्यदेवीच पाहिजे.

तुझा दुर्दैवी कवीपती

तारानाथ.

वहिनी व गुलाब दोघीहि मूळच्या पुण्याच्या. वहिनीचे वडील धोपटमार्गाने

जाणारे असल्यामुळे मुलगी इंग्रजी पाचवीत असताना त्यांनी तिचे लग्न केले. गुलाबचे वडील स्त्रीशिक्षणादि सुधारणांचे कट्टे पुरस्कर्ते असल्यामुळे बरोबरची मैत्रीण बेळगावला जाऊन संसारशकट हाकू लागली, तरी टांग्यांतून दररोज कॉलेजला जाण्यापलीकडे गुलाबचे पाऊल पडले नव्हते. दोघींची वये सारखीच; पण आता एक संध्याकाळी पतीच्या वाटेकडे डोळे लावून बसत होती तर दुसरी 'सुटले बाई एकदाचे कॉलेज' असे उद्गार काढीत घरी परत येत होती. पहिलीला जेवढी पतीची तेवढीच दुसरीला परीक्षेची काळजी वाटे. नणंदेचे लग्न झालेले, घरी दुसरे कुणी मनुष्य नाही, अशा स्थितीत माहेरी जाण्याचे वहिनींच्या जिवावर येई; उलट 'तुमच्या बेळगावात फक्त केळी न् नवलकोल बघून घ्यावे' असे पत्रात हिणवून लिहिणाऱ्या गुलाबला पुण्यातल्या सभातले वक्तृत्व सोडून बेळगावसारख्या गावी जाणे म्हणजे प्राणसंकट वाटे. यावेळी तरी ती आली म्हणजे केवळ योगायोगानेच. धारवाडला कुठलेसे नात्यातले लग्न होते. लग्नाला जायली ती नाखूष होती; पण वडिलांच्या आग्रहामुळे कॉलेज बुडवून तिला यावे लागले होते. परत पुण्याला जाता जाता फार दिवसात न भेटलेल्या मैत्रिणीला भेटून जावे असा विचार करून ती बेळगावला उतरली.

जिव्हाळ्याच्या मैत्रिणींची दीर्घकालानंतरची भेट म्हणजे जलराणी व धरणी यांचा मृगारंभीचा संगम! थट्टेचा, हास्याचा गडगडाट व प्रेमाच्या सरीचा खळखळाट, यांचा त्रिवेणीसंगम त्यात व्हायचाच! दुसरे दिवशी गुलाब निजून उठल्यापासून वहिनींशी एकसारखी बोलतच होती, पण वहिनींचे लक्ष आपल्या बोलण्याकडे नाही हे लवकरच तिच्या लक्षात आले. केवळ शिष्टाचार म्हणून कीर्तनाला बसणाऱ्या मनुष्यासारखे वहिनींचे वागणे दिसत होते. शेवटी गुलाबला बोलल्यावाचून रहावेनाच. ती म्हणाली, "काय ग छबू, लग्न झालेल्यांची मने कुठे गं असतात? फार दिवसांनी भेटलेल्या मैत्रिणीशी चार शब्द बोलण्याइतकीदेखील ती माणसाच्या ताब्यात नसतात असे दिसते."

"शिकल्या सवरलेल्या मैत्रिणीशी काय बोलायचे हेच कोडे पडते बरे बाई," वहिनीनी हसत हसत उत्तर दिले.

"शिकलेल्या मैत्रिणी काही शिलालेख घेऊन येत नाहीत भेटायला. साधे प्रेमाचे फूलच घेऊन येतात. पण तुम्ही मात्र फूल नाही फुलाची पाकळीदेखील द्यायला तयार नाही त्यांना. देणार कुठून म्हणा! पतीदेवाच्या पूजेसाठी सारी फुले लागत असतील ना! गालांचे गुलाब, दातांच्या कुंदकळ्या, नाकाची चाफेकळी. झाडून सारे तिकडच्या पूजेला लागलेले असायचे. आम्ही तरी बाई कुठे मागतोय हे तुमच्यापाशी?"

"कॉलेजातले गोरेगोमटे मित्र सोडून आमच्याकडे कशाला मागायला याल तुम्ही?" वहिनी डोळे मिचकावून म्हणाल्या.

“असली फाजील थट्टा मला नाही हं आवडायची छबू. काल संध्याकाळी ते गाणे म्हटले तेवढ्यावरून काढलास वाटते हा तर्क!”

“गाण्याचा तोंडी पुरावा कशाला हवा! चांगला धडधडीत लेखी पुरावा आहे बरे पंडिताबाई!”

“दाखव की तुझा पुरावा!”

वहिनींनी सरस्वतीच्या पतीचे पत्र गुलाबपुढे टाकले. गुलाब फणकाऱ्याने ते वाचू लागली. वाचता वाचता तिच्या कपाळाला आठ्या पडल्या. डासांनी झोपमोड केलेल्या माणसाप्रमाणे तिचा चेहरा त्रस्त झाला. पत्र वाचून होताच तिने ते वहिनींच्या अंगावर फेकले व ती म्हणाली,

“दिव्याच्या ज्योतीवर पतंगाने झडप घातली तर तो होरपळून जातो.”

“मला तुझे काव्य सांगू नकोस आता. आमच्या वन्संच्या जन्माचे नुकसान”

“हा तारानाथ तुझ्या नणंदेचा नवरा की काय?” वहिनींनी मानेने ‘हो’ म्हटले. गुलाब खो खो करून हसू लागली. वहिनी म्हणाल्या, “हे पहा गुलाब, तुझा खेळ झाला तरी माझ्या गरीब वन्संचा जीव जात आहे हे विसरू नकोस बाई.”

“माझा खेळ! वा गं वा! या तर तुझ्या वन्संच्या पतीराजांच्या लीला! तारानाथ या नावाने तो कॉलेजच्या मासिकांत कविता छापतो तेव्हा आम्हाला खरेच वाटले की याच्या बायकोचे नाव तारा असेल म्हणून.”

“त्याच्या बायकोचे नाव काही का असेना; असल्या चटोर पोरांच्याकडे पाहून त्यांचे चाळे वाढविणे बरे नाही बाई. आधी आगीचा लोळ न् त्यात ओतले तेल, असले व्हायचे!”

“एखादी खरीखुरी राणी सर्कशीतल्या विदूषकांकडे पाहू लागली म्हणजे ती त्यांच्यावर भाळली असेच का समजायचे?”

“म्हणजे?”

“म्हणजे काय ग! हा तुझा तारानाथ- काय बरे त्याचे नाव? हो, गजानन फडके- अगदी अकलेचा खंदक आहे. तो खंदक कोरडादेखील नाही हं. तुडुंब भरला आहे काव्याच्या पाण्याने!”

“बाकीची कुळकथा मग ऐकेन मी. वन्सं देवळातून येतील इतक्यात. तू गजाननरावांच्याकडे सदा न् कदा का पहातेस ते सांग मला.”

“सांगते हं,” हास्याची भरती आवरीत गुलाब म्हणाली, “तो दररोज सूट काय बदलतो, भांग काय काढतो, भसाड्या आवाजात ‘नच सुंदरि करु कोपा’ म्हणून वर्गात गुणगुणत काय येतो! कवी झाल्यामुळे तर त्याला स्वर्ग दोनच बोटे उरला आहे. आमच्या कॉलेजच्या मासिकाचे संपादक प्रो. आपटे आहेत किनई, त्यांच्या घरी तो मागच्या महिन्यात गेला होता एक कविता घेऊन. ‘संभाजी मारी वाघा’ हे

होते त्या कवितेचे नांव. कविता गुणगुणत स्वारी त्यांच्या दारात गेली तो दारावरला टेरियर एकदम आला अंगावर धांवून. मग गं काय? केले ना डोळे पांढरे या कवींनी. सावध व्हायला तब्बल घटका लागली स्वारीला. दुसरे दिवशी वर्गांत 'टेरीयर मारी कविला' हा चरण ऐकू येऊ लागला. तो दररोज नवा सूट घालून आला की 'टेरीयर भारी कविला' ही ओळ आठवून मला हसू येते न् मी त्याच्याकडे पहाते."

गुलाबने सांगितलेली हकीकत ऐकताच वहिनींनाही हंसू लोटले. आपणाला जो बॉंबगोळा वाटला तो साधा चेंडूच आहे याची खात्री झाली म्हणजे मनुष्य जसा निर्धास्त होतो तशा त्या झाल्या. पण गुलाब खंबीर असली तरी गजाननरावांचे वेड नाहीसे कसे करायचे हा प्रश्न सोडविणे प्राप्तच होते. "वन्संनी किती उपासतापास आरंभलेत म्हणून सांगू तुला गुलाब. देवाला प्रदक्षिणा काय घालताहेत, नवस काय करताहेत. कालपासून तर डोळ्यांचे पाणी कसे ते खळले नाही!"

"आपल्या डोळ्यातून पाणी काढण्याऐवजी काव्याचा कैफ चढलेल्या या वेड्या पीराच्या डोळ्यांत चांगले अंजन घातले पाहिजे."

"मांजराच्या गळ्यांत उंदीर कसली घंटा बांधणार?"

"उंदीर सिंहालादेखील जाळ्यातून सोडवू शकतात हं छबू. पाहू दे ते पत्र मला."

गुलाबने ते पत्र पुन्हा वाचले व अंधारांत वीज चमकून इष्ट मार्ग दिसावा असा आनंद तिच्या चेहऱ्यावर झळकू लागला. ती हंसत म्हणाली, "छबू, उद्या माझ्याबरोबर येऊ दे तुझ्या नणंदेला पुण्याला. चार दिवसांत या कवीला ताळ्यावर आणले नाही तर नाव बदलून देईन."

"नाव बदलण्याच्या गोष्टी सुचू लागल्या की तुला!" वहिनींनी हसत म्हटले.

आज आपण कॉलेजच्या दगडी इमारतीत बसलो नसून नंदनवनांत विहार करीत आहो असे गजानन फडक्याला वाटत होते. त्याचे कवीस्वप्न आज खरे झाले होते. माझ्या ऐतिहासिक काव्याची घोरपड लावून मी कुणा ना कुणा मुलीचा मनोदुर्ग जिंकणारच जिंकणार, असे तो सलगीतल्या सोबत्यांना वारंवार बोलून दाखवी. कॉलेजातल्या मुली दृष्टीला पडल्या की त्याला सरस्वतीची आठवण होई व सुंदर बंगला सोडून पडक्या घरात रहावयाला जाणाऱ्या माणसासारखा लग्नाच्या बाबतीत आपण वेडेपणा दाखविला असे त्याला वाटे. सरस्वतीच्या बापाने गनीमी काव्याने आपल्या गळ्यांत जी धोंड अडकविली तिचा सूड घ्यायचा तर आपल्यावर कोणातरी कॉलेजसुंदरीने प्रेम केले पाहिजे. मग ती सुंदरी आपणाला प्रेमपत्रे लिहील, 'कशा हो तुम्हाला इतक्या चांगल्या कविता लिहिता येतात,' असे तिरप्या नजरेने पहात म्हणेल; 'तुझे वाऱ्यावर उडणारे केस स्वतंत्रतादेवीची निशाणे, प्रीतिसागरातील तुषार

अगर आणखी कुठली वाचलेली उपमा सुचेल त्याच्यासारखे आहेत' असे आपण तिला म्हणू. वगैरे मनोराज्ये त्याने अनेक वेळा केली होती. आपल्याला आलेल्या प्रेमपत्रांची लकडी दाखविली की सरस्वतीची मकडी वळणार ही कवि तारानाथांची पक्की खात्री होती. 'संभाजी मारी वाघा' ही कविता कॉलेजच्या मासिकात प्रसिद्ध झाल्यापासून तर गुलाब गोडबोले एकसारखी आपल्याकडे पहाते व हसते असे त्याला आढळून आले होते. 'पहाणे ही प्रेमाच्या शिडीची पहिली पायरी आहे' असे अभिमानाने त्याने आपल्या जिवलग दोस्तांपाशी अनेक वेळा बोलून दाखविले होते. 'पण पहाण्या-पहाण्यात पुष्कळ प्रकार असतात बरे गजानन' त्याचे दोस्त त्याला उपदेश करीत असत. "बाबा, ग्रहाची आपल्यावर दृष्टि आहे एवढ्यावर मनुष्याने बेसावध होऊ नये. वक्रदृष्टि असली तर काय करता?"

"काव्याच्या समुद्रात बुडून तुम्ही कोरडे ते कोरडेच!" गजानन त्यांची संभावना करी.

आज प्रेमाच्या शिडीची दुसरी पायरी गुलाबने गाठली हे गजाननाने ओळखले.

वर्गाच्या दाराशी तो घुटमळत असतांना गुलाब गोडबोले आली व एकदम म्हणाली, "कसे काय कवीराज?" या प्रश्नातील अनुप्रासाच्या चातुर्याने कवीराज चीत झाले. तळघरात कोंडलेल्या मनुष्यापुढे सूर्याची प्रभा येऊन उभी रहावी तशी त्यांची स्थिती झाली. काही तरी काव्यमय उत्तर देण्याचा विचार करतात न करतात तोच गुलाब म्हणाली, "परवाची तुमची ती कविता- कुठली बरे?"

अमला अभ्यंकर मुलुखाची वात्रट. ती मध्येच म्हणाली, "संभाजी खाई भाजी."

प्रमिला पाटकरने हळूच सुई चालविली, "टेरीयर चावी कविला."

"चल, चावट कुठली," गुलाब रागाने म्हणाली. नंतर मधुर हास्य करीत तिने गजाननाला संध्याकाळचे पाचाचे चहाचे आमंत्रण दिले. कविराजांना गव्हर्नरच्या लेव्हीचे निमंत्रण आल्याइतका आनंद झाला. कॉलेजांतील सर्व मुलींची घरे त्यांना पोस्टमनापेक्षाही अधिक माहीत होती. तेव्हा पत्त्याचा प्रश्नच नव्हता.

वर्गात शेक्सपीयरच्या नाटकांतील पात्रांच्या पोषाखाबद्दल प्रोफेसर बडबडत होते; तर संध्याकाळी कोणता सूट घालावा याबद्दल आमचे तारानाथ मनात गहन विचार करीत होते. "अरे, आज तू काहीच टिपून घेत नाहीस," त्याला जवळच्या मित्राने विचारले. पण गजाननाचे मन भविष्य कालात भ्रमत होते; शेक्सपीयरच्या सर्व नायिकांचे सौंदर्य एकत्रित केले तरी त्याला गुलाबच्या नखाची देखील सर येणार नाही असे तो स्वत:शी म्हणत होता. शेक्सपीयरच्या नाटकातील नायकांच्या भूमिकापेक्षा संध्याकाळच्या स्वत:च्या भूमिकेकडे त्याचे अधिक लक्ष लागले होते. आकाश आठ नऊ महिने पाणी सांठवून पावसाळ्याच्या आरंभी त्याचा पृथ्वीवर

एकदम मारा करते. सुंदर शब्द, चांगल्या कल्पना, चटकदार कोट्या वगैरेंचा संध्याकाळच्या चहासाठी असाच संग्रह करण्यांत गजानन गुंग झाला होता.

वर्ग सुटताच त्याचा एक मित्र म्हणाला, "आम्हाला नाही का नेणार तुझ्याबरोबर चहाला?"

"न बहु वचनाला जागा काही" गजाननाने काव्यात उत्तर दिले.

"पण करवली म्हणून बरोबर नको का कुणी?"

"करवली कसली घेऊन बसला आहेस वेड्या! हे काय जुन्या चालीचे प्रेम आहे? यांत करवली नाही बरे केली! फक्त केली!" दुसऱ्याने आपले मत दिले.

"सांभाळ रे बाबा गजानन," तिसरा पोक्तपणाचा आव आणून म्हणाला. "प्रेमाच्या शिडीच्या दुसऱ्या पायरीवर चढतो आहेस. या शिडीची शेवटची पायरी म्हणजे लग्न हो."

"आणि ते तर स्वारीचे कधीच झाले आहे." पहिला म्हणाला, "काय कवीराज, दोन बायकांचा दादला होण्याची स्फूर्ती होते आहे वाटते?" दुसरा बोलू लागला, "पुढल्या जन्मी जसा मागचा जन्म आठवत नाही तसे पुढल्या लग्नाच्या वेळेला मागचे लग्न विसरले म्हणजे झाले. पण दोन बायकांचा नवरा होणे म्हणजे कात्रीत सापडणे आहे बरे गजानन. तुझी जुन्या चालीची जुनी बायको तुझ्या डोक्यावरील अरण्य एकदम तोडण्याविषयी न्हाव्याला हुकूम सोडणार, तर नवी बायको त्यातून बारीकशी वाट काढली म्हणजे बस्स आहे असे म्हणणार. पगडी आणि सोलारहॅट ही दोन्ही एकाच वेळी डोक्यावर ठेवणे फार कठिण आहे कवीराज! नवी म्हणणार, 'ओठावरल्या काळ्या सैन्याची काही जरूरी नाही. हवे कशाला हे खडे लष्कर?' जुनी म्हणणार, 'या सैन्यावाचून धर्मांचे रक्षण कसे होणार बाई?' कळले का गजानन, असा आहे बरे हा पेच!"

"असू दे बरे पेच," गजानन तिरसटपणाने म्हणाला. "हे काव्य आहे बेट्या कुस्ती नव्हे."

नवरदेवापेक्षाही अधिक सजून गजाननाने आपला मोर्चा गुलाबच्या घराकडे वळविला. रस्त्यात एक भिकाऱ्याचे पोर पुढे येऊन म्हणाले, "दादा, एक पैसा द्या हो. कालपून काहीबी खाल्ले नाही पगा!" अत्तराच्या घमघमाटाने भरलेला हातरुमाल फडफडावीत गजानन म्हणाला, "चल हो दूर. पैसे काही झाडाला लागत नसतात." थोडासा पुढे जातो तो एक आंधळा भिकारी आपल्या बायकोच्या मागून हळू हळू येत असलेला त्याला दिसला. "खरे हिंदु जोडपे आहे हे," कवीराजांची स्वारी स्वतःशी पुटपुटली.

कवीचे स्वागत करण्याकरिता गुलाब दारात उभी होतीच! तिने त्यांना बाहेरच्या जिन्याने माडीवर नेले. इकडे तिकडे बघत आरामखुर्चीवर अंग टाकीत कवीराज

उद्गारले, ‘‘तुमच्या वडिलांना राग नाही ना येणार मी इथे बोलत बसलो तर?’’

‘‘मुळीच नाही. साऱ्या सुधारकांचे पुढारी आहेत ते. ही सारी माडी माझ्याकडे आहे. हा बाहेरचा दिवाणखाना अभ्यासाचा न् ती पडदा लावलेली खोली निजण्याची.’’

कवीराजांनी पडद्याकडे पाहून मान डोलवीत म्हटले, ‘‘पडदा तुम्हीच विणला आहे वाटते? जणु काय संध्यादेवीने शरदऋतूंतल्या मेघांचा केला आहे असा भास होतो. बायका असाव्या तर अशा, नाही तर आमची-’’

गुलाब आश्चर्यचकित चेहरा करून म्हणाली, ‘‘म्हणजे? तुमचे लग्न झालेय बिलेय की काय?’’

गजानन- (चाचरत) नाही, तसे काही नाही. आमची म्हणजे आमच्या. माझी आई काय, बहीण काय, भावजय काय, साऱ्या भारवाही हमाल. तुमच्यासारखे काव्य बिलकुल नाही त्यांच्यांत. (दचकून) पलीकडच्या खोलीत कुणी आहे की काय? कांकणांचा आवाज झाल्यासारखा वाटला.

गुलाब- (हसत) केवळ कवीकल्पना ही. अभ्यासाची माडी आहे माझी ही. माझ्या परवानगीवाचून इथे कुणीच येत नाही. आपल्यासारख्या कवींचे पाय माझ्या माडीला लागले याबद्दल फार धन्यता वाटते मला. ते चुरण्याचे भाग्य जिला लाभेल तिचा इंद्राणीलादेखील हेवा वाटेल.

गजानन- (काव्याचा पुरा कैफ चढून) इंद्राणीला लाजविण्याचा आपला विचार आहे की काय?

गुलाब- (लाजत) मनांतले मांडे ताटात कसे पडणार?

गजानन- हो म्हटले म्हणजे.

गुलाब- बाबा सुधारक आहेत. ते काही माझ्या इच्छेच्याआड यायचे नाहीत; पण-

गजानन- पण काय? माझे वडील आले तरी मी त्यांची पर्वा करीत नाही. अहो, वडिलांची पर्वा करणाऱ्या भागुबाईला कोण कवी म्हणेल का?

गुलाब- मग काय? मी आपलीच आहे. पण माझे एक-

गजानन- काय म्हणणे असेल ते खुशाल सांग. तुझ्यावर काव्य लिहावयाला पाहिजे असेल तर ते जवळजवळ पूर्णच होत आले आहे, म्हणेनास.

गुलाब- काव्याचे काय मेले? पुढे जन्मभर तेच करीत बसायचे आहे.

गजानन- मग काय करू? त्या मूकनायकांतल्या विक्रान्तासारखेच विचारतो, ‘मत्तगजाची धुंदी हरू मी?’

गुलाब- हत्तीची धुंदी उतरविणारा नवरा हवा असता तर सांगली मिरजेकडला एखादा महातच नसता का मी निवडला?

गजानन- ‘भुजंगमा करू तब अनुगामी?’

गुलाब- माझ्यामागे साप लावणार? म्हणजे तो चावून मी मरावे वाटते? हेच का तुमचे माझ्यावरले प्रेम!

गजानन- (काकुळतीने) 'व्याघ्रमुखी कर ठेवू?'

गुलाब- नको ग बाई! आपला हात वाघाच्या तोंडात गेल्यावर आपण काव्ये लिहिणार कशी मग?

गजानन- मग करू तरी काय?

गुलाब- एका पठाणाने माझा अपमान केला आहे, त्याचा सूड उगवायचा आहे.

गजानन- साक्षीदार तयार करून फिर्याद ठोकू या म्हणजे झाले. कमीजास्ती पैसे लागतील ते मी आजारी आहे म्हणून वडिलांकडून मागवीन.

गुलाब- पण अशाने माझ्या नांवाचा बोभाटा नाही का होणार? मी ही गोष्ट अजून बाबांनादेखील नाही कळविली.

गजानन- त्याच्यावर एक विडंबन काव्य लिहितो हवे तर! ह्या पहा झाल्या पहिल्या दोन ओळी तयार! 'मांडुनी इथे का ठाण। बसला हा मूर्ख पठाण?' यमक कसे छान जुळले आहे नाही? 'मांडुनी इथे कां ठाण? बसला हा मूर्ख पठाण?'

गुलाब- पण तो मूर्ख तुमचे काव्य कशाला वाचायला जातोय? अहो, शहाण्याला शब्दाचा मार. मूर्खाला चाबूकच पाहिजेत.

गजानन- कवीने मारामारी केली तर ते बरे नाही दिसणार!

गुलाब- रस्त्यात त्याला ठोकायला मी थोडीच सांगते आहे तुम्हांला? भारी लघळपणा करतो तो माझ्याशी. फुले घेऊन येतो विकायला. माझा वेळ मोडू नये म्हणून आई त्याला माडीवर पाठवून देते. मला किनई फुले फार आवडतात हो. तेव्हा नकोहि म्हणवत नाही त्याला. पण तेवढ्यावरून माझे मन त्याच्यावर जडले आहे असेच त्याला वाटायला लागले आहे. माझ्यासाठी तो घरच्या बायकोला मारहाणदेखील करतो म्हणे. तोच निर्लज्जपणाने सांगतो, म्हणून कळले मला!

गजानन- मग काय करावे म्हणतेस? मी एक दोन महिने लाठी शिकतो न् मग त्याची गाठ घेतो. हल्ली दूधबिध काही मी पीत नाही, तेही उद्यापासून सुरू करतो.

गुलाब- बोकड मारायला सिंहाची तयारी कशाला पाहिजे हो? 'संभाजी मारी वाघा' ही तुमची जोरदार कविता वाचल्यापासून कसे स्फुरण आले आहे मला! एवढी जोरदार कविता लिहिणाऱ्या हाताला तो पठाण म्हणजे नुसते घुंगरटे आहे. शिवाय तो पोरगेलासाच आहे.

गजानन- मी त्याला भितोय असे नाही. पण मी पडलो गांधीचा अनुयायी. अनत्याचार हे आमचे ब्रीद! तेव्हा-

गुलाब- तुम्हाला गांधी पाहिजे असतील तर गुलाब मिळणार नाही. प्रेमी मनुष्य आपल्या प्रेमदेवतेचाच अनुयायी असला पाहिजे. मला तुमची फार आशा होती.

गजानन-अशा निराश नका होऊ. तुमच्यासाठी मी तत्त्वावर पाणी सोडायला तयार आहे. मग तर झाले? ठरवा एकदा हे द्वंद्वयुद्ध. त्याचा रमजानचा उपासबिपास असेल त्याच वेळी ठरविले तर बरे!

गुलाब - रमजान असेल अजून खूप लांब. आज शनिवार ना? पुढल्या शनिवारी संध्याकाळी त्याला इथे बोलावते. तुम्हीही या. आमच्या घरात अधिक दंगा करायला तो धजणारच नाही. एकदा चांगले कान उपटा म्हणजे झाले. एवढी पठाणाची खोड आपण मोडली की मी आपली झालेच म्हणून समजा. पण मग वडिलांसाठी नाही ना आपण माघार घेणार?

गजानन- छट. प्रेमाच्या बाबतीत प्रत्येकाला पूर्ण स्वातंत्र्य असले पाहिजे असेच माझे मत आहे.

गुलाब- कसे कवीला शोभेल असे बोललांत. बेळगांवची एक लग्न झालेली बाईदेखील असेच म्हणत असते म्हणे. प्रमिला पाटकर परवाच तिच्याविषयी सांगत होती. तिचा नवरा कुठल्याशा कॉलेजांत आहे. तो हडकुळा न् काळा आहे; पण तिला लठ्ठ नी गोरा मनुष्य आवडतो. असल्या पाप्याच्या पितरापेक्षा पठाण बरा असे ती प्रमिलेजवळ म्हणत होती.

गजानन- "कुठली बाई म्हणालात ही?"

गुलाब- "बेळगांवची. गोंधळी गल्लीत रहाते म्हणे. सरस्वती फडके का कायसे नाव आहे तिचे."

गजानन- "सरस्वती फडके?" (कवीराजांनी एकदम चवताळून विचारले.)

गुलाब- का, दचकलातसे एकदम? नात्यापैकी नाही ना कुणी तुमच्या?"

गजानन- छे:! तसे नाही काही.

गुलाब- तुम्हाला या मताबद्दल तिला अभिनंदनपर पत्र पाठवायचे असले तर प्रमिलेला मी तिचा पत्ता विचारते बरोबर.

गजानन- पत्त्याबित्त्याची जरूरी नाही कांही.

गुलाब- मग असे एकदम बावरलात का? 'प्रेमस्वातंत्र्य' नावाची एखादी कविता नाही ना सुचली? बरे, आता फार वेळ झाला. चहा खालीच देते तुम्हाला. पुढच्या शनिवारी पांच वाजता 'पठाण विरुद्ध कवी,' हे विसरू नका अगदी.

फाशीची शिक्षा झालेल्या आरोपीप्रमाणे मुद्रा करून कवीराजांनी चहा व गुलाबचा निरोप घेतला.

एकाच मेघातून वृक्षाला जीवन देणारे जल व त्याला जाळून टाकणारी वीज ही ज्याप्रमाणे बाहेर पडतात त्याप्रमाणे गुलाबच्या एकाच भेटीत तिचे अमृततुल्य, प्रेमपूर्ण उद्‌गार व सरस्वतीचे विषासारखे तिरस्काराचे शब्द गजाननाच्या कानांवर

पडले होते. अत्यानंद व अति दुःख यांची सांगड घालण्याची क्रूर लहर दैवाला नेहमीच येत असते, असे मानून तो आपल्या मनाचे समाधान करू लागला. पण आपल्या बायकोने उघडपणे आपली निंदा करावी, 'असल्या पाप्याच्या पितरापेक्षा पठाण बरा' असे म्हणावे ही गोष्ट त्याच्या काळजाचे सारखे लचके तोडीत होती. मातेच्या मृत्यूमुळे पुत्रजन्माचा आनंद जसा मावळून जावा त्याप्रमाणे बायकोच्या या बेफाम उद्‌गारांनी होणाऱ्या अंगाच्या आगीत गुलाबने त्याच्यावर उधळलेली प्रेमपुष्पे जळून खाक होत होती. बायकोचा पुरता सूड घ्यायचा म्हणजे काहीही करून गुलाबशी लग्न केलेच पाहिजे; पण गुलाब व आपण यांच्याआड अंतरपाटाआधीच पठाण उभा राहिला आहे ना! पठाणाची आठवण होताच गजाननाच्या तोंडचे पाणी पळाले. पानिपतावर मराठ्यांचा पराभव करणारी ही जात! तिला तोंड द्यायचे कसे? तिवाऱ्यांची संग्रामगीत हेच काय ते आपल्याजवळचे सर्वांत मोठे शस्त्र! गजानन विचारात पडला. नाटकात पठाणाला प्रतिनायक करण्याचा मूर्खपणा कोणत्याही नाटककाराने दाखविला नव्हता. मग दैवरूपी नाटककारालाच ही स्फूर्ती का व्हावी? हो, नाही तर सुंदर बायको मिळविता मिळविता जीवच जायचा!

शृंगार व भयानक या दोन रसांनी भरलेले गुलाब-विवाहाचे नाटक त्याच्या मनाच्या रंगभूमीवर सुरू होते न होते तोच गुलाबने सहज सांगितलेले सरस्वतीने शब्द त्याच्या कानात घुमू लागत. त्या शब्दांची आठवण होताच त्याचे मन चवताळून जाई व सरस्वती समोर असती तर तिला उभी जाळून टाकली असती असा विचार त्याच्या मनात येई. याच मनःस्थितीत तो आपल्या खोलीत आला. येताक्षणीच कपडेदेखील न काढता त्याने पत्रलेखनाला सुरुवात केली.

श्री काव्यदेवी प्रसन्न

पुणे,
खुन्या मुरलीधराजवळ
२६-१-२९

अनार्य स्त्रिये,

गाढवाला गुळाची चव नाही हेच खरे. माझ्यासारख्या कवीची पत्नी होण्याचे भाग्य लाभले असून तुला पठाण अधिक बरे दिसतात! धिःकार, धिःकार असो तुझ्या पातिव्रत्याला, आर्यत्वाला आणि प्रेमाला! मी असे म्हटले नाही म्हणून तू या बाबतीत कानावर हात ठेवशील; पण प्रमिला पाटकरने मला खडान् खडा माहिती सांगितली.

तुला लठ्ठ मनुष्य आवडतो काय? मग एखाद्या हत्तीशी लग्न लावण्याचा हट्ट भावापाशी का धरला नाहीस? जगात कवित्वापेक्षा लठ्ठपणाला मान मिळत असता तर गडकऱ्यांपेक्षा सांगलीच्या लंबोदरशास्त्र्यांच्या पुण्यतिथ्या महाराष्ट्रांत साजऱ्या

झाल्या असत्या. पठाण गोरा असतो म्हणून तुला आवडतो म्हणे! साहेब पठाणापेक्षाही गोरा असतो र चुन्याचे पोते तर खूपच गोरे असते. मग चुन्याच्या पोत्यालाच का माळ घातली नाहीस?

मी पाप्याचे पितर काय! वा ग छबेले! पापिणीचा पती मात्र दुर्दैवाने झालो आहे खरा! खुनाला जर फाशीची शिक्षा नसती तर अस्सा बेळगांवला येऊन गळा दाबून तुझा प्राण घेतला असता! नवऱ्यापेक्षा पठाण बरा काय? या पापाचे झाडे कुठे देशील? आजपर्यंत तुझी फार गय केली; पण सर्पिणीला दूध पाजण्यात मतलब नाही. मी गुलाबशी लग्न करण्याचा निश्चय केला आहे, तू वाटले तर पठाणाला प्राणनाथ कर अगर शिद्याला मिठी मार.

शेवटचे वाक्य रागाच्या भरात गजाननाने लिहिले खरे; पण ते पुन्हा वाचताच त्याला कसेसेच वाटले. हो, पडत्या फळाची आज्ञा घेऊन गेली बायको पठाणाबरोबर पळून, तर घ्या काय? पत्राच्या शेवटी 'दुर्दैवी पति तारानाथ' असे लिहून त्याने ते पत्र पुरे केले.

या पत्राच्या जालीम मात्रेने सरस्वतीचे डोळे उघडणार याची त्याला पूर्ण खात्री होती. तेव्हा पत्र पोस्टाच्या पेटीत पडताच त्याचे सर्व विचार पुढील शनिवारच्या लढाईकडे वळले. गुलाबच्या घरीच सामना होणार असल्यामुळे आपणावर काही बेतणार नाही हे तो जाणून होता. पण पठाणाचा पराजय करून गुलाबचे प्रेम कसे मिळवायचे? याउप्पर योगायोगाने पठाण चीत झालाच तरी वडील दुसऱ्या लग्नाला परवानगी देतील का? पहिली बायको जिवंत असताना पुरुषाने दुसरे लग्न करणे म्हणजे पहिलीचा गळा कापल्यासारखे होत नाही का? बायकोने नवऱ्यापेक्षा पठाण बरा, असे नुसते म्हटले तर आपल्या तळपायाची आग मस्तकाला जाते आणि आपण तिच्या नाकावर टिचून दुसरी बायको करण्याचा बेत करीत आहोत. शरीराप्रमाणे प्रत्येकाचे मन हे सारखेच नाही का? एकाला विंचू चावल्यावर वेदना होतात व दुसऱ्याला गुदगुल्या होतात असे थोडेच आहे! बायकोच्या बेइमानीमुळे नवऱ्याच्या मनाला काळा नाग डसल्यासारखे वाटते; मग नवरा बहकला तर बायकोला उकळत्या तेलाच्या कढईत टाकल्यासारखे का वाटू नये?

विचारांची मजल येथपर्यंत येताच गुलाबला आपण पुढील शनिवारी येत नाही असे साफ कळवावे असे त्याला वाटले, पण लगेच आपल्या भित्रेपणाची चेष्टा वर्गात सुरू होईल असे चित्र त्याच्या डोळ्यापुढे उभे राहिले. 'टेरीयर चावी कविला' याच्या जोडीने 'का कवी पठाणा भ्याला' हा दुसरा चरण घणाप्रमाणे नेहमी आपल्या डोक्यात बसणार ही कल्पना येताच त्याचा जीव कासावीस झाला. छे:, ती थट्टा ऐकतांना आपल्याला मेल्याहून मेल्यासारखे होईल. त्याच्यापेक्षा पठाणाच्या हातूनच मेलेले काय वाईट? 'हिंदु हुतात्मा' 'गुलाब गोडबोले हिच्या संरक्षणार्थ कवि श्रेष्ठ

तारानाथ यांनी प्राण दिला' वगैरे वर्तमानपत्रातील जाड मथळे त्याच्या डोळ्यांपुढे उभे राहिले. आपल्या प्रेतयात्रेलादेखील खूप गर्दी होईल हा विचारही त्याच्या मनात आला.

स्वत:च्या प्रेतयात्रेची कल्पना डोळ्यांपुढे उभी रहाताच गजाननाचे अंग लटलट कापू लागले. त्या भावी चितेचे चटके त्याच्या अंत:करणाला बसल्यासारखे झाले. पठाणाशी मारामारी करण्याच्या उपद्व्यापात न पडता एकदम पुण्याहून पळून जावे व सरस्वतीच्या संगतीत आपल्या खेडेगावी आनंदाने रहावे; मग पठाणाच्या माराची अगर कॉलेजांतल्या थट्टेची भीती नाही- अशाने गुलाबसारख्या सुंदर मुलीच्या प्रेमाला आपण मुकणार! पण प्रेम शरीरसौंदर्यांत असते की हृदयांत? सरस्वती आपले डोके जेव्हा मांडीवर घेऊन कुरवाळते त्या वेळी तिचा भांग सरळ असतो, अगर कुंकू मोठे असते, म्हणून आपल्याला कमी सुख होते का? गजाननापुढे प्रेमप्रसंगाची स्मृतिचित्रे उभी राहिली. सरस्वतीचा तो पहिला मधुर स्पर्श! अमावास्येच्या अंध:कारात अरुणोदय व्हावा त्याप्रमाणे आपल्या जड देहात त्या स्पर्शाने एक नवेच चैतन्य उत्पन्न केले. आपल्याला झोप लागली आहे अशा समजुतीने सरस्वतीने घेतलेले ते लाडके चुंबन! शिंपल्यात स्वातीचा जलबिंदु पडल्यासारखे त्या वेळी आपल्याला वाटले. ते चुंबन नव्हे, तर हृदयाच्या कारंजाची कळ दाबणारा स्पर्शच तो! तत्काळ आनंदाचे तुषार आपल्या देहात थयथय नाचू लागले. आजारी असतानाही ती आठवण! डॉक्टरच्या औषधानेही जे स्वास्थ्य लाभले नाही ते सरस्वतीच्या आसवांनी दिले होते! तो स्पर्श, ते चुंबन, ते अश्रु यांचा केशरचना, कुंकू अगर पोषाख यांच्याशी काय संबंध होता? सुरंगीचे फूल बटमोगऱ्यासारखे डौलदार नसले म्हणून त्याचा सुगंध काही कमी होत नाही.

पुणे सोडून सरस्वतीबरोबर आनंदांत रहाण्याची कल्पना मनाला पटते न पटते तोच गुलाबने सांगितलेले तिचे शब्द गजाननाला आठवले. आरोपीला न्यायाधीश सोडून देणार अशा वेळी सबळ विरुद्ध पुरावा दत्त म्हणून पुढे यावा तशी स्थिती झाली. या माजोरी मुलाला काही तरी अद्दल घडविलीच पाहिजे. तिच्या डोळ्यात अंजन घालायचे म्हणजे गुलाबचे आपल्यावर प्रेम जडले आहे एवढे तरी सिद्ध करून दाखविले पाहिजे. हे सिद्ध करायचे म्हणजे पठाणाशी दोन हात केले पाहिजेत.

विचारान्ती पठाणाची गाठ घ्यावी हेच बरे, असे गजाननाने ठरविले. साम, दाम, दंड, भेद या चारही तऱ्हांची सामग्री तो दुसरे दिवशीपासून करू लागला. सामासाठी हिंदुमुसलमान ऐक्यावरले गांधींचे एक भाषण त्याने पाठ केले. दाम म्हणून पंचवीस रुपये खिशात टाकून ठेवले; दंडाची तयारी करण्यासाठी दुसरे दिवशीपासून बारा नमस्कारही तो घालावयाला लागला. पण अंग फार दुखू

लागल्यामुळे शक्तीपेक्षा युक्ती बरी, म्हणून बरोबर एक वेताची काठी घेऊन जाण्याचे त्याने शेवटी ठरविले. रहाता राहिला भेद. दोन तीन जिव्हाळ्याच्या दोस्तांना शनिवारी साडेपाचला गुलाब गोडबोल्यांच्या घरी तुम्ही या, मग तिथूनच पुढे नाटकाची तिकिटे काढायला जाऊ असे सांगून ठेविले की काम फत्ते झालेच अशी त्याने आपल्या मनाशी खूणगाठ बांधली.

शनिवारी संध्याकाळी घड्याळाचा काटा जसजसा पाचाकडे झुकू लागला तसतशी गजाननाची पाचावर धारण बसली. एक मन 'सबसे प्राण प्यारा है' म्हणून उपदेश करू लागले. दुसरे 'एक दिन जाना रे भाई' म्हणून त्याला धीर देऊ लागले. शेवटी लटलट कांपणाऱ्या अंगावर कपडे चढविण्याला त्याने सुरुवात केली. 'एकनूर अदमी तर दसनूर कपडा' ही म्हण गजाननाला पूर्णपणे अवगत असल्यामुळे पठाण केवढाही जाडा आदमी असला तरी त्याचा नूर आपला कपडा उतरून टाकील अशाप्रकारची अंधुक आशा त्याच्या मनात नाचू लागली. पठाणाशी गाठ असल्यामुळे पोषाखात नाजुकपणापेक्षा रुबाब पाहिजे या तत्त्वावर त्याने कपड्यांची निवड केली. कपडे झाल्यावर टेबलामागील भिंतीवर टांगलेल्या दत्ताच्या फोटोला अत्यंत भाविकपणाने नमस्कार करून कविराजांची स्वारी खोलीबाहेर पडली.

गुलाब त्याची वाट पहात जिन्याच्या पायरीवर उभीच होती गजानन दिसताच ती म्हणाली, "तो मेला केव्हाचा बसला आहे येऊन."

"आज माझी प्रकृती काही बरोबर नाही."

"नसेना! त्याने पुन्हा माझ्या वाटेला जाऊ नये असे करा म्हणजे झाले."

वधस्तंभावर चढणाऱ्या गुन्हेगाराप्रमाणे गजानन जिना चढून वर आला. दिवाणखान्यात कोणीच नाही असे पाहून तो चपापला व गुलाबला म्हणाला, "कुठे आहे तो!"

गुलाबने निजण्याच्या खोलीच्या पडद्याकडे बोट दाखविले.

"निजण्याच्या खोलीत?" कापऱ्या स्वराने कवींनी विचारले.

"होय. अधिक आरडाओरड करील तर निजण्याच्या खोलीत शिरल्याचे निमित्त तरी सांगता येईल. रागाने नुसता लालबुंद होऊन आला आहे आज." गजाननाचा चेहरा हे ऐकून पांढरा फटफटीत झाला.

"कारण काय झाले रागवायला?"

"ती परवा बेळगावची बाई सांगितली होती ती!-सरस्वती फडके. तिच्या नवऱ्याने म्हणे तिला पत्र पाठविले आहे. ते पत्र त्या बाईने या पठाणाकडे दिले आहे. फुलांच्या व्यापारासाठी दर आठवड्याला तो बेळगांवला जातो म्हणे! त्याने आणले माझ्याकडे वाचायला ते! त्या नवऱ्याची हड्डी चांगली नरम करतो आता, असे

म्हणत होता.'' गजाननाची छाती धाडधाड उडू लागली.

''हे पहा पत्रच आहे ते इथे टेबलावर, अन् नवल हे की त्या मूर्ख नवऱ्याने खाली तुमची सही कि हो केली आहे. तो पठाण मघाशी म्हणत होताच की दिसू दे हा तारानाथ म्हणजे देतो त्याला अस्मानात पाठवून.'' गजाननाचे हातपाय लटपट कापू लागले; पण सकाळी काकड्या फार खाल्ल्यामुळे थंडी झाली असावी असे त्या कापरेपणाचे त्याने गुलाबपाशी समर्थन केले.

''काय लोक विचित्र असतात बघा,'' गुलाब पुढे बोलू लागली, ''लिहायचे होते या वेडसर नवऱ्याला पत्र, तर तुमचे नाव कशाला घातलेन् मेल्याने खाली? बायको कुणाची न् सोटा बसणार कुणाच्या पाठीत?'' या शब्दांनीच आपल्या पाठीतून कळ निघाली असे गजाननाला वाटू लागले.

''खरेच, किती मूर्ख नवरा आहे हा!'' कांही तरी बोलायचे म्हणून तो बोलला.

''कशी लाखाची गोष्ट सांगितलीत! तुम्ही तारानाथ कवी न् तुमचे लग्न झालेले नाही ही गोष्ट जगजाहीर आहे. त्याच्या या मूर्खपणामुळे हा पठाण आता आपला दुहेरी शत्रु मात्र झाला. माझ्यासाठी त्याचा समाचार तर घ्याच, पण उद्या तारानाथ म्हणून तुमच्यावर तो हात टाकायलाही कमी करणार नाही. तेव्हा त्याला जन्मभर आठवण राहील अशी शिक्षा करा.''

गजाननाचे डोके भीतीने जवळजवळ सुन्न होऊन गेले होते. अर्धवट झोपेत असल्याप्रमाणेच त्याला गुलाबचे शब्द ऐकू येत होते. शेवटी बुडत्याने काडीचा आधार घ्यावा त्याप्रमाणे निकराचा प्रयत्न करून तो म्हणाला, ''खोलीत बसून त्याने ऐकले असेल ना हे सगळे बोलणे? तो अस्तन्या सारूनच बसला असेल आत. छे, ही उघड लढाई उपयोगी नाही; गनीमी काव्यानेच लढले पाहिजे त्याच्याशी.''

''चुलीत जाऊ द्या तुमचा गनीमी कावा. अहो, त्याला मराठी कळत असते तर त्या मूर्ख नवऱ्याचे हे पत्र माझ्याकडे कशाला आला असता घेऊन?''

''मग तुमच्यावर तो प्रेम तरी कोणत्या भाषेत करतो?''

''प्रेमाची भाषा मुकी असते ना हो? कविता विसरला की काय आज?''

''तसे नाही; पण-''

''आता पण बिण काही नको. शिरा एकदम खोलीत आणि विचारा दरडावून''

नाइलाजाने गजाननाने पुढे पाऊल टाकले. अगदी मंद स्वरात गुलाबला जिन्यात जाऊन उभे रहावयाला त्याने सांगितले. 'प्रसंगी मारामारीत रक्तपात व्हायचा व तो बायकांच्या दृष्टीला पडणे बरे नाही,' असे कायसे तो म्हणाला. गुलाब हसतच जिन्याकडे गेली. सप्तपदीपेक्षाही सावकाश पाऊल टाकीत कविराज खोलीच्या दारावरील पडद्याकडे जाऊ लागले. या वेळी कुणी त्यांचा फोटो काढला असता तर जिवंत करुणरस जगाला पहावयाला मिळाला असता. पडद्यात व आपल्यात दोन

हात अंतर राहिले असे पाहून त्यांनी पठाणाशी कानगोष्टी करावयाला सुरुवात केली, "खानसाहेब, हिंदु-मुसलमान ही एकाच ईश्वराची लेकरे आहेत. शि-शिवाय माझ्याजवळचे पंच-पंचवीस रुपये मी तुम्हाला देतो.''

प्रत्युत्तराऐवजी किणकिण आवाज कवींच्या कर्णपथावर पडला. पण तो सुऱ्याचा खणखणाट आहे असे पाहून त्यांनी डोळेच मिटले. क्षणभर धीर धरून त्यांनी पाहिले असते तर कांकणे धारण करणारा हात त्यांच्या दृष्टीला पडला असता! तो हात त्यांच्या थरथर कापणाऱ्या अंगाला लागताच आपल्या पोटात पठाण सुरा खुपशीत आहे असे वाटून गर्भगळित झाले व 'अग आई ग' करीत जमिनीवर निपचित पडले.

गुलाबच्या घरातील मंडळी व बरोबर साडेपांचाला नाटकाकरता गजाननाने बोलाविलेले मित्र यांनी डोक्यावर पाणी थापून व नाकाशी कांदा धरून त्याला कसाबसा शुद्धीवर आणला; पण तो डोळे उघडायला मुळीच तयार होईना. 'माझ्या नखालादेखील धक्का लावणार नाही असे त्या पठाणाकडून वचन घ्या,' हे वाक्य डोळे मिटून तो सारखा जपत होता. शेवटी 'त्यांच्या आग्रहासाठी वचन द्या,' म्हणून गुलाबने कुणालासे सांगितले. एका लठ्ठ ओबडधोबड हाताचा भार आपल्या हातावर पडणार असे गजाननाला वाटत होते; पण स्पर्शज्ञानाने तर तो हात नाजुक व लुसलुशीत असल्याचे त्याच्या मनाला कळविले. त्या हाताच्या स्पर्शाबरोबर गजाननाला सरस्वतीच्या पाणिग्रहणाची आठवण झाली. वचन मिळाल्यामुळे धीर येऊन गजानन डोळे उघडून पहातो तो सरस्वतीचा हात आपल्या हातात असून ती अश्रूंनी भरलेल्या नजरेने आपल्याकडे पहात आहे.

गजाननाच्या पहिल्या पत्रातील 'तुझ्यासारख्या पठाणाबरोबर' हा प्रयोग वाचून सरस्वतीला पठाण करण्याचे कपटनाटक गुलाबने आपल्या घरच्या मंडळींच्या संमतीने कसे पार पाडले हे गजाननरावांसारख्या कवींना बायकोने सांगितले तेव्हाच कळले!

+++

यशवंत (ऑक्टोबर, १९२९)

अलंकाराचा अलंकार

वधू पाहिजे

"प्रौढ, सुदृढ, कुलीन व जुन्या वळणाची. अक्षरओळखीपलीकडे शिक्षण झाले नसल्यास अधिक बरे. वराचे वय ३०, धंदा वर्तमानपत्राचा संपादक, घरांत आईखेरीज दुसरे कोणी मनुष्य नाही. पत्रव्यवहार खालील पत्त्यावर करावा.

संपादक 'असिलता'

बेळगाव.''

'असिलते'च्या अंकांत ही जाहिरात फडकू लागल्यापासून किती वधूंची मुखे आशेने उजळली असतील हे सांगवत नाही. पण तिच्या हजारो वाचकांची तोंडे मात्र दर आठवड्याला हास्याने प्रफुल्लित होऊ लागली यांत संशय नाही. असिलतेचे संपादक श्री. प्रभाकरपंत हे आपल्या तेजस्वी लेखनशैलीने गेल्या पाच वर्षांत इतके लोकप्रिय झाले होते की, असिलता म्हणजे दक्षिण महाराष्ट्राचा केसरी आहे असे उद्गार मोफत वाचनालयाच्या व्यवस्थापकांखेरीज इतर सर्व लोक काढू लागले होते. केसरीशी असिलतेची होणारी तुलना सार्थ होण्याकरिता असो, अगर प्रभाकरपंतांची मतेच तशी होती म्हणून असो, 'असिलता' सर्व प्रकारच्या सुधारणांवर विशेषत: स्त्रीशिक्षणावर घाव घालण्यांत कधीही कुचराई करत नसे. 'स्त्रियांना रसायनशास्त्रातील प्रयोग करता येण्यापेक्षा चांगली आमटी करता येणे अधिक आवश्यक आहे,' 'फुंकणी व लेखणी यांत फुंकणीच श्रेष्ठ आहे. फुंकणी चुलीतील आग पेटवून पोटांतील आग विझवते; लेखणी फक्त सर्वत्र आगी लावीतच जाते. म्हणून बायकांनी शिक्षण घेण्याची जरूरी नाही.' (या स्फुटावर टीका करतांना जहाल 'असिलते'शी उपजत हाडवैर असलेल्या मवाळ 'पुष्पबाणा'ने खालील उद्गार काढले होते. "लेखणीपेक्षा फुंकणी श्रेष्ठ हे तत्त्व जर खरे आहे तर पांढऱ्यावर काळे करून असिलतेचे अंक भरून काढण्याची तसदी श्री. प्रभाकरपंत का घेत आहेत हे आम्हाला कळत नाही. संपादकीय लेखणी खाली ठेवून स्वयंपाक्याची फुंकणी ते उचलतील तर ते आपल्या तत्त्वाप्रमाणे वागले असे होऊन साहित्यसम्राट ही पदवी

मिळण्याचा मार्गहि त्यांना अधिक सुलभ होईल.")

पण पुष्पबाणाच्या हल्ल्यांनी लोखंडी असिलतेला काडीचाहि धक्का पोचत नसे. राजकीय बाबतीत प्रभाकरपंत सरकारवर वाघासारखे तुटून पडत असल्यामुळे बहुजनसमाजांत त्यांच्याविषयी प्रेमयुक्त आदर उत्पन्न झाला होता. 'बालविधवांच्या कपाळी कुंकवाचा टिळा लागण्यापेक्षा मातृभूमीच्या कपाळी स्वातंत्र्याचा तिलक लावण्याकरतांच तरुणांनी आपल्या रक्ताचा थेंब न् थेंब खर्च केला पाहिजे, 'अस्पृश्यतेचा डाग धुवून टाकण्यापेक्षा गुलामगिरीचा डाग धुवून टाकण्याकरता प्रत्येकाने आपल्या रक्ताचे पाणी केले पाहिजे,' 'क्षत्रियाने शूद्राच्या मुलीपेक्षा स्वातंत्र्यलक्ष्मीचे पाणीग्रहण करणे हाच त्यांचा धर्म नाही काय?' इत्यादि त्यांच्या व्याख्यानातील वाक्ये बालगंधर्वांच्या पदाप्रमाणे लोकांच्या तोंडी घोळू लागली होती. मातृभूमीच्या स्वातंत्र्याइतकेच मातेच्या पारतंत्र्याचेही ते कट्टे पुरस्कर्ते होते. 'हिंदुधर्म आणि सुधारणा ह्या गोळ्यांच्या ग्रंथांतील प्रत्येक वाक्य त्यांना वेदवाक्याप्रमाणे वाटे. इंग्रजी शिक्षणाचा संस्कार झाल्यामुळे बायकांविषयी पायीची वहाण हे शब्द जरी त्यांच्या तोंडून बाहेर पडत नसले तरी हृदयातील देवता हे शब्दहि त्यांच्याविषयी ते कधीच वापरीत नसत. सामाजिक सुधारणेचा कैवार घेणाऱ्या 'पुष्पबाणा'ने 'पती हाच स्त्रीचा अलंकार आहे.' या थाटाचे 'पत्नी हाच पुरुषांचा अलंकार आहे' असे वाक्य ठसकेदार लिहिण्याच्या भरात लिहित. प्रभाकरपंतांच्या 'असिलते'ने पुढल्याच अंकी या अलंकाराचा खरपूस समाचार घेतला. 'सुधारकी चाळे करणारे लोक बायकी होऊन अलंकारांतच गुरफटून जातात याचे ताजे उदाहरण 'पत्नी हाच पुरुषाचा अलंकार आहे' हा पुष्पबाणकर्त्यांनी ठोकून दिलेला सिद्धांत होय. पाश्चात्य चालींचे अंध अनुकरण करणारांनी गळपट्टी, चाळिशी वगैरे अलंकार वापरण्याचा प्रघात सुरू केलाच आहे. त्या दृष्टीने पाहिल्यास सुशिक्षित पत्नी म्हणजे या सर्व पुरुषी अलंकारांची एकवटलेली मूर्तीच होय असे म्हणायला हरकत नाही. गळपट्टीप्रमाणे सुशिक्षित स्त्री चारचौघात पतीच्या गळ्यात पडते. चाळिशी ती वापरणाऱ्याच्याच डोळ्यावर येते; पण सुशिक्षित स्त्री चटकन परक्याच्या देखील डोळ्यांवर येते.'

असिलतेतील लेखातून व सार्वजनिक व्याख्यानातून प्रभाकरपंत सुशिक्षित स्त्रियांवर हा जो हल्ला चढवीत असत त्यामुळे त्यांचे लग्न जगांतले दहावे आश्चर्य होणार अशी त्यांना थोडे फार ओळखलेल्या प्रत्येकाची खात्री होऊन बसली होती. तिशी उलटण्याची पाळी आली तरी प्रभाकरपंत लग्नाची गोष्ट काढायला तयार होत नाहीत, याविषयी जो तो निरनिराळे तर्क लढवीत होता. 'पुष्पबाणा'च्या मवाळ संपादकाच्या मताने सरकारविरुद्ध लेख लिहून लोकप्रियता संपादन करणे म्हणजे सुळावरली पोळी खाण्यासारखे होते. या सुळावरल्या पोळीचा अर्धा वाटा मागणारी मुलगी जगांत मिळणेच शक्य नाही असे या संपादकमहाशयाचे प्रामाणिक मत

असून ते सिद्ध करण्याकरता रानडे, गोखले वगैरेंच्या इंग्रजी व्याख्यानांचे आधार आपल्या मराठी श्रोत्यांना देण्यालाही ते माघार घेत नसत. प्रभाकर कधीकाळी चतुर्भुज झाले तर राजद्रोहाचा खटला होऊनच होणार; सर्वांचे मायबाप असलेले सरकारच प्रभाकरपंतांच्या सासऱ्याची उणीव भरून काढणार, अशी त्यांनी आपल्या मनाशी खूणगांठ बांधून ठेवली होती. दुसऱ्या काही लोकांना लग्नाच्या बाबतीत प्रभाकरपंतांची स्थिती इकडे आड आणि तिकडे विहीर अशी झाली आहे असे वाटे. वर्तमानपत्र लोकप्रिय करण्याकरता सामाजिक सुधारणेवर व मुख्यत: स्त्रीशिक्षणावर त्यांनी हत्यार धरले होते. पण त्यामुळेच सुशिक्षित मुलगी करून घेण्याच्या बाबतीत त्यांची कुचंबणा होत आहे असा या मंडळींचा तर्क होता. 'बिचाऱ्याला सभेत कितीही टाळ्या मिळाल्या तरी उद्या आई मेल्यावर खाणावळीतीलच पोळी खावी लागणार,' 'लोकप्रियता म्हणजे बोलाची कढी आणि बोलाचा भात; उद्या दुपारची भ्रांत पडल्यावर तिचा काही एक उपयोग नाही,' असे उद्‌गारही अनेक लोक त्यांच्याविषयी काढीत असत.

यामुळेच शत्रु, मित्र व तटस्थ या सर्वांच्या कंपूंत 'असिलते'तील 'वधू पाहिजे' या जाहिरातीने खळबळ उडवून दिली. जुन्या मताच्या लोकांनी प्रभाकरपंतांची गणना 'बोले तैसा चाले' या कोटीत केली. 'पुष्पबाणा'ने त्यांना 'अडला हरी' ही पदवी बहाल केली. प्रभाकरपंतांना कसली मुलगी मिळते व त्यांचा संसार कितपत सुखाचा होतो या गोष्टीकडे त्यांना ओळखणाऱ्या सर्व लोकांचे डोळे लागून राहिले.

ही जाहिरात ज्या अंकांत प्रसिद्ध झाली त्याच अंकांत एल.एल.बी. च्या परीक्षेचा निकाल असून त्यांत नाशिकचे प्रख्यात बॅरिस्टर देशपांडे यांची कन्या प्रभावती पहिल्या वर्गात उत्तीर्ण झाल्याचे वृत्त होते. या वृत्तावरील संपादकीय टीकेचा मजकूर योगायोगाने 'वधू पाहिजे' या जाहिरातीवरच छापला गेला व आधीच प्रभाकरपंतांच्या जाहिराताने उत्पन्न केलेल्या कुतूहलात त्यामुळे अधिकच भर पडली. कायदेपंडीत झालेल्या कु. प्रभावतीची संभावना प्रभाकरपंतांनी खालीलप्रमाणे केली होती.

'कु. प्रभावती देशपांडे यांच्या बुद्धिवैभवाबद्दल आम्हांला अभिमान वाटतो. पण आंब्याच्या मोहराचा उपयोग सर्पणाकडे व्हावा त्याप्रमाणे वकिलीची परीक्षा देण्यामुळे त्यांच्या बुद्धीची स्थिती होण्याचा संभव आहे. आपले कुल ऊर्जितावस्थेला आणण्याऐवजी आपल्या कुलाला बुडविण्याचा धंदा परमपवित्र स्त्रीजातीने करणे योग्य होईल काय? राष्ट्राच्या भावी अंकुराचे लालनपालन ज्या हातांनी व्हायचे त्या हातांनी या बोटावरची थुंकी त्या बोटावर करण्यात धन्यता मानणे राष्ट्रहिताच्या दृष्टीने सर्वथैव अनिष्ट आहे. स्त्री हा मूर्तीमंत स्वर्ग आहे व कज्जेदलाली म्हणजे मूर्तीमंत नरक आहे. या दोन्हींची सांगड घालण्यांत कोणते औचित्य अगर कसली सुधारणा आहे हेच आम्हाला

कळत नाही. पातिव्रत्य हेच आर्यस्त्रियांचे पीनल कोड आणि पतीचा अबोला हेच त्यांचे १४४ अ कलम. कु. प्रभावती देशपांडे या आमच्या चहात्या आहेत हे आम्हाला माहीत आहे. असिलतेतील निर्भीड विचारसरणी व स्पष्टवक्तेपणा याबद्दल अनेकदा अभिनंदपर पत्रे पाठवून त्यांनी आम्हाला प्रोत्साहन दिले आहे. परीक्षेतील या यशाचे आम्ही कौतुक करायला पाहिजे होते; पण बायकांना वकिली अगर तत्सदृश परीक्षा द्यावयाला लावणे म्हणजे समाजाने विषाची परीक्षा पहाण्यासारखे आहे असे आम्हाला वाटत असल्यामुळे आम्ही आमचे कटु; पण सत्य विचार येथे नमूद केले आहेत. कु. प्रभावती देशपांडे त्याबद्दल आम्हाला क्षमा करतील अशी आशा आहे.'

'माझ्यावर आजच्या पुष्पबाणात मोठी कडक टीका आली आहे,' खोलीत आलेल्या प्रभेला उद्देशून प्रभाकरपंत म्हणाले. प्रभेचा चेहेरा तत्काळ उतरला. रविकिरणांना झाकून टाकणाऱ्या मेघांचा परिणाम त्या किरणांवर अवलंबून असलेल्या झाडाच्या मोहरावर जसा होतो त्याप्रमाणे पतीवर सोडलेले वाग्बाण जणु काय प्रभेच्या हृदयाला भेदून जात होते असे तिच्या मुद्रेवरून कुणालाहि वाटले असते.

'टीकेत काय आहे हे कळण्याच्या आधीच गंगायमुना वाहू लागल्या का? या धकाधकीच्या मामल्यांत मेणाहून मऊ होऊन भागत नाही; वज्राहून कठोर झाले पाहिजे.'

'स्वारीला कोणी वाईट म्हटले की, मनाला कसे विंचू लागल्यासारखे होतात.'

'प्रत्येक बायकोला नवऱ्याविषयी असेच वाटते. मग कुणी कुणावर टीका करावयाची सोयच उरली नाही म्हणायची जगात. आरोपीच्या बायकोला वाईट वाटेल म्हणून न्यायाधीशाने त्याला शिक्षादेखील करता उपयोगी नाही-'

'आपल्याला वादात जिंकायला मी शिकलेली थोडीच आहे?'

'खरेच, तू शिकलेली असतीस तर फार बरे झाले असते असे मला वाटू लागले आहे. कुठल्याही आनंदाला भागीदार असल्यावाचून त्याची गोडी द्विगुणित होत नाही. या पुष्पबाणाला लिहिलेले उत्तर चांगले समजण्याइतके जर तुझे शिक्षण झाले असते तर त्याच्या फुसक्या फटाक्यांची माझ्या बंदुकीच्या बारांनी कशी फजिती होत असते याची तुला चांगलीच कल्पना आली असती.'

'खरेच गडे, गेल्या महिन्याच्या अनुभवावरून मलादेखील किनई आपल्याला शिकलेलीच बायको पाहिजे होती असे वाटू लागले आहे. परवा ते आपल्या लेखांबद्दल परांजपे का केळकर कोणाचेसे आलेले पत्र दाखविणे झाले. पण मला काही ते सबंध कळले नाही. जोंधळे दळणाऱ्या मोलकरणीपुढे मोत्यांच्या दाण्यांनी भरलेले सूप ठेवले म्हणून त्यांची पारख तिला थोडीच होणार आहे. इकडे फार वाईट वाटले नाही त्या दिवशी?'

'थोडेसे वाटले खरे. शाळेत मिळालेले बक्षीस दाखविण्याला घरात आई नसली म्हणजे मुलाला जसे वाईट वाटते तसेच म्हणेनास.'

'ती परवा एल.एल.बी. झालेली प्रभावती देशपांडे कशी शोभून दिसली असती, स्वारीला. तिने लेख लिहिण्यात मदत केली असती, स्वारीच्या लेखांचे मर्म जाणून आनंद दिला असता-'

'आणि स्वयंपाक करता येत नाही म्हणून सांगून उपाशी ठेवले असते! कांही झाले तरी बायकांचे शिक्षण फुलासारखे. विश्रांतीच्या वेळी त्याचा रंग पहावा नाही तर वास घ्यावा; पण पोटात कावळे ओरडू लागले म्हणजे तिथे या फुलाचा काही उपयोग नाही. तिथे कसले तरी बरे वाईट फळच हवे.'

'गुलाबाच्या फुलासारखे फूल दोन्ही कामांना नाही का उपयोगी पडत? पाहिजे तर त्याचे अत्तर करावे; पाहिजे तर गुलकंद करावा.'

'बायकांना शिकवू नये ते एवढ्याकरताच.' प्रभाकरपंत हंसत हंसत म्हणाले, 'न शिकताच भाटासारखी बडबडते आहेस.'

'पण माझे म्हणणे खोटे का आहे? जाईजुईची फुले न् करवंदे बोरे यांच्यापेक्षा गुलाबाचे फूलच चांगले नाही का?'

'ही प्रभावती देशपांडे म्हणजे तुझे गुलाबाचे फूल वाटते? नवऱ्याला या गुलाबाच्या फुलाचा सुवास मिळण्याऐवजी काट्यांचा प्रसादच मिळण्याचा संभव जास्ती.'

'पुस्तक न वाचता संपादक अभिप्राय देतात असे म्हणतात. माणूस न पहाता त्याच्याविषयी बोलणे अशा संपादकांनाच शोभेल.'

'वा: तूही माझ्यावर टीका करू लागलीस. पति हा स्त्रीचा अलंकार असतो त्याप्रमाणे पत्नी ही पुरुषाची टीकाकार असते की काय?'

'असे थट्टेवारी नेले म्हणजे झाले. प्रभावती देशपांड्यासारख्या मुलीचाच आपल्याला माझ्यापेक्षा जास्ती उपयोग नसता का झाला?'

'प्रभे, तहानेने जीव व्याकुळ झाला असतांना मोत्यांचे पाणी पाहून कुणाचे समाधान होईल का? पतीचे श्रम हलके करायला तिंबक्तू कुठे आहे हे माहीत असण्याची आवश्यकता नाही; त्याचे मन कुठे आहे हे पुरेपूर कळत असले म्हणजे झाले. रसायनशास्त्रांतल्या मिश्रणापेक्षा मने मिळवून घेण्याची कलाच बायकोला जास्ती अवगत असली पाहिजे. आईला श्रीदेखील काढता येत नाही; असे असून जन्मापासून आतापर्यंत मला काही उणे पडले का?'

'सासूबाई शिकलेल्या असल्या तर दुधात साखर नसती का पडली?'

'बायका शिकल्या म्हणून नवऱ्यांना त्यांचा मोठासा काय उपयोग होणार? फार झाले तर चार दोन गोष्टींच्या मासिकांची वर्गणी जास्ती भरावी लागेल, चोळ्यांऐवजी

पोलकी शिवावी लागल्यामुळे घरच्या शिंप्याची मिळकत वाढेल, पक्वान्ने करता येत नसल्यामुळे गांधींच्याप्रमाणे साधे अन्न खाण्याचे श्रेय मिळेल, वहाणा, छत्री, व्हॅसलीन, चमकी-'

'शिकलेल्या बायकांनी इकडले काय घोडे मारले आहे तेच मला कळत नाही. गंगेच्या पाण्यांत वाळा टाकला म्हणून त्याचा शुभ्रपणा जातो वाटते?'

'शिकलेल्या बायका म्हणजे शरदृतूंतील मेघपंक्ती. गर्जना तेवढी ऐकून घ्यावी. चूल फुंकता यायची नाही नि तरवारही गाजविता येत नाही.'

'उद्या प्रभावती देशपांडे इथे आली म्हणजे आपली मते बदलतील हं.'

'प्रभावती? प्रभावती इथे कशाला येणार आहे?'

'येणार आहे आपली सहज. शहापूरला तिचे कोण मामेभाऊ का आतेभाऊ असतात त्यांच्याकडे-'

'तिची तुझी ओळख आहे वाटते?'

'नुसती ओळख नाही; अगदी एक जीव आहे आमचा. अगदी बरोबरच्या आम्ही. माझे लग्न होण्यापूर्वी प्रभावती मला पळभर देखील कधी विसंबली नाही.'

'एवढी जिवाभावाची मैत्रीण असून तुझ्या लग्नाला कशी आली नाही मग? मला तिला एकदा पहायची होती.'

'पाहिली असेलही कुठे तरी; पण ओळखली नसेल कदाचित. ती येणार होती लग्नाला; पण इकडून वर्तमानपत्रांत तिच्यावर टीका करणे झाले होते म्हणे. आपण आलो तर लग्न मोडेल बिडेल अशी तिला भीती वाटत होती म्हणूनच ती आली नाही. पण पत्र कसे गमतीदार लिहिले होतेन् त्या वेळी. काय म्हणे तर तू नि मी अगदी एकजीव आहो. तेव्हा तू अगदी बोहल्यावर उभी असलीस तरी मीच तिथे आहे असे समज.'

'मला पहायची आहे तिला एकदा.'

'एकदा का हजारदा दाखवीन तिला.'

'इतकी तुझ्या मुठीत आहे वाटते ती? मीही तुझ्या मुठीत आहे. आता या चिमुकल्या मुठीत मी न् प्रभावती देशपांडे दोघे मावणार कसे? न् मावलो तरी तुझ्या मनात संशय नाही का येणार?'

प्रभाकरपंतांच्या या विचित्र कोटिक्रमाचे उत्तर प्रभेने स्मितानेच दिले.

प्रभावती देशपांडे शहापूरला आल्याची बातमी प्रभाकरपंतांना प्रभेकडून कळली. पण त्याचबरोबर ती आपल्यावर तोंडसुख घेणाऱ्या संपादकाचे तोंड पहायलाही तयार नाही हे त्यांना समजले. बेळगांवला उपस्थित झालेल्या एका सार्वजनिक प्रश्नांत ते व्यग्र असल्यामुळे प्रभावती देशपांडेविषयी विचार करायला त्यांना फारसा

वेळही मिळाला नाही. बेळगावचे एक जहाल ब्राह्मण पुढारी कौन्सिलच्या निवडणुकीकरता उभे राहिले होते. त्यांचे प्रतिस्पर्धी एक मवाळ पुढारी असून सहभोजनाचे आमिष दाखवून ब्राह्मणेतरांची मते मिळविण्याचा त्यांनी घाट घातला होता. ब्राह्मणेतरांना प्रभाकरपंतांच्या पक्षाच्या जहाल पुढाऱ्यांची योग्यता कबूल होती. पण जहाल मंडळींनी ब्राह्मणेतरांना समतेने वागविल्याखेरीज जहाल पक्षाच्या उमेदवाराला मते द्यायची नाहीत असे त्यांनी एकमताने ठरविले होते. 'गुणा: पूजास्थानं गुणिषु नच लिंगं नच वय:' हा न्याय लावून योग्य उमेदवार निवडून देण्याचे तत्त्व जर हितकारक आहे तर रोटीव्यवहाराच्या बाबतीतही गुणांकडेच पहावे, जातीकडे पाहू नये, असा त्यांचा युक्तिवाद होता. ब्राह्मणेतरांनी अशा रीतीने ओढून धरल्यामुळे प्रभाकरपंतांच्यापुढे मोठा बिकट प्रश्न येऊन पडला होता. ब्राह्मणेतरांच्या पंक्तीला जेवून निवडणुकीत आपल्या पक्षाला जय मिळवून द्यायचा की जुन्या मतांना चिकटून पराभव पदरी घ्यायचा? आगगाडीत आपण जातिभेद पाळीत नाही, मुंबईला इराण्याच्या दुकानात फराळ करायला आपण कचरत नाही, वगैरे मुद्दे सांगून त्यांनी आपले मन या गोष्टीला कसेबसे तयार केले. पण आईच्यापुढे त्यांनी हाच प्रश्न काढताच 'असला भ्रष्टाचार तू केलास तर मी तुझ्या घरात पाणीदेखील घेणार नाही,' असा रोकड जबाब तिने दिला. घोड्यावर बसविलेल्या रडतराउताचा घोडाच ठेंचाळावा, तशातला हा प्रकार झाला. प्रभाकरपंत आईची समजूत घालण्याचा प्रयत्न करू लागले; पण कौन्सिल, जहाल, मवाळ वगैरे गोष्टी पुराणिकबुवांनी पुराणात कधीही सांगितल्या नसल्यामुळे तिला मुलाच्या म्हणण्याचा बोधच होईना. शेवटी सूनबाई जुन्या वळणाची असल्यामुळे ही गोष्ट तिच्या सल्ल्याने करण्याविषयी तिने मुलाला सांगितले. आपली बायको झाली तरी अशिक्षितच, तीही आईसारखीच आपल्या राजकारणाच्या आड येणार असे प्रभाकरपंतांचे मन त्यांना सांगू लागले. शिकलीसवरलेली असती तर पतीच्या रथाचा कणा मोडला असतांना तिथे हात घालून तो सांवरणाऱ्या कैकयीप्रमाणे तिने आपल्याला साहाय्य केले असते हा विचार तीव्रतेने या वेळी त्यांच्या अंत:करणांत उद्‌भवला. खिन्न मन:स्थितीतच ते आपल्या खोलीत गेले. प्रभा कायसे वाचीत बसली होती. प्रभाकरपंतांनी सहज वाकून पाहिले. 'सुशिक्षित पत्नी' नांवाचा तो निबंध होता. त्या हस्तलिखिताच्या उघड्या असलेल्या पानावरील पहिलेच वाक्य प्रभाकरपंतांनी वाचले. 'पती हा स्त्रीचा अलंकार आहे असे म्हणतात पण पत्नी हा पतीचा जिवाभावाचा मित्र असतो.'

प्रभाकरपंतांच्या व्याकूळ मन:स्थितीत या वाक्याची सत्यता त्यांना पटली. 'कुणाचा लेख आहे तो?'

''प्रभावतीचा.''

निवडणुकीच्या वादामुळे प्रभाकरपंतांचे डोके सारखे दुखत होते. उद्याचा अग्रलेख

अजून लिहावयाचाच होता. अशिक्षित प्रभेच्याऐवजी सुशिक्षित प्रभावती आपली पत्नी असती तर आज आपल्याला अपरात्री डोकेफोड करीत बसण्याची पाळी आली नसती, असा ओझरता विचार त्यांच्या मनात येऊन गेला. प्रभेच्या खांद्यावर हात ठेवून ते म्हणाले, 'प्रभे, एका कामात मला तुझी मदत पाहिजे.'

"उद्या कुणाला फराळाला बोलाविले आहे वाटते? मग त्याची कशाला इतकी काळजी करायला पाहिजे? चकल्या, चिवडा, शेव-"

प्रभाकरपंतांच्या तोंडाला पाणी सुटण्याऐवजी डोळ्यातून पाणी येऊ लागले. पत्नी मोठ्या आनंदाने त्यांच्या राजकारणाचा चिवडा करीत होती. अश्रु व मन आवरून ते म्हणाले,

"परवा मला ब्राह्मणेतरांच्या-मराठ्यांच्या-पंक्तीला जेवायला पाहिजे!"

"अगबाई, मराठ्यांच्या पंक्तीला जेवायचे? इश्श! धर्म नाही का बुडणार अशाने?"

"पण आज देश बुडतो आहे त्याच्याकडे आधी नको का पहायला?"

"देश बुडतो आहे? पूर आला आहे वाटते नद्यांना?" प्रभाकरपंतांच्या डोळ्यातून पूर येऊ लागले. आपले मनोगत आपल्या अशिक्षित पत्नीपुढे कोणत्या शब्दांनी व्यक्त करावे हेच त्यांना कळेना.

"मवाळ मनुष्यापेक्षा कौन्सिलात जहाल मनुष्य जाणेच देशाच्या दृष्टीने आवश्यक आहे?"

"कौन्सिल म्हणजे काय?" प्रभेने बालकाच्या अजाण स्वराने विचारले. प्रभाकरपंत हतबुद्ध झाले. "माझे कपाळ" ते खेदाने उद्‌गारले. अशिक्षित स्त्री ही पुरुषाच्या पायांतील बेडी असते याची पूर्ण कल्पना त्यांना आली. प्रभा तत्काळ त्यांच्याजवळ गेली व त्यांच्या केसांवरून लाडकेपणाने हात फिरवीत म्हणाली,

"असे काय बरे रागवायचे माझ्यावर? मला काही समजत नाही. पण त्याला मी काय करूं? मला समजून सांगावे गडे. मला आपले खुळीला वाटते की मराठ्यांच्या पंक्तीला आपण जेवू नये म्हणून. हवे तर मी प्रभावतीला उद्या विचारते. तिने जर असे जेवण गैर नाही म्हणून सांगितले तर मी ऐकेन. मग तर झाले? हसायचे गडे आता." प्रभाकरपंतांच्या मनात आशेचा अंकुर उद्‌भवला. प्रभेची समजूत प्रभावतीच घालू शकेल असे त्यांना वाटू लागले. आपली सर्व परिस्थिति एका पत्रात लिहून ते प्रभावतीकडे घेऊन जाण्याविषयी त्यांनी प्रभेला सांगितले.

दुसरे दिवशी प्रभाकरपंतांना पत्नीकडून ब्राह्मणेतरांच्या पंक्तीला जेवण्याबद्दल नुसती संमतीच नव्हे तर प्रोत्साहन मिळाले. "आपण हे सगळे देशासाठी करता आहा; आपली इच्छा असली तर मीदेखील त्या पंक्तीत जेवीन." हे प्रभेचे उद्‌गार ऐकून प्रभाकरपंतांच्या मनात आनंदाच्या उर्मी उसळल्या. पण लगेच हे बोल

स्वयंस्फूर्तीचे नसून पोपटपंचीचे आहेत हे ध्यानी येताच त्यांच्या मनातील उल्हासाचे चांदणे थोडेसे ढासळले. आज सुशिक्षित प्रभावती सल्ला द्यायला बेळगाव-शहापुरात असल्यामुळे प्रभा आपल्याला पाहिजे तशी वागली; पण नेहमी प्रभेला या गोष्टी समजणार कशा? डोळे आल्यामुळे न दिसणे निराळे आणि जन्मांध असणे निराळे; अशिक्षित स्त्रीची स्थिती जन्मांधासारखी असते असले विचार त्यांच्या मनात घोळू लागले. प्रभेच्या कुरळ्या केसांवरून हात फिरवितांना काल आपण प्रश्न टाकला तेव्हा संमती देण्याचा विचार जर या डोक्यात आला असता तर आपण आनंदाच्या शिखरावर जाऊन बसलो असतो असे त्यांना वाटू लागले. प्रभावतीच्या चातुर्याने त्यांचे राजकारण आज निष्कंटक झाले होते खरे; पण फोनोग्राफमधले गाणे जसे गवयाच्या गाण्याप्रमाणे हृदय हलवू शकत नाही त्याप्रमाणे अशिक्षित पत्नी शिकलेल्या पत्नीप्रमाणे पतीला हृदयाच्या समरसतेचा आनंद देऊ शकणार नाही अशी त्यांची बालंबाल खात्री झाली.

या प्रसंगानंतर प्रभाकरपंतांच्या बोलण्यात सुशिक्षित स्त्रियांविषयी आदराचे उद्‌गार निघू लागले. संसाररथाच्या चक्रांऐवजी एक आगगाडीचे व दुसरे बैलगाडीचे असले तर रथ दोन्ही गाड्यांच्या वेगाने न चालता मोडूनच पडतो हे तत्त्व त्यांना अनुभवाने आता समजू लागले. प्रभा घरकामात हुषार, प्रेमळ व कुटुंबाच्या दृष्टीने योग्य अशी गृहिणी होती; पण स्वत:च्या पोटाला चिमटा घेऊन एखाद्या दुष्काळ फंडाला मदत का करावी हे तिला मुळीच समजत नसे. यशस्वी संपादक म्हणून नवऱ्याचा गौरव होत असलेला पाहून तिला जरी आनंद झाल्यावाचून राहत नसे तरी पोकळ कीर्तीपेक्षा भरीव नोटांचीच किंमत तिला अधिक वाटत असल्याचे तिच्या वर्तनावरून स्पष्ट दिसत असे. तिच्या गोष्टी म्हणजे आपल्या मावशीच्या हिऱ्याच्या कुड्या, आतेबहिणीची मोहनमाळ अगर मामेभावाच्या लग्नात लाभलेले चहाचे डबे अशाच बहुधा असत. मुंबईला मजुरांचा संप झाल्याची बातमी प्रभाकरपंत घेऊन आले तेव्हा त्यांच्या बायकामुलांचे आता कसे होईल, हे उद्‌गार तिच्या तोंडून मुळीच निघाले नाहीत. टिळकांची पुण्यतिथी अगर गांधींचा जन्मदिन जवळ आला म्हणजे प्रभाकरपंतांची गडबड उडू लागे. पण प्रभेचे धांदलीचे दिवस म्हणजे दिवाळीसारखे पक्वान्ने करण्याचे सण होत हे हळू हळू प्रभाकरपंतांच्या प्रत्ययाला येऊ लागले.

प्रभावतीला भेटायला जाण्याची गोष्ट प्रभाकरपंतांनी प्रभेजवळ काढली. प्रभेने प्रथमत: त्यांचे म्हणणे मनावर घेतलेच नाही. 'तुम्ही बायका बोवा अगदी मत्सरी' असा टोमणा त्यांनी मारताच दुसरे दिवशी 'फुंकणी धरण्यापलीकडे बायकांच्या हातून अधिक काही होऊ शकणार नाही असे मानणाऱ्या मनुष्याचे मी तोंडदेखील पाहू इच्छीत नाही' असा प्रभावतीचा निरोप तिने त्यांना कळविला. हा निरोप सांगतांना प्रभेने एक एक शब्द मोठ्या कष्टाने तोंडाबाहेर काढला. तिला वाटले की प्रभावतीच्या

या उद्दाम निरोपाने प्रभाकरपंत संतापून जातील आणि सुशिक्षित स्त्रियांवर यथेच्छ तोंडसुख घेतील. पण त्या निरोपाने त्यांना राग न येता प्रभावतीची भेट घेण्याची त्यांची इच्छा अधिकच बळावली. शेवटी प्रभावती शहापुराहून परत घरी गेली असून पुन्हा येईन तेव्हा तुझ्या नवऱ्याला भेटेन असे वचन देऊन गेली आहे असे त्यांना सांगून प्रभेने त्यांची उत्सुकता थोपवून धरली.

प्रभाकरपंत सहभोजनाला तयार झाल्यामुळे त्यांच्या पक्षाचे जहाल उमेदवार कौन्सिलात निवडून आले. पडलेल्या मवाळ उमेदवारांना आपल्या प्रतिस्पर्ध्यापेक्षा प्रभाकरपंतांचाच अधिक राग आला होता. स्वातंत्र्य, स्वराज्य, हक्क, शिवाजी महाराज की जय, देशाच्या पायी, हुतात्मा, असले पाच-पंचवीस शब्द पेरले म्हणजे लोकप्रियतेचे पीक सहज पदरात पडते, असे त्यांचे मत फक्त बोलून दाखवूनच त्यांचा प्रभाकरपंतांवरील राग शांत झाला नाही. 'याने मला कौन्सिलात जाऊ दिले नाही तरी मी याला तुरुंगात घालीन' अशी त्यांनी जवळजवळ प्रतिज्ञाच केली होती. चांगल्यापेक्षा वाईट करणे नेहमीच सोपे असल्यामुळे प्रभाकरपंतांवर सूड घेण्याची इष्ट संधि त्यांना लवकरच मिळाली. प्रभाकरपंतांच्या एका जोरदार लेखाने लोकात बरीच खळबळ उडून गेली. लोकांची जागृती म्हणजे परक्या सरकारचे मरण असल्यामुळे सरकार मारक्या नजरेने प्रभाकरपंतांकडे पाहू लागले. सदरहू मवाळ पुढाऱ्यांनी तो लेख राजद्रोही असल्याबद्दल निरनिराळ्या टोपणनांवांनी 'असिलते' विरुद्ध असलेल्या वर्तमानपत्रांत लेख लिहिण्यास सुरुवात केली. प्रभाकरपंतांच्या लेखणीला काहीतरी पायबंद घातलाच पाहिजे असे सरकारला वाटू लागले असल्यामुळे अनायासे उडालेल्या या ठिणगीचा फायदा घेण्याचे त्याने ठरविले. आपल्यावर लवकरच राजद्रोहाचा खटला होणार ही कुणकुण प्रभाकरपंतांच्या कानांवर आली. येत्या अंकात तो लेख लिहिल्याबद्दल माफी मागाल तरच सरकार खटल्याचा विचार तहकूब करील असे त्यांना खासगीरीतीने कळविण्यातही आले. द्विधा मनःस्थितीत प्रभाकरपंत घरी आले. प्रेमळ आई व लाडकी पत्नी यांना सोडून वर्षानुवर्ष तुरुंगात रहायचे! घरात स्वतःचा चहाचा पेला विसळण्याची ज्याला सवय नाही त्याने खोरीफावडी घेऊन काम करीत बसायचे! आई कपाळ चेपीत आहे, बायको पाय चेपीत आहे अशा स्थितीत झोपी जाण्याची ज्याला नित्याची संवय त्याला तुरुंगातील रकट्यावर झोप कशी येणार? देशासाठी पंचपक्वान्नाऐवजी अग्निकाष्टे भक्षण करायची, पराच्या गादीऐवजी काट्यांच्या शय्येवर झोपायचे, प्राणाचे मोल मानायचे नाही असे आपण जरी ठरविले तरी आपल्या पश्चात आपली आई व बायको यांची काय वाट होणार? आज आपला जयजयकार करणारे लोक एका शब्दानेही त्यांची विचारपूस करणार नाहीत. पोटाकरता दुसऱ्याच्या दारात लाजिरवाणेपणाने उभे रहाण्याचा प्रसंग आपल्या आईवर व बायकोवर येऊ देण्यापेक्षा आपण माफी

मागितलेली काय वाईट? एखाद्याला हरभऱ्याच्या झाडावर चढविण्यात लोकांचे काय खर्च होते? असिलतेला लोकप्रियतेच्या मानाने पैसा फारसा मिळाला नव्हता. त्यामुळे या प्रसंगी कसे वागावे हेच प्रभाकरपंतांना कळेना. आपली पत्नी सुशिक्षित असती, स्वत:चे व आपल्या आईचे पोट भरण्याचे सामर्थ्य तिच्या अंगी असते तर आज माफी मागण्याचा भित्रा विचार आपल्या डोक्यात आलाही नसता, असे प्रभाकरपंतांना आता वाटू लागले. प्रभावती देशपांडे जर आपली पत्नी असती तर-तर माफी मागण्याचा विचार आपल्या स्वप्नीही आला नसता! प्रभावतीने 'असिलता' चालविली असती, आपले व आपल्या सासूचे पोट भरले असते, एलएल बी. झालेली प्रभावती कोर्टात आपल्या बाजूने काम चालविण्याकरता उभीही राहिली असती. शेवटची गोड कल्पना डोळ्यांपुढे उभी राहताच शेक्सपीयरच्या मर्चंट ऑफ व्हेनिसमधील पोर्शिया त्यांच्या डोळ्यांपुढे नाचू लागली. त्यांची ही गोड कल्पनांची मालिका आणखी किती लांबली असती कुणाला ठाऊक, आपण एका कुमारिकेविषयी या कल्पना चालविलेल्या आहेत या विचाराचा धक्का बसताच ती तटकन तुटली.

प्रभाकरपंतांनी आई व बायको यांना सर्व हकीगत सांगताच त्या दोघीही ओक्साबोक्शी रडू लागल्या. आईला मुलगा तुरुंगात जाऊन आपल्या पवित्र कुळाला बट्टा लावणार असे वाटू लागले. बायकोला चोर व दरोडेखोर यांच्या पंक्तीला आपला नवरा बसणार म्हणून अनावर गहिवर आला. प्रभाकरपंतांना त्या दोघींची काही केल्या समजूत घालता येईना. शेवटी प्रभावतीचा मी या बाबतीत सल्ला घेते व ती सांगेल तसे वागते असे प्रभेने त्यांच्या मनाचे समाधान करण्याकरता सांगितले. प्रभावतीकडे जाऊन प्रभा चारच दिवसात बेळगावला परत आली. प्रभावतीच्या उपदेशाने तिच्या मनात विलक्षण क्रांती घडून आल्याचे प्रभाकरपंतांना आढळले. मी कैद्याची बायको होत नसून वीरपत्नी होत आहे, स्वारीच्या पायात पडणाऱ्या बेड्याच देशाच्या पायांतील शृंखला तोडतील इत्यादि वाक्यांनी तिने प्रभाकरपंतांचा उत्साह द्विगुणित केला. मागची कोणतीही काळजी करू नये, मी शिवणकाम शिकून त्याच्यावर माझा व सासूबाईंचा चरितार्थ चालवीन, या तिच्या वाक्याने तर प्रभाकरपंतांना विलक्षण धैर्य चढले. पण ही स्फूर्तीची वीज उसनीच आहे, प्रभा नुसती तांब्याची तार आहे, ह्या सर्व उत्साहाचे श्रेय प्रभावती देशपांडे यांजकडे आहे हे त्याच क्षणी त्यांच्या मनात आले. सुशिक्षित पत्नी पतीला किती व कशी मदत करू शकेल याची त्यांना आता पूर्ण कल्पना आली.

प्रभाकरपंतांना पकडून नेले त्यावेळी प्रभेने आधी कबूल केल्याप्रमाणे डोळ्यातून टीपदेखील काढले नाही. ते मोठ्या आनंदाने तुरुंगात गेले. जामिनावर त्यांची सुटका न झाल्यामुळे बाहेर चाललेल्या गोष्टी त्यांना अर्धवटच कळत. आपल्याला अटक झाल्यानंतर 'असिलता' बंद पडणार अशी त्यांची कल्पना होती. पण तुरुंगावरील

अधिकाऱ्याच्या कृपेने त्यांना पुढला अंक निघाल्याचे कळले. त्यांनी मोठ्या प्रयासाने तो अंक मिळविला. संपादकाच्या जागी 'प्रभावती देशपांडे, बी.ए. एल. एल. बी.' असे नाव होते. अंकातील सुंदर मजकूर पाहून तर ते आश्चर्याने थक्कच झाले. पुढे लवकरच आपला खटला लांबण्याचे कारण प्रभावती देशपांडे हिने दिवाणांकडे या बाबतीत एक शिष्टमंडळ नेण्याचे ठरविले आहे व दिवाणांनी शिष्टमंडळाच्या मुलाखतीनंतरच खटला चालविण्याचा हुकूम सोडला आहे असे त्यांना कळले. शिष्टमंडळाचे म्हणणे 'असिलते'त समग्र प्रसिद्ध झाले होते. त्यात व्यक्त झालेले प्रभावतीचे कायद्याचे ज्ञान पाहून तिच्यावर पूर्वी केलेल्या टीकेबद्दल प्रभाकरपंतांना पश्चात्ताप झाला; तुरुंगातून सुटताच जाहीर रीतीने तिची क्षमा मागावयाची असे त्यांनी ठरविले.

एके दिवशी तुरुंगावरच्या अधिकाऱ्यांनी एक चिठ्ठी प्रभाकरपंतांच्या हाती आणून दिली. 'दिवाणांनी आपल्यावरील खटला काढून घेण्याचा हुकूम दिला आहे. आपली सुटका सायंकाळी होईल. आपली प्रभावती देशपांडे.' असा त्या चिठ्ठीत मजकूर होता. आतापर्यंत निग्रहपूर्वक आवरलेले प्रभाकरपंतांचे मन तोटी फिरताच उडू लागणाऱ्या कारंजाप्रमाणे उचंबळून आले. प्रभेची व आईची आठवण होऊन त्यांच्या डोळ्यात पदोपदी अश्रू येऊ लागले. प्रभा आता कशी दिसत असेल, आपल्याला पहाताच तिचा चेहरा किती आनंदी होईल, एक न् दोन, अनेक विचार त्यांच्या मनात थैमान घालू लागले. प्रभावती देशपांडे आज आपल्याला भेटणार या विचारानेही त्यांच्या मनाला आनंद होऊ लागला.

तुरुंगाबाहेर 'गांधी महाराजकी जय' अशा आरोळ्या ऐकू येत होत्या. आपल्या स्वागताकरिता अपूर्व उत्साहाने लोटलेला तो जनसमुद्र पाहून तुरुंगवासाचे विष स्वीकारण्यांत आपण विशेष असे काहीच केले नाही असे प्रभाकरपंतांना वाटले. तुरुंगाच्या दारांतच त्यांच्या गळ्यात पुष्पहार पडले. त्या पुष्पहारांपेक्षा अधिक सुखप्रद असा प्रभेचा बाहुपाशमात्र विनयाने त्यांच्यापासून दूर राहिला होता. उत्कंठित मुद्रेने प्रभेकडे पहात प्रभाकरपंतांनी विचारले.

"प्रभावती देशपांडे कुठे आहेत?"

"इथेच आहेत."

प्रभाकरपंतांनी सभोवार पाहिले; पण त्यांना जवळपास एकही स्त्री दिसेना.

"इथे म्हणजे कुठे?"

"अगदीसमोरचे माणूस नाही का दिसत?"

"समोर तर मला तूच दिसत आहेस."

"पण दिसते तसे नसते; मी प्रभेसारखी दिसते खरी पण मीच खरोखर प्रभावती देशपांडे आहे. आजपर्यंत स्वारीला फसविले याची क्षमा करावी. आपल्या लेखामुळे

मला आपल्याविषयी आदर वाटत होता, म्हणूनच सुशिक्षित स्त्रियांविषयीची आपली मते बदलण्याकरता एक अशिक्षित मुलगी म्हणून आपली सहचारिणी होण्याचे कपट मला करावे लागले.''

"गोड नाटक हे कडू हट्टापेक्षा शतपटीनी चांगले. पती हा स्त्रीचा अलंकार असला तर सुशिक्षित पत्नी पतीचा अलंकार असते हे मनाला पटविणाऱ्या कपटाचा राग नाही ना येणार?''

✦ ✦ ✦

यशवंत (एप्रिल, १९२९)

मि. बेबी मोहिते

'मधु बाळ, जरा पारिजातकाची फुले आणतोस का रे'! निराश रोगी डॉक्टराशी ज्या दीनवाण्या स्वराने बोलतो त्या स्वरांत आईने स्वयंपाकघरांतून विनंती केली, पण ओटीवर दाढी करीत बसलेल्या मधुकराने हूं कां चू केले नाही. हनुवटीच्या खालच्या टोकाला वस्तरा लागून रक्ताची बारीक रेघ उमटली होती व त्यामुळे त्याची पांढरी फिक्कट हनुवटीच पारिजातकाच्या फुलाप्रमाणे दिसत होती. क्रिकेट उत्तम खेळणारा खेळाडू पहिल्याच चेंडूला गारद झाला म्हणजे मनात जशी खिन्नता येते त्याप्रमाणे स्वत:ला दाढी-विशारद समजणारा मधुकरही स्वत:चे रक्त पाहून दु:खसागरात बुडून गेला होता. हनुवटीवर तांबड्या रेशमाप्रमाणे दिसणारी रक्ताची रेघ पाहून हिशेबात पैची चूक आल्यामुळे तळमळणाऱ्या एकनाथाप्रमाणे त्याचे मन पश्चातापाने पोळून गेले होते 'मधुबाळ जरा फुलं आणतोस का वेचून? स्वयंपाकघरांतून पुन्हा केविलवाणा आवाज आला. मधुकराच्या मनात विचार घोळू लागले. 'दाढी म्हणजे दुसरी देवपूजाच आहे. पण ते आमच्या या जुन्यापुराण्या आईच्या गळी काही केल्या उतरत नाही. पूजेला देव धुवायचे तर इथं चेहरा धुवायचा. तिथं निर्माल्य काढून टाकायचा तर इथं वाढलेले केस काढून टाकायचे. देवपूजेत नैवेद्य तसा. दाढीत आरसा दाखवावा लागतोच की नाही? आज तर काय गंधांची उणीव दूर करण्याकरता हे रक्तही आलेले दिसते? 'बाळ मधु' खोल गुहेतून आवाज यावा त्याप्रमाणे स्वयंपाकघरांतून पुन्हा स्वर आला.

'काय ग आई?' मधुकर एकदम खेकसून म्हणाला.

'बाळ, चार फुले घेऊन ये वेचून. देव माझ्या बाळाचे बरे करील.'

'ठाऊक आहे तुझा देव काय करील ते! तुझ्या देवाच्या अंगात काही पाणी असते तर मॅट्रिकच्या परीक्षेत मी चारवेळा नापास झालोच नसतो.' परीक्षेच्या पुस्तकाऐवजी नाटकांतली पदे मुखोद्गत करणाऱ्या गणिताच्या उदाहरणाऐवजी नेकटाय सोडविण्यात तासचे तास खर्चणाऱ्या, अभ्यासाऐवजी सिनेमासाठी नित्य जागणाऱ्या मधुकराचा मॅट्रिकमध्ये चारवेळा ठोकर लागल्यापासून आईच्या देवावरील

विश्वास पार उडाला होता! बिचारा देव तरी काय करणार? मधुकराला मॅट्रिकच्या पार घालवायला नवा कोणता अवतार घ्यावा हे निकालाच्या तारखेपर्यंत त्याचे त्यालाच ठाम ठरविता येत नसे.

चिरंजीवांनी देवावर हल्ला चढविलेला पाहून बिचारी आई गप्प बसली. 'चहा झाला की नाही?' जणू काय वेळेवर आगगाडी साधायची आहे अशा उतावळेपणाने मधूने विचारले.

'आधण आलंय; पण दुधच नाही घरात?'

'आज शनिवार. शनिवारी सकाळी साताला मला लायब्ररीत जायचं असते हे नाही वाटतं तुझ्या लक्षात'?

'विसरले रे बाबा मी'

'विसरले म्हणे विसरले! उद्या तू माझी आई आहेस हे मी विसरलो तर?'

एकुलत्या एक मुलाच्या या प्रेमळ प्रश्नाला कोणतीही माऊली झाली तरी काय उत्तर देणार? चुलीवर आधणाचे पाणी व तिच्या मनांत दुःखाचे विचार सारखे उकळू लागले. झाड वाढवावयाचे ते त्याची सावली मिळावी म्हणूनच ना? ते अंगावर कोसळून पडू लागले अथवा त्याच्या खाली जाताच पायात पटापट काटे मोडू लागले तर रक्ताचे पाणी करून ते त्याच्या मुळाशी आपण शिंपल्याचा फायदा काय? अपत्य म्हणजे अमृत अशी मातृपद प्राप्त होण्यापूर्वी आपली कल्पना होती. पण वीस वर्षे खस्ता खाऊन अमृताचा जो प्रवाह आपण वाढविला तो आता पदोपदी आपल्याला हलाहलाप्रमाणे जाळीत आहे. डोंगर काय अन् संसार काय दुरून साजरा दिसतो हेच खरे! विजेचा चकचकाट दुरून डोळे दिपवितो पण ती चाटून गेली तर मनुष्याची राखरांगोळी होते संसारातील सारी सुखे अशीच असतात. ही विचारांची उकळी 'जातो तर मी आई' या मधूच्या शब्दांनी थांबली.

'चहा घेतल्यावांचून जाऊ नकोरे! आता येईल दूध.'

वेळेवर कामे करायला गवळी इंग्रजी थोडेच शिकले आहेत!

'पण होईना थोडा उशीर! वर्तमानपत्रे वाचायला थोडा उशीर झाला म्हणून काय होते? सातांचे सव्वासात! झाले तर जग काही बुडायचे नाही अगदी' मातोश्री धीर करून म्हणाल्या, 'सातांचे सव्वासात! पंधरा मिनीटे उशीर म्हणे जग काही बुडायचे नाही! तुम्हा जुन्या लोकांना वेळेची काही किंमत नाही. अग आई, द्रौपदीवस्त्रहरणाच्या वेळी कृष्णाला यायला पंधरा मिनीटेच उशीर झाला असता तर चालले असते का सांग पाहू मला.'

एकुलत्या एक, लाडक्या, चारदा धैर्याने मॅट्रिकच्या किल्ल्यावर हल्ला चढविणाऱ्या चिरंजीवांचा हा दाखला ऐकून आईचे बोलणेच खुंटले! समोरच्या भागीरथी काकूंकडून घेऊन ये जा थोडे उसने' मुलाने चहा न घेता घराबाहेर पडणे असह्य होऊन ती

माऊली म्हणाली.

'भागीरथी काकूंच्या घरी जाऊन आणू? त्यापेक्षा मला नरकात जायला का गं नाही सांगत! त्यांच्या दारापुढले गटार पावसाळ्यांतल्या नदीप्रमाणे तुडुंब भरलेले आहे. चुकून शिंतोडा उडाला की माझे धोतर खराब होऊन जाईल ना! शिवाय दूध घेण्यासाठी सुद्धा त्या अमावास्येच्या हाताला हात लावण्याला आपण काही तयार नाही बोवा. चांगले साबणाने हात धुतलेले पुन्हा काळे ठिक्कर पडायचे. परवा कोणसे म्हणत होते की ती पंक्तींत ताक घेऊन आली की जेवणारांना कटाचीच आमटी आणली आहे. असेच वाटू लागते.'

'बर बरं कळला तुझा स्वच्छपणा न गोरेपणा' मुलाच्या बेफाम बोलण्याला आळा घालण्याच्या हेतूने आई म्हणाली, पण तोंडाने ती कितीही बोलली तरी तिचे अंत:करण थोडेच स्वस्थ राहणार होते. उठवत नव्हते तरी उठून ती समोरच्या घरी गेली व दूध आणून तिने मधुकराला चहा करून दिला. चहा पिताच मधुकर इतक्या त्वरेने घरातून बाहेर झटकला की रस्त्याने जाणाऱ्या येणाऱ्या मनुष्याला तो पळण्याच्या शर्यतीतला गडी आहे असेच वाटावे. स्वारी तीराप्रमाणे तडक लायब्ररीपाशी येऊन दाखल झाली. लायब्ररीतले एक वर्तमानपत्र हातात घेऊन बागेतील बाकावर त्याने आरोहण केले स्वारीचे सारे लक्ष मात्र जगातल्या घडामोडीपेक्षा समोर चाललेल्या मुलींच्या हालचालीकडे होते. एका पायावर उभे राहून साधूचे सोंग आणणाऱ्या बगळ्याचे खरे लक्ष जसे माशाकडे असते त्याप्रमाणे वर्तमानपत्र हातात घेऊन बसणाऱ्या मधुकराचे डोळे समोरच्या शाळेत जाणाऱ्या मुलीकडे लागले होते. मधेच तो एकदम पुटपुटला 'ही कोण बुवा नवी मुलगी? बस्स! बायको असावी तर अशी.'

'काय हो काय म्हणता?' शेजारच्या बाकावर बसलेल्या एका वाचकाने प्रश्न केला.

'काही नाही. एका वेड्याची हकिगत आली आहे वर्तमानपत्रात! वेडाचे तरी किती प्रकार असतात बघा जगात!'

बायकांकडे पाहणे हा पुरुषांचा जन्मसिद्ध हक्क आहे असा मधुकराचा ठाम सिद्धांत होता. सुंदर गाणे ऐकून जागच्या जागी न थांबणारा मनुष्य जसा बहिरा असला पाहिजे त्याप्रमाणे सुंदर बाईकडे ढुंकून देखील न पाहणारा मनुष्य पशु असला पाहिजे असे त्याचे प्रामाणिक मत होते. त्याच्या क्लबांतील मंडळी भाषणाला रंग यावा म्हणून अनेकवेळा त्याला या विषयावर चिडवीत असत. 'तुकारामबोवांचे म्हणणे परक्या नारी माऊलीसमान असे आहे. जाणाऱ्या येणाऱ्या प्रत्येक बाईकडे डोळे फाडफाडून पाहणे या तत्त्वाच्या विरुद्ध आहे' मधुकर मोठ्या आवेशाने आपला कोटिक्रम पुढे करीत असे. 'अहो पराविया नारी माऊलीसमान असते म्हणूनच आम्ही तिच्याकडे

पाहतो. रस्त्याने आपली आई जाऊ लागली न् आपण तिच्याकडे ढुंकून देखील पाहिले नाही तर जग आपणाला कृतघ्न म्हणणार नाही का? परस्त्री मातेसारखी मानायची व आईला ज्याप्रमाणे आपण मिठी मारतो त्याप्रमाणे तिला मारायची नाही हे तुमचे तत्वज्ञान आपल्याला काही कळत नाही बोवा!' मधुकराची ही मिठी तोंडाला बसल्यामुळेच की काय कुणीही प्रतिपक्षी पुढे वादविवाद करण्याला धजत नसे. परंतु पळणाऱ्या शत्रूचा पाठलाग करणाऱ्या जेत्याच्या आवेशाने मधुकराचे व्याख्यान सुरू होई. स्त्रीमुख म्हणजे श्रीमुख आहे हे विसरू नका. कवींच्या दृष्टीने बायकोचे तोंड म्हणजे एक फुलबाग आहे. पण माझे मत तर स्त्रीमुख म्हणजे नंदनवन असे आहे!

आणि या नंदनवनांत विहार करावयाला मिळावा म्हणून मधुकर नेहमी धडपडेही. शाळेत विद्यार्थिनींचे बाक पहिल्या नंबरच्या जवळ असल्यामुळे मधुकराला आपला जन्मसिद्ध हक्क मोठ्या प्रमाणात कधीही बजावता येत नसे. पण मारुतीसारख्या केवळ लंगोट्यावर राहणाऱ्या देवाला नेकटॉय कॉलर घालणाऱ्या मनुष्याने नमस्कार करणे त्याला पसंत नसूनही तो शनिवारी त्याच्या दर्शनाला जात असे. गावात कुठेही कीर्तन, पुराण, भजन, काही असो. आपला चापून-चोपून बसविलेला भांग नीट आहे की नाही हे हाताने मधून मधून चाचपून पहात मधुकर तेथे हजर असावयाचाच! प्रथम प्रथम आईला मुलाच्या या भाविकपणाचे कौतुकच वाटे. पण पुरुषाचे पहायचे डोळे निराळे व दाखवायचे डोळे निराळे असतात हे लक्षात आल्यापासून तिच्या मनात नाही नाही ते विकल्प येऊ लागले.

गलबत वादळात जसे नांगराच्या साहाय्याने स्थिर राहते. त्याप्रमाणे पत्नीची बेडी पायांत ठोकली की मधुकराच्या या वृत्तीला पायबंद पडेल अशी त्याच्या आईची कल्पना होती. तिने आपल्या आटोक्यांतील अनेक मुलीची नांवे घेतली पण मधुकराने कीर्तन, पुराण, भजन, स्टेशन वगैरेंच्या मध्यस्थीने त्यापैकी प्रत्येक केव्हांना केव्हा तरी पाहिलीच असल्यामुळे तो त्यापैकी एकीलाही शास्त्रोक्त दृष्टीने पहायला देखील तयार होईना.

परीक्षेला सोडचिठ्ठी दिल्यामुळे मधुकरालाही चतुर्भूज होण्याची उत्सुकता उत्पन्न झाली होती. पण त्याने आपल्या कल्पनेने बांधलेल्या हिममंदिरांना व्यवहाराची आच न लागल्यामुळेच की काय चारचौघांसारखे लग्न करण्याला तो तयार नव्हता! त्याच्या घरी लक्ष्मी पाणी भरत नसली तरी इनमीन दोन माणसांच्या मानाने त्याचे उत्पन्न चांगलेच होते. पदवीधर झाला तरी त्याला पूर्वीसारख्या मामलेदाऱ्या थोड्याच मिळताहेत अशी मॅट्रिकच्या थपडा खाऊन भित्र्या बनलेल्या आपल्या मनाची तो समजूत घाली. भांग, कपडे वगैरे साधनांनी सज्ज असलेल्या आपल्यासारख्या सधन वरावर एखादी रंभा खूष होणारच होणार असा त्याचा कयास होता की काय देव जाणे! पूर्वी स्वयंवराच्यावेळी वधू प्रत्येक राजापुढे जाऊन त्याचे गुण पारखून व रूप

निरखून मग कुणाला एकाला तरी माळ घालीत असे! ही पद्धत जर गैर नव्हती तर त्याचे लग्न अद्यापि व्हावयाचे आहे अशा मनुष्याने रस्त्याने येणाऱ्या जाणाऱ्या कुमारिकाकडे पाहण्यांत काय वावगे आहे असे त्याचे तर्कशास्त्र होते!

आज नव्यानेच पाहिलेल्या मुलीची मूर्ति त्याच्या डोळ्यापुढून हालेना. त्याने तिला ओझरतीच पाहिली होती खरी; पण पानांमधून डोकावून पाहणारी मुग्ध कलिका अगर मेघमंडळांत चमकून जाणारी वीज यांचे क्षणभराचे दर्शनही चिरंतन होते. त्याच्या हातातील वर्तमानपत्रात सिंधमध्ये जलप्रलय झाल्याची बातमी होती; पण तो मनातल्या मनात विरहाग्नीने जळत होता. काहीतरी निमित्त काढून मुलींच्या शाळेत जावे असे त्याच्या मनात आले; पण आपली हृदयदेवता कोणत्या वर्गात आहे याचा पत्ताही नसल्यामुळे तो बेत त्याला रहित करावा लागला! मुलींच्या शाळेतला नोकर मधून मधून बाहेर येत होता व आत जात होता. हातात वर्तमानपत्र घेऊन पुतळ्याप्रमाणे बसलेल्या मधुकराला क्षणमात्र त्याच्या भाग्याचा हेवाही वाटला. पण दुसऱ्याच क्षणी त्या नोकराला देवतेच्या दर्शनाचा लाभ घडणे जितके सुलभ तितकाच पाणिग्रहणाचा लाभ दुर्लभ आहे हे मनात येऊन त्याला हायसे वाटले.

शिकारीकरिता टपून बसलेल्या पारध्याप्रमाणे त्याने तीन तास कसे बसे काढिले. फुललेला पारिजातक प्रात:काली हलविताच त्याच्याखाली फुलांचा सडा पडावा त्याप्रमाणे शाळा सुटताच रस्त्यावर मुलींची गर्दी दिसू लागली. निरनिराळ्या रंगाचे परकर, साड्या, लुगडी व पोलकी यांच्यामुळे सूर्यकिरणांनी रंगलेल्या सायंकालीन मेघांची मालिकाच भूमीवर उतरत आहे की काय असा भास होत होता. इष्ट ताऱ्याकडे दुर्बीण लावून पाहणाऱ्या वेधवेत्त्याप्रमाणे मधुकर 'त्या' मुलीकडे पाहू लागला. नकळत त्याने लायब्ररीच्या बाकाचा व वर्तमानपत्राचा निरोप घेतला चुंबकाच्या मागाहून जाणाऱ्या लोखंडाप्रमाणे मधुकर त्या मुलीच्या मागोमाग चालू लागला. थोड्या वेळानंतर ती मुलगी एका बंगल्यापाशी थांबली. तारका मावळल्यानंतर तिच्या तेजाने नटलेला आकाशाचा भाग जसा रुक्ष दिसतो त्याप्रमाणे ती मुलगी बंगल्यांत जाताच मधुकराला सगळं जग भयाण भासू लागले! त्याने बंगल्याच्या फाटकापाशी लावलेल्या पाटीकडे पाहिले. 'रावबहादुर मोहिते, रिटायर्ड पोलिस सुपरिटेंडेंट, मोहपूर स्टेट' अशी अक्षरे त्याला दिसली. 'एकंदरीत अस्मादिकांची स्वारी पोलिस सुपरिटेंडेंटचे जावई होणारसे दिसते' तो हसत स्वत:शीच म्हणाला, व या बंगल्यात ओळखदेख कशी करून घ्यावी याचा विचार करीत घरी निघाला. त्याच्या समोरून दोन माणसे बोलत येत होती. त्यापैकी काळाकुळकुळीत, लठ्ठ, मिशांचे आकडे वर वळविलेला मनुष्य दुसऱ्याला म्हणत होता 'हरामखोर! मला साधे मिस्टर म्हणून लिहितो. बरं नावापुढे तरी पंत, राव काही लिहायचं की नाही? हलकट बदमाष आहे बघा. जावई झाला म्हणून काय झाले? चांगला चाबकाखाली

झोडपून काढला पाहिजे गुलामाला.'

या शब्दांपेक्षा त्याच्या रंगारूपाचेच मधुकराला अधिक हसू आले. या खाणीतून निघालेली माती ज्याच्या पदरांत पडली असेल तो चिडून जाणे स्वाभाविक आहे असे त्याला वाटले.

'कुणीकडून तरी एकदा ओळख झाली पाहिजे! मग मी आहे न् ती आहे! माझे नुसते कपडे पाहूनच गार होऊन जाईल. ओळख म्हणजे वडाची बी! एकदा पाळेमुळे रुजल्यावर वन बनावयाला काय उशीर? पण ही पहिली ओळख कशी करून घ्यायची? हा हा. ही मुलींची शाळा खाजगी आहे. त्या शाळेत काहीतरी बक्षिसे ठेवण्याच्या निमित्ताने प्रवेश करावा म्हणजे झाले' मनोराज्ये करीत मधुकराची स्वारी चालली होती.

इतक्यात समोरून वाऱ्याबरोबर एक तांबडे पाकीट उडत आले. मधुकराने ते झटकन उचलले व पत्ता वाचला. 'मि. बेबी मोहिते' सीतेला हनुमानाने दाखविलेली मुद्रिका पाहून जेवढा आनंद झाला नसेल तेवढा या पत्रलाभाने मधुकराला झाला. आपल्या प्रेमावर 'प्रेमदूत' काव्य रचण्याची संधि एखाद्या कवीला मिळणार अशी त्याची खात्री झाली. पण दुष्ट दुर्दैव एकदम वाऱ्याच्या रूपाने आले व ते पाकीट त्याच्या हातांतून उडाले. भराभर कोलांट्या खात ते उजवीकडच्या गटारांत जाऊन पडले. मधुकर शिकारी कुत्र्याप्रमाणे त्याच्या मागोमाग धांवत गेला. नदीच्या पृष्ठावर संथपणे नाचणाऱ्या नौकेप्रमाणे ते पत्र गटारात तरंगत होते. गटाराची घाण यावेळी मनात आणता उपयोगी नाही देवांना अमृत मिळायला समुद्रमंथन आणि उजव्या हाताने नाकाशी हातरुमाल धरीत त्याने ते पत्र कसेबसे वर काढले. बुडत्याला हात द्यावा हे सज्जनांचे वचन त्याने अक्षरश: पाळले असले तरी थंडीने कुडकुडणाऱ्याचे अंग कशाने पुसून काढावे हा त्याला प्रश्नच पडला. शेवटी प्रेमाकरिता हातरुमालाचा स्वार्थत्याग करणे आवश्यक आहे असे ठरवून त्याने ते पत्र आपल्या हातरुमालाने पुसले व हातरुमाल डाव्या खिशात आणि पत्र उजव्या खिशात टाकून स्वारी त्याच पाऊली मोहित्यांच्या बंगल्याकडे वळली!

'बेबी मोहिते आहेत का घरात?' असा प्रश्न करताच दरवाज्यावरल्या नोकराने दिवाणखान्याकडे बोट दाखविले. मधुकर आत पाऊल टाकून नमस्कार करण्याकरिता हात जोडतो तो मघाशी रस्त्यावर पाहिलेला काळा लठ्ठ गृहस्थ त्याच्या दृष्टीस पडला. 'बेबीशी ओळख होण्याच्या दृष्टीने हा अपशकुनच झाला असे मधुकराला वाटले पण पूर्वकाळी राक्षसांच्या ताब्यात राजकन्या असत त्यातलाच हा प्रकार असे समाधान मानून त्याने त्या गृहस्थाला नमस्कार केला. 'काय काम आहे तुमचे?'

सुनेला फैलावर धरणाऱ्या सावत्र सासूच्या सुराने ते गृहस्थ ओरडले. मधुकराच्या

मि. बेबी मोहिते । १६५

छातीत धडकीच भरलीपण सिंहाच्या गुहेत पाऊल टाकल्यावर पळून जाण्यापेक्षा त्याची आयाळ धरण्याचा प्रयत्न करणेच बरे असा पोक्त विचार करून तो पुढे झाला. 'झटपट सांग काय काम आहे ते! हे सारे जावई फांशी दिले पाहिजेत! थोरल्या पोरीचे लग्न करून शेण खाल्ले ते खाल्ले.

'मी-मी' मधुकर मध्येच म्हणाला.

मी मी काय करता? चोर आहात की वेडे आहात बोला! कुणाचे जावई आहात तुम्ही?'

'म-म-माझे लग्न झाले नाही.'

'मी काही लग्ने जमविणारा भट नव्हे. मी मोहपूर स्टेटचा रिटायर्ड पोलीस सुपरिटेंडेट आहे. चला व्हा चालते इथून. सीपॉय...'

'पण-पण...'

'पण बिण काही नाही. माझ्या त्या हलकट जावयानेच तुम्हाला पाठविलेले दिसते.

'बेबी मोहिते कुठे आहेत?' सर्व धैर्य एकवटून मधुकराने प्रश्न केला.

'कोण म्हणालात?' रावबहादुर रागाने गुरगुरले.

'बेबी मोहिते, त्यांच्या हातात-'

हे शब्द तोंडातून बाहेर पडले न पडले तोच रावबहादुरांनी पुढे होऊन पटकन मधुकराच्या श्रीमुखात दिली. 'हा पहा बेबीचा हात' त्यांनी गर्जना केली.

रागाने व लज्जेने लाल होऊन मधुकर म्हणाला. 'मी बेबी मोहित्याचे एक पत्र देण्याकरिता आलो होतो' त्याने उजव्या खिशातून ते पत्र काढले. पत्र पाहतांच रावबहादुरांचा क्रोधाग्नी प्रलयकाळचा झाला. 'तरी मला वाटलंच की त्या गाढव जावयाचे तुम्ही साक्षीदार असाल म्हणून.' त्यांनी ते पत्र मधुकराच्या तोंडावर फेकले व 'सिपाय म्हणून गर्जना केली. पत्र घेऊन मधुकराने पोबारा केला.

घरी जाईपर्यंत आपण डाव्या खिशांतील हातरुमालाने तोंडाची घाण पुशीत आहोत याची मधुकराला शुद्धच नव्हती! घरी जाताच त्याने रागारागाने 'बेबी मोहिते यांचे पत्र फोडले. वाचून पाहताच ते जावयाने सासऱ्याला रागारागाने लिहिलेले पत्र आहे हे त्याला स्पष्टपणे कळून चुकले. रिटायर्ड सुपरिटेंडटसाहेबांचे इंग्लिश पद्धतीच्या प्रेमामुळे लहानपणी ठेवलेले बेबी हे नावच सर्रास वापरण्यांत येत असल्यामुळे व मि. चा अर्थ मिस्टर न करता मिस केल्यामुळे मधुकर फसला होता. 'बालादपि सुभाषितं ग्राह्यं' या न्यायाने बेबी मोहित्यांकडून श्रीमुखांत खाल्ल्यापासून स्त्रीमुखाकडे पाहण्याचे त्याने सोडून दिले एवढे मात्र खरे.

✦✦✦

मधुकर (नोव्हेंबर-डिसेंबर, १९२९)